சட்டி சுட்டது

ஆர். ஷண்முகசுந்தரம் (1917–1977)

தமிழின் முன்னோடி எழுத்தாளரான ஆர். ஷண்முகசுந்தரம் திருப்பூர் மாவட்டத்தில் உள்ள கீரனூர் என்னும் கிராமத்தில் பிறந்தவர். 'மணிக்கொடி' எழுத்தாளர் இவர். 'மணிக்கொடி' எழுத்தாளர்களில் முதலில் நாவல் எழுதியவர் இவர்தான். 'நாகம்மாள்' நாவலை 1942இல் எழுதினார். குடியான வாழ்க்கையை மையமாக வைத்து தமிழில் எழுதப்பட்ட முதல் நவீனம் இதுதான். தன் இலக்கிய வாழ்வை சிறுகதை ஆசிரியராகத் தொடங்கினாலும், நாவலாசிரியராகவே அறியப்படுகிறவர். சட்டிசுட்டது, அறுவடை, தனிவழி போன்ற இருபதுக்கும் மேற்பட்ட நாவல்களை எழுதியுள்ளார். மேலும் கவிதை, கட்டுரை, நாடகம், மொழிபெயர்ப்புகள் என இவரது உலகம் பெரிது. பதேர் பாஞ்சாலி உள்ளிட்ட நூற்றுக்கும் மேற்பட்ட நாவல்களை தமிழில் மொழிபெயர்த்துள்ளார். நாகம்மாள் ஆசிரியர் என்றே ஷண்முகசுந்தரம் குறிப்பிடப்பட்டாலும் நாகம்மாளுக்கு இணையாக அல்லது நாகம்மாளைவிட சிறந்ததாக 'சட்டி சுட்டது' நாவலை எண்ண இடமிருக்கிறது. என்றும் இவர் பெயர் சொல்ல இந்த இரண்டு நாவல்களுமே போதுமானது.

சட்டி சுட்டது

ஆர். ஷண்முகசுந்தரம்

நற்றிணை பதிப்பகம்

சட்டி சுட்டது * ஆர். ஷண்முகசுந்தரம் * முதல் பதிப்பு: நவம்பர் 1965 * நற்றிணை முதல் பதிப்பு: நவம்பர் 2013 * வெளியீடு: நற்றிணை பதிப்பகம். ப. எண்: 123A, புதிய எண்: 243A, திருவல்லிக்கேணி நெடுஞ்சாலை, திருவல்லிக்கேணி, சென்னை – 600005.

நற்றிணை பதிப்பக வெளியீடு: *81*

Satti Suttathu * R.Shanmukasuntharam * First Edition: November 1965 * Natrinai First Edition: November 2013 * Size: Demy 1/8 * Paper: 21.3 kg maplitho * Pages: 176 * Published by Natrinai Pathippagam. Old No: 123A, New No: 243A, Triplicane High Road, Triplicane, Chennai. 600 005 * Phone No. 044 2844 2855 * Mobile: 94861 77208, 94429 56725, 95001 04832 * E-mail: natrinaipathippagam@gmail.com

* Website: natrinaipathippagam.com

* Printed at: Sai Thendral Printers, Chennai.

* Mobile: 90957 91222, 90954 91222

* E-mail: saithendralprinters@gmail.com

*‘சட்டி சுட்டது’ 1965*இல் முதல் பதிப்பாகவும் *1971*இல் ராணிமுத்து மாத நாவல் வரிசையில் இரண்டாம் முறையாகவும் வெளிவந்தது. இந்நாவல் ஓரளவு கவனம் பெற்ற படைப்பாகும். ‘நாகம்மாள்’ ஆசிரியர் என்று சொல்லத்தக்க வகையில் ‘சட்டி சுட்டது’ அமைந்துள்ளது. இந் நாவல் உறவுகளைப் பற்றியது. பாசம்மிக்க தந்தை தன் பிள்ளைகளால் பாதிக்கப்படும் அவலத்தை நாவல் பேசுகிறது. *1965*இல் எழுதப்பட்டிருந்தாலும் சுதந்திரத்திற்கு முந்தைய காலகட்ட நிகழ்வுகளை மையமிட்டது நாவல். ஒவ்வொரு உறவும் தன்னிடமிருந்து விலகிப் போகும்போது மௌனமாக அதைச் சகித்து ஏற்றுக்கொள்ளும் சாமிக்கவுண்டர், இந்நாவலின் மையப் பாத்திரம்.

சாமிக்கவுண்டர் நிலபுலன்கள் மிகுந்தவர் எனினும் சாந்த குணம் கொண்டவர். யார்மீதும் அவருக்குப் புகார்கள் இல்லை. இருப்பினும் அவற்றை வெளிப்படுத்துவதில்லை. தாராள குணம் மிக்கவர். உதவிகள் செய்யத் தயங்காதவர். அவருக்கு வாய்த்த பிள்ளைகளோ நேர் எதிர். சொத்து ஒன்றையே குறியாகக் கொண்டவர்கள். அதற்காக அவரை இடையறாது துன்புறுத்து பவர்கள். அவர் மலையென நம்பியிருக்கும் மகள் வேலாத்தாள் கடைசியாகத் தன் திருமண முடிவை அறிவிக்கும்போதும் சிறிதும் கலங்காமல் நிதானத்தோடு அதை ஏற்றுக்கொள்கிறார். சாமிக்கவுண்டர் பாத்திரம், வெறிகொண்ட நிலக்கிழார் பாத்திரமாகச் சித்தரிக்கப்பட்டிருக்கும் எனில், மிகுந்த கவனம் பெற்றிருக்குமோ?

ஷண்முகசுந்தரம், காந்தியத்தில் மிகுந்த ஈடுபாடு கொண்டவர். வாழ்நாள் முழுக்க அக்கொள்கைகளையே பின்பற்றி வந்தவர். அவருடைய நாவல்களில் காந்தியக் கருத்துகளை வலியுறுத்தியும் உண்டு. 'சட்டி சுட்டது' நாவல் காந்தியத்தில் ஊறிய மனம் ஒன்றின் படைப்பு வெளிப்பாடு எனக் கொள்ளத் தகும். வெளியுலகம் பற்றி அறியாத கிராமத்து மனங்களையும் பிழைப்பின் பொருட்டுக் கிராமத்தைவிட்டு வெளியேறி நகரத்திற்கும் கிராமத்திற்கும் இடையே அல்லாடும் மனங்களையும் இந்நாவலில் காட்டுகிறார். ஒரு காலத்தில் கிராமத்துக்கும் நகரத்துக்கும் இடையே போக்குவரத்தாக இருந்த சிறு வியாபாரிகளை இந்நாவலில் காண்கிறோம். அவர்கள் மூலமாகத்தான் கிராமத்திற்கு வெளியுலகப் பார்வை கிட்டியது என்னும் செய்தியும் நாவலில் உள்ளது.

– பெருமாள்முருகன்

1

இத்தனை நாளாக ஊருக்குள் குடியிருந்த சாமிக் கவுண்டர், தோட்டத்திற்குக் குடிவந்துவிட்டார். அறுபது வருஷங்களாக ஒரே இடத்தில் இருந்த இருக்கையை, இப்படி அவர் மாற்றிக்கொண்டது ஆச்சரியமான காரியம்தான்.

சாமிக்கவுண்டருக்கு என்ன குறை? அவருக்கு என்ன இல்லை? எல்லாமே இருந்தது! வீடு நிறைய சம்பத்து! 'திக்கஜம்' போல் இரண்டு புதல்வர்கள்! பேத்தி, பேரன்கள்! மூத்த மருமகள், நாலு நாட்களுக்குள் பிள்ளைப்பேறுக்கு தாய்வீடு செல்லப் போகிறாள்! வீட்டில் முகட்டு உயரம் தவச மூட்டை அடுக்கி இருக்கிறது! எல்லாவற்றையும் விட்டுவிட்டுத் திடீரென்று காட்டு வாழ்வை அவர் ஏன் மேற்கொண்டார்?

தோட்டத்துச் சாளை வாசலில், தென்னந்தடுக்கின் மேல், மீசையை நீவி விட்டுக்கொண்டே, ஆகாயத்தை அண்ணாந்த வாறு பார்த்துப் படுத்தபடி, தன்னந்தனியாக சிந்தனையை ஓட விட்டுக்கொண்டிருக்கிறார். அடர்த்தியான மீசை, எப்போதுமே கட்டுக்கடங்குவதில்லை. அவருடைய மனதும் கட்டுக் கடங்காமல் எங்கெங்கோ சுற்றித் திரிந்துகொண்டுதான்

இருந்தது. வயது அறுபது என்று தலையில் அடித்துச் சொன்னாலும் பிறர் நம்ப மாட்டார்கள். ஏனென்றால் உடற்கட்டு அப்படி அவருக்கு! கால் அங்குலம் முடி, 'வடக்கல்' கவிழ்த் தாற்போல் சிரசில்! ஆச்சரியம் என்னவென்றால், இன்னும் தலைமுடிகூட வெளிரோடவில்லை. இரண்டு ஆள் கட்டித் தாவிப் பிடித்தாலும் அடங்காத நெஞ்சுப் பரப்பு! திறந்த மேனி! திறந்த உள்ளம்! அவர்கள் பரம்பரைக் குடும்பச் சொத்து அது!

சீரங்கக்கவுண்டர் என்றால் சிங்கம்! அவர் மகன் பெரிய சாமி புலிக்குட்டி! தேகக்கட்டையும், அவர்கள் திடசித்தத்தையும் அவ்விதம் கூறுவார்கள்! தகப்பனாரும் பாட்டனாரும் யாருக்கும் எந்தவிதக் கெடுதலும் செய்ததில்லை. செய்ய நினைத்ததுமில்லை! தானுண்டு பூமியுண்டு என்று மண்ணைக் கிளறிக்கொண்டிருந்து விட்டு, மண்ணிலே தலைசாய்த்த மகராசன்கள்! ஆம், 'அவுங்க மகராசங் கூட்டமடா!' என்று அந்த வட்டார மூலை முடுக்கில் யாரைக் கேட்டாலும் சொல்லுவார்கள்.

சாமிக்கவுண்டர் தப்புத்தண்டாவுக்குப் போகிற ஆளா? சேச்சே! போக்கிரி சாக்கிரி, இவர் போய்க்கொண்டிருக்கும் திக்கின் பக்கம்கூட எட்டிப்பார்க்க மாட்டான். அவ்வளவு நல்ல வரான அவர், அனைவரையும் ஏன் அதிசயத்தில் ஆழ்த்தினார்?

வெண்மையும் கருமையும் ரத்தச் சிவப்பில் மாய, செவ் வொளி ஆங்காங்கு குங்குமத்தைக் குழைத்துப் பூசிக்கொண்டி ருந்தது. அருணோதயக் கதிர்கள் சாமிக்கவுண்டர் முகத்தைப் பிரகாசமாக எடுத்துக் காட்டிற்று. அவர் முகத்தை எந்நாளும் மறைத்துக்கொண்டவரல்ல! ஆனால், ஆடாமல் அசையாமல் தியானத்தில் ஆழ்ந்தவர் போல் அமைதியுடன் வீற்றிருந்தாலும் உள்ளத்துள் எண்ண அலைகள் இடைவிடாமல் பேரிரைச்சல் இட்டுக்கொண்டிருந்தன.

'அவர் என்ன நினைக்கிறார்? என்ன செய்யப் போகிறார்?' என்பதை முன்கூட்டியே எவராலும் கண்டுகொள்ள முடியாது. தம்முடைய மகளிடம்கூட முன்தினம் இரவுதான், 'அம்மணி! புறப்படாத்தா, போயிரலாம்' என்று திடீரெனச் சொன்னார். மகள், 'சரி' என்றாள். அப்பேர்ப்பட்ட ஒரு முடிவை வேலாத் தாளும் எதிர்பார்த்திருந்தது போலவே தோன்றிற்று. தந்தைக்கு முன்பே, அவர் கண் விழிப்பதற்கு வெகுநேரத்திற்கு முன்ன தாகவே, முதற்கோழி கூவியதும் விழித்துக்கொண்டாள் போலும்! வேலாத்தாள் கண்களைப் பார்த்தால், விடியுமட்டும் தூங்க வில்லை என்பது நன்றாகத் தெரிந்தது. தந்தையும் மகளும் குடும்பத்திலிருந்து பிரிந்து தனியாக ஏன் தோட்டத்திற்கு வந்து

விட்டார்கள்? இக்கேள்விக்கு வேலாத்தாள்கூடப் பதிலளிக்கச் சிரமப்படுவாள். என்ன இருந்தாலும் அவள் சிறுபெண்தானே? பதினெட்டுப் பத்தொன்பது வயதிருக்கலாம். மேனியெங்கும் இளமையின் விரிப்பு! அங்கங்களில் எழில் சதிராடிக்கொண்டிருந்தது! புது வீட்டைச் செப்பனிடுவதில் முனைந்திருந்தாள் வேலாத்தாள்.

தாராபுரம் தாலூகாவின் வடக்கெல்லையில், நொய்யல் ஆற்று விளிம்பில் ஒதுங்கிக்கிடந்தது ஒரத்தபாளையம். யாரும் அந்தச் சிற்றூரை ஒதுக்கிவைக்கவில்லை. சிலாசாசனங்கள், செப்பேடுகள், கீர்த்திமிகு கல்வெட்டுகள் ஒன்றும் இல்லையே என்று, அங்கே உள்ளவர்கள் கவலைப்பட்டதாகத் தெரியவில்லை. ஆனால், கோயில் எனப் பெயருக்கு ஏதாவது நிர்மாணமாகி இருந்தால், தல புராணமாவது தோன்றியிருக்கும். பிள்ளையார் கோவில்கூட முடங்கிக்கிடந்தது! 'ஆறில்லா ஊருக்கு அழகு பாழ்!' என்று பாடிய புலவனுக்காக நொய்யல் மெல்ல அருகினில் நடைபோடுகிறது போலும்!

ஆறுக்கும் அவ்வூருக்கும் ரொம்பப் பொருத்தம். வருடத்தில் பத்து மாதங்கள் நீரின் தரிசனம் இல்லை மணலுக்கு. மீதி இரண்டு மாதங்களில், பாதமளவு தண்ணீர் தாராளமாக ஓடும்! மேற்கே எதிர்பாராமல் மழை பொழிந்து வெள்ளம் வந்துவிடுவது வேறு கதை!

சுற்றுப்புறமெங்கும் கானல் பரக்க, வறண்ட நிலத்தில் கலப்பை பாய மறுத்து நிற்க, சாமிக்கவுண்டர் தோட்டத்திலும் இன்னும் இரண்டொரு பூமிகளிலும் மட்டும் பசுமை கொஞ்சுவது, 'இயற்கையின் அதிசயத்துக்கு எடுத்துக்காட்டாக' நின்றது.

பத்துப் பதினைந்து வீடுகள்தான் இருக்கும். எல்லாம் ஓட்டு வில்லை வீடுகள். ஓலை வீடும் ஒன்றிருந்தது. ஆனால், கருப்பட்டி விலை ஏற்றம், சேமலை மூப்பனை போன வருடம் ஒரு தூக்குத் தூக்கி விட்டுவிட்டது. கள்ளிக்கோட்டை ஓடுகள் போட்டதோடு, மதில் சுவரையும் பலமாகக் கட்டிவிட்டான். புதுப் பளபளப்பில் – மரத்தில், பச்சைக் காய்களுக்கிடையே பழம் ஒன்று மாத்திரம் பழுத்திருந்தால் எப்படிப் பளிச்சென்று தென்படுமோ, அவ்விதம் – பொதுநோக்காக வீடுகளைப் பார்த்தால், சேமலை மூப்பன் வீடு கண்ணைக் குத்திக்கொண்டு காட்சியளித்தது!

தீசாமிக்கவுண்டர் வீடு, மெத்தை வீடு. 'பெரியூட்டுப் பண்ணாடி' அல்லது 'மச்சூட்டுக்கவுண்டர்' என்றால்தான் அக்கம்பக்கத்தில் அனைவருக்கும் தெரியும். கிராமத்தில், வீட்டுப்

பெயரையோ... காடு, தோட்டப் பெயரையோ சொல்லி அழைப்பதுதான் வழக்கம். கோம்பைக்காடு உண்மையில் பெரிய தோட்டம்! ஆனால், மூன்று தலைமுறைகளாகப் பாட்டனார் காலத்திலிருந்தே, காடு என்றே வழங்கி வருகிறது.

ஓரத்தபாளையத்திற்குப் போவதென்றால், மற்ற ஊர்க்காரர் களுக்கு கொஞ்சம் பயம்தான்! பயப்படும்படியான ஆட்களோ கருவிகளோ, அப்படி என்ன இருந்தது அங்கே? அதெல்லாம் ஒன்றுமில்லை. பாதை சரியில்லை, வழி கிடையாது என்றே சுருக்கமாகக் கூறலாம். அடுப்புக்கல் கூட்டியது போன்ற ஊரின் அமைப்பு! ஒருபுறம் சிவியார்பாளையம்; இன்னொரு பக்கம் அழுக்குத்தி வலசு. காங்கேயம் சென்னிமலை செல்கின்ற சாலையிலிருந்து குறுக்குப்பாதை வழியாக – வண்டித்தடத்தில் அழுக்குத்தி வலசு வந்து சேருவதற்குள், இடுப்பும் முதுகும் வலி எடுக்க ஆரம்பித்துவிடும். அங்கிருந்து நாலு காட்டுத் தூரம் ஒற்றையடிப் பாதையில் நடந்தால், ஓரத்தபாளையம் போய்ச் சேரலாம். அது ஒரு வழி. மற்றொன்று – சிவியார்பாளையத்தைச் சிரமப்பட்டுக் கரடுமுரடுகளைத் தாண்டிச் சென்றடைந்து விட்டாலும், கைதேர்ந்த மாடுகள் மட்டும் ஏற்றஇறக்கம் குண்டு குழிகளைச் சமாளித்து நிதான நடைபோடுகின்ற இட்டேறித் தடத்தில் – பழக்கப்படாத பாதங்கள் நடப்பதென்றால் படாத பாடு பட்டுவிடும். அவ்வளவு கஷ்டத்தைக் கடந்து, ஓரத்தப் பாளையத்திற்கு யார் போகப் போகிறார்கள்? போக வேண்டிய வேலை என்ன? இந்த இரண்டாவது யுத்தம் முடிந்த நாலைந்து வருஷத்திற்குப் பிறகுதான் – வியாபாரிகள் இரண்டொருவர் அந்தப் பக்கம் எட்டிப் பார்க்கத் தொடங்கியிருக்கிறார்கள். என்ன சாமான் கிடைத்தாலும் திருப்பூர், கோவையில் நல்ல விலைக்கு விற்றுவிடலாமே! பணப் புழக்கம்தான் கரைபுரண்டு வழிகிறதே!

சீரங்கக்கவுண்டர் வாழ்ந்த நாளில், வழி தவறிய பரதேசிகள் அந்தக் கிராமத்தில் தங்கி இருக்கிறார்கள். தெற்கேயிருந்து வருகிற அன்னக்காவடிச் சாமியார்கள் நேராகச் சென்னிமலையைப் பார்த்துக்கொண்டே வருவார்கள். இருட்டிவிடும். ராத்தங்கல் போட்டு விடுவார்கள் அங்கே. வடக்கேயிருந்து சிவன்மலையை நோக்கிக் கிளம்பும் சாதுக்களுக்கும் அப்படிக் கதி நேருவதுண்டு. ஆனால், அவர்கள், சீரங்கக்கவுண்டருடைய உபசரிப்பை இந்த ஜென்மம் உள்ளமட்டும் சொல்லிக்கொண்டிருப்பார்கள். சொல்லியபடி இருந்திருப்பார்கள் என்பதில் சந்தேகமில்லை.

இருபது வள்ளப் பண்ணையத்துக்கு அதிபதி. பெரிய வேட்டியை நிலம் புரளக் கட்டமாட்டார். பாதமளவும் கட்டமாட்டார். வேட்டியை மடித்து முழங்காலுக்கு மேல் கோவணம் போட்டுக் கட்டி இருப்பார். அது ஒரு தினுசான பஞ்சக்கச்சம்! இரவில் படுக்கைக்குச் செல்லும்போதுதான் அந்தக் கட்டை தளர்த்து வாரோ என்னவோ?

புது விருந்தாளி முன்பின் தெரியாதவன் ஆயிற்றே, ஊர் சுற்றும் பேர்வழி ஆயிற்றே, கிடைத்ததைச் சுருட்டிக்கொண்டு விடிவதற்குமுன் கிளம்பிவிட்டால் என்ன செய்வதென்று யோசித்திருப்பாரா? அவ்விதம் எண்ணி இருந்தால், படுக்க மெத்தை விரித்துத் தருவாரா? பாலும் பழமும் கொடுப்பாரா?

பஞ்சத்தில் அடிபட்ட பரதேசிக்கு, இப்பேர்ப்பட்ட உபசரிப்பு பரமானந்தத்தை அளிக்கும்! என்னடா இது! தாகத்திற்குத் தண்ணீர் குடிக்க, ஏற்றம் இறைக்கிறதா என்று சுற்றிலும் பார்த் தாலும், வாடி வதங்கிய காட்டுப் பயிர்கள்தானே காணப் படுகிறது! கிணறுகளில் அள்ளிக் குடிக்கலாம் என்றால், படிகள் சரியாக உண்டா? வெட்ட வெட்டப் பாறைகள்! இருந்த கிணற்றுப் படிகளும் இடிந்து போயிருக்கின்றன! குனிந்து பார்த்தால், தலைப்பாகை நழுவிவிடும்! குருவி குடிக்கச் சொட்டு நீர்தான், எங்கோ அதல பாதாளத்தில் ஒட்டிக்கொண்டிருக்கும்! இந்த இடத்திலா இப்படி ஒரு மனிதர்? 'இவ்விதம் ஒரு செழுமை! ஆமாம், செழுமை அவர் மனதிலும் செழித்திருக்கிறதே!' என்று வாழ்த்தாமல் இருக்கமுடியுமா பரதேசியால்?

சீரங்கக்கவுண்டர் தனக்குள் சிரித்துக்கொள்வார். அதிகமாகப் பேசமாட்டார். மகன் பெரியசாமியும் சகல காரியங் களிலும் நேர் வாரிசு! மனிதன் சும்மா இருக்கக் கூடாது. வேலை செய்ய வேண்டும் என்று ஆட்களிடம் சொல்லுவார். காடு கரைகளில் வேலைக்குப் பஞ்சமா? மழைத்துளி இல்லை யென்றால் என்ன? இயற்கை பொய்த்தாலும் திடீரென்று என்றாவது ஒரு நாளைக்குக் கண் திறந்து பார்க்காமலா போய் விடும்? மண்ணைச் சுரண்டிக்கொண்டிருந்தால், பலன் கிட்டத் தான் செய்யும் என அவர் நம்பினார்.

அறுபதாம் வருஷத்திய பயங்கரமான பஞ்சத்தை, அவர் கேள்விப்பட்டிருக்கிறார். அந்தக் கொடிய பஞ்சக் காலத்திலும் ஒரத்தப்பாளையம் வாசிகள் ஊரைவிட்டு எங்கேயும் ஓடி விடவில்லை. தழை தாம்பைத் தின்றே மக்கள் உயிர் வாழ்ந்தார் களாம்! கஞ்சித் தொட்டிகள் தூர தூரத்தில் அமைக்கப்பட்டு இருந்ததாம். நடந்து போய்ச் சேருவதற்குள் பாதிப் பிராணன்

போய்விடும்! எப்படியோ தாக்குப்பிடித்து உயிரைக் காத்துக் கொள்ள வேண்டி இருக்கிறதே? உயிர் ஆசை இல்லையென்றால் இந்த வயிற்றை ஒரு கை பார்த்துவிடலாம்!

வெங்கமேட்டுக் கள்ளுக்கடையிலிருந்து வீர தாண்டவம், வெற்றித் தாண்டவம், எக்காளத்தின் கெக்கொலி காற்றை கிழித்துக்கொண்டு கொக்கரிக்கும். ஆனால், அது பெரியசாமியின் காதில் விழாது. மராம்பாளையம் ஏட்டாட்டக்காரர்கள் ரகளை ரச்சைக்கு வக்காலத்து வாங்குகிறவர்கள். ஆரவாரம் அவர் களுக்கே தனிச் சொந்தம். அந்தப் பேரிரைச்சல் அவர் காதில் பட்டாலும், துளிகூட அதிலே கவனம் செலுத்தமாட்டார்.

பாட்டனார் எதற்காகவும் கவலைப்பட்டதில்லை. தகப்பனார் எப்போதும் துக்கப்பட்டதில்லை. ஆனால், சாமிக் கவுண்டர், கவலையில் சிக்கி, கவலையோடு கன்னத்தில் கைவைத்து ஒருக்களித்துப் படுத்திருக்கிறாரே, ஏன்?

கவலைகளுக்கும் அவர்கள் குடும்பத்திற்கும் நெடுந்தூரம் ஆயிற்றே? இப்போது அவர் கவலையைக் கட்டி அணைத்துக் கொண்டு இருக்கிற காரணம் என்ன?

வேலாத்தாள் அடுப்பு மூட்டினாள். சருகு செத்தையில் 'குப்'பென்று தீ பிடித்துக்கொண்டது. தழை தாம்புகளும் பச்சை இலைகளும் கலந்திருந்தன. ஒரே புகை. சாளை நிறைந்து, வானில் கலக்க அலையலையாகப் புகை மேலெழுந்துகொண்டிருந்தது!

வெகுநாட்களாகப் பூசப்படாமலும், வெள்ளை அடிக்கப் படாமலும், தட்டுமுட்டுச் சாமான்களால் மண்டிக்கிடந்தது சாளை. குப்பை கூளங்கள் வேறு. பெயர்சொல்ல முடியாத பூச்சிகள், அவைகளை வேட்டையாடும் மரப் பல்லி, வீட்டுப் பல்லிகள். எல்லாவற்றுக்கும் மேலாக சுவர்களில் ஆங்காங்கு கரையான் புற்றுகள்! அனைத்தையும் வேலாத்தாளால் ஒரே நாளில் அப்புறப்படுத்த முடியுமா? தூசி துப்பையைக்கூட மெள்ள மெள்ளத்தானே துடைத்தெறிய வேண்டி இருக்கிறது.

சாளையின் முன்பக்கம் பனை ஓலையால் வேயப் பட்டிருந்தது. முகட்டுவரை பின்பக்கம் ஓடுகளால் வேயப்பட்டி ருந்தது. தோற்றத்தில் சிறிது; ஆனால், உள்ளே வீடு என்னவோ பெரிதுதான். குடிகொண்டிருக்கும் இருவருக்கும் பெரிய மனது. அடேயப்பா! அவர்களுக்கு அந்த வீடு போதுமானதுதான்!

வெளிக்கதவுக்கு பூட்டு இருந்தது. சால், பறி, ஏர்கலப்பை கடமுளை, கண்ணிக்கயிறு – இன்னும் விவசாயக் கருவிகள் போட்டு வைக்கும் இடமாக இருந்தது. அந்தச் சாளை

பூட்டாமல் சும்மா போட்டுவிட முடியுமா? சாவி எப்போதும் பெரிய பண்ணாடி சாமிக்கவுண்டர் கையில்தான் இருக்கும். இன்றைக்கும் அவரேதான் சாவியை வைத்திருந்தார். படுத்திருந்த அவர், மடியைத் தொட்டுப் பார்த்துக்கொண்டார். ஒருவேளை வீட்டிலேயே மறந்து வைத்துவிட்டு வந்து விட்டோமா என்ற நினைப்பு, முன் இரவு, வீட்டுக்கும் தோட்டத்திற்கும் நாலைந்து தரம் வந்து போய்க்கொண்டிருந்தார். ஆனால், காலை ஆகாரத் தைப் பற்றி... அந்த நினைவே இதுவரை அவருக்கு வரவில்லை. வேலாத்தாள், "என்னுங்க ஐயா, இன்னம் தூக்கமுங்களா? வெந்தண்ணி ஆறிப் போகுது. வாங்க! அரிசியும் பருப்பும் சோறு ஆக்கியிருக்கிறேனுங்க!" என்றாள். மகள் சொன்ன வார்த்தை களைக் கேட்டதும் அவர் உள்ளத்தில் கணநேரத்தில் வியப்பு, மகிழ்ச்சி, இவை இரண்டிற்கும் அப்பாற்பட்ட பேரதிசயம் எல்லாமே நிறைந்துவிட்டன!

கொஞ்ச நேரத்திற்கு முன் லேசாகக் கண்ணயர்ந்தார். ஊருக்குள் மெத்தை வீட்டில் வழக்கமாகத் தூங்கிக்கொண்டி ருப்பதாக எண்ணம்! அதோ, மூத்த மகனுடைய எட்டு வயதுச் சிறுமி வெண்ணெய் வேணுமென்று அழுகிறாளே! தயிர் சிலுப்பு வதற்கே அந்தக் குழந்தை விடாது. மத்தைக் கையில் பிடித்ததும், தன் அம்மாவைத் தொந்தரவு பண்ண ஆரம்பித்துவிடும். எலுமிச்சங்காய் அளவு வெண்ணெய் கிடைக்குமட்டும் நகராது! வாயில் போட்டுக் குதப்பிக்கொண்டே தாத்தாவின் வெற்றிலைப் பையைத் துளாவ ஆரம்பிக்கும். பேத்திக்கு குச்சி மிட்டாய் வாங்கிவந்து வைத்திருப்பார். சிலநாள் மறந்துவிடுவார். அவர் சொல்லிவிட்ட ஆள், வாங்க மறந்துவிட்டு வந்திருப்பான். அன்றைக்குப் போச்சு! அப்பச்சியைப் பாடாய்ப் படுத்தி விடுவாள் பேத்தி!

இளைய மகனுக்கு இரண்டும் பையன்கள். இரட்டைக் குழந்தைகள். ராம, லட்சுமணர்கள். அவர்களுக்குக் காலைநேரப் பொழுதுபோக்கு, பாட்டனாரின் கைத்தடி. ஐந்து வயதுச் சிறுவர்கள் அறுபது வயது தாத்தாவைப்போல், கைத்தடியை 'பொட்டுப் பொட்'டென்று ஊன்றிக்கொண்டு திண்ணையிலும் வீட்டுக்குள்ளும் நடை பயில்வார்கள். இளைய மருமகள் வெடுக் கென்று குட்டிவிடுவாள். 'தாத்தா' என்ற அலறல். அடுத்த கணம், அபயஸ்தானமாம் அவர் நெஞ்சின்மீது இரு பிஞ்சு வடிவங்களும் 'பொத்'தென ஓடிவந்து வேகமாக விழும்!

திடீரென்று கண்விழித்துக்கொண்டார். "ராமு, நெதானம், உளுந்தராதே!" என்றார் சாமிக்கவுண்டர்.

“ஏனுங்க ஐயா, இது ஊடு இல்லை! காடுங்க!” என்றாள் வேலாத்தாள், சிரித்துக்கொண்டு.

சாமிக்கவுண்டருக்கும் சிரிப்பு வந்தது. “ஊட்டிலே படுத்திருக்கிறதா நெனப்பு ஆத்தா!” என்றார். லேசாக சோகம் இழைந்தது, அவர் குரலில்.

“ஏனுங்க ஐயா! அப்பிடின்னா இது ஊடு இல்லீங்களா?” என்றாள். வேலாத்தாள் துடியாகப் பேசுவாள். அவள் குரல் கணீரென்று இருக்கும்.

கவுண்டர் மனதில் அமுதம் துளிர்த்தது. ‘மகள் சூட்டிப்பு! கெட்டிக்காரி!’ என்று அடித்தளத்தில் மெல்லொளி கூறிற்று. ஆம், நாற்பதுக்கு மேல் – கல்யாணமாகி மூத்த இரு ஆண் குழந்தைகளும் பிறந்த பிறகு, இருபது வருஷங்களுக்குப் பின்னரல்லவா மனைவி பெற்றெடுத்தாள் வேலாத்தாளை! ‘வயதான பிறகு பொறக்கற புள்ளை புத்திசாலியா இருக்குமுங்கோ!’ என்பான் கடைக்காரப் பொன்னப்பன். ‘அவன் சொன்னது நெசந்தான்!’ என்று தமக்குள் எண்ணிச் சிரித்துக்கொண்டார் கவுண்டர்.

தென்னந்தடுக்கு விரிப்பை, ஓரமாக சுவர் அருகே எடுத்து வைத்துவிட்டு, பல்குச்சி முறித்துக்கொண்டுவரப் புறப்பட்டார் பண்ணாடி. முதுகில் ஈர்க்குச்சிகளும் ஓலையும் பல கோலங்களை வரைந்திருந்தன. அவை கண்ணில் பட்டதும், வேலாத்தாள் உள்ளத்தில் ‘சுறுக்’கென்று ஏதோ தைப்பதைப் போலிருந்தது. அதனால், அவள் சொல்ல வந்ததை அவர் சற்றுதூரம் சென்ற பிறகுதான் அவளால் சொல்ல முடிந்தது.

“கருவேலாங்குச்சி இங்கியே இருக்குதுங்கோ” என்றாள்.

வழக்கமாக அவர் வேம்பு அல்லது கருவேலாங்குச்சிதான் உபயோகிப்பார். பல வருடத்திய பழக்கம் அது. முழுக்குச்சி கால்வாசியாவதற்குள் – மென்று துப்பிக்கொண்டே – தோட்டம் முழுதும் ஒரு சுற்று வந்தால்தான் அன்றையக் காலைப்பொழுது சுகமாகக் கழிந்த மாதிரி இருக்கும் அவருக்கு.

“ஏதேது! ஒண்ணைக்கூட மறக்க மாட்டாயாட்ட இருக்குதே!” என்றார். அவர் பேச்சில் ஆனந்தம் வெளிப்பட்டது.

மெதுவாக நகைத்துக்கொண்டே, கருவேலாங்குச்சியைக் கொண்டு வந்து தந்தையிடம் தந்தாள்.

பொழுது, வேலிக்கு மேல் வந்துவிட்டது. பங்குனி மாதச் சூடு, அதிகரித்துக்கொண்டிருந்தது.

அவர்களுடைய பூர்வீகத் தோட்டம் – கோம்பைக்காடு கூப்பிடு தூரத்தில்தான் இருக்கிறது. இரண்டு கிணறுகள் அங்கே. இரு கிணற்றிலும் தண்ணீர் வெய்ய வேடையிலும் வற்றாது. ஆளுக்குப் பாதியாக, இரு புதல்வர்களுக்கும் ஏற்கனவே பிரித்துக் கொடுத்துவிட்டார். மைந்தர்களுக்குள் தண்ணீர் தகராறு கிடையாது. அவனவன் பாகத்தில் ஒழுங்காக பண்ணையைப் பார்த்துக்கொண்டிருந்தனர். இவருக்கு அங்கே செல்ல வேண்டிய அவசியமே இல்லாமல் போய்விட்டது. ஆதியில் இருந்தே இந்த ஊரடிக் காட்டைத்தான் நேரிடையாகக் கவனித்துக்கொண்டிருந்தார். அரை நேரம் ஏற்றம் இறைக்கலாம். வெயில் காலத்தில், இள மத்தியானமே பறியில் பாதியளவுதான் நீர் நிரம்பும். சும்மா இரண்டு மூன்று வள்ளம்தான். தண்ணீர்ப் பாய்ச்சல்! மிச்சமுள்ளது காடு. எப்பவாவது மழை ஒத்துக் கொண்டால் காட்டு வெள்ளாமையும் எடுக்கலாம். ஆனால், இரண்டு பேருக்கு இதிலிருந்து கிடைப்பதே போதுமானது. தாராளமாக மிச்சமும் ஆகும். என்னவாவது மிச்சம் பண்ணினால்தானே, வேலாத்தாள் கல்யாணத்தை நல்லவிதமாக நடத்தலாம். வீட்டிலிருந்து கையை வீசிக்கொண்டுதானே வந்தார்! பெற்ற பிள்ளைகளிடம் கையேந்தக்கூடியவரா அவர்? அப்படி உத்தேசம் இருந்திருந்தால், பிரிவினையின்போதே சொத்தை மூன்றாகப் பங்கிட்டு இருப்பாரே? தனக்கென வைத்துக்கொள்ள வேண்டுமென்று அவர் நினைக்கவில்லை. இப்போது தனக்காக – தனக்கு மட்டுமா? – மகளுக்காக – மகளுக் காகவே தனிக்குடித்தனம் தொடங்க வேண்டிய நிர்ப்பந்தம் ஏற்பட்டுவிட்டதே அவருக்கு!

"யாருங்க? பெரிய பண்ணாடிங்களா?" என்ற குரல் கேட்டுத் திரும்பினார்.

"அடடே நீயா?" என்றார் கவுண்டர். அவருடைய ஆச்சரியத்திற்கு அளவேயில்லை.

"உன்னைத்தாண்டா சாமி நெனச்சேன். நூறு ஆயிசு போ!" என்றார் சாமிக்கவுண்டர்.

"நல்லாச் சொன்னீங்க! இந்தக் காட்டிலே மேட்டிலே இன்னம் எழுபது வருசத்துக்கு ஒத்தைமாட்டு வண்டியில் பலசரக்கு சாமான்களைத் தூக்கிக்கிட்டு அலையோணுமிங்களா?" என்றான் பொன்னப்பன்.

"அடே..., பொய் சொன்ன வாய்க்கு போஜனம் சிக்காதடா!"

"உங்க தருமத்திலே எனக்குக் குறை ஒண்ணும் இல்லீங்க!" என்று இறங்கி வந்தான் பொன்னப்பன்.

"நாஞ் சொல்லவேண்டிய பேச்சுப்பா. உன்ற தருமத்திலே தானப்பா சாமானஞ் சட்டு நம்ம குடித்தனத்துக்கு வேணும்" என்று அவர் தொடங்குமுன்பே, "நீங்க போய்ப் பாருங்க பண்ணாடி! மலையாட்ட எல்லாங் கொண்டாந்து வேலுத்தாயி முன்னாலே கடை பரப்பீட்டுத் தானுங்க வாரேன்" என்றான் பொன்னப்பன்.

சாமிக்கவுண்டர் கண்களில் நன்றி ஒளி மின்னிற்று. "உன்னைப் போல ஆளுக்குச் செஞ்ச ஒவகாரம் வீண் போகிலைடா சாமி" என்றார்.

"அது போதுமுங்க எனக்கு!" என்று கூறிக்கொண்டே, தன்னுடைய மளிகைச் சாமான்கள் நிறைந்த ஒற்றைமாட்டு வண்டியை நோக்கி நடந்தான் பொன்னப்பன்.

2

ஒரத்தப்பாளையத்தில் ஊருக்கு மத்தியிலே சாமிக் கவுண்டர் மெத்தை வீடு. பெரிய பெரிய கதவுகள். பழைய காலத்துப் பாணி. அந்தக் கட்டிடத்தைப் பார்த்தவுடன் உறுதியானதென்று கூறிவிடலாம். மொட்டை மாடியிலுள்ள காரைகள்கூட, பல ஆண்டுகளாகியும் வெடிப்புப் பெயர்ப்பின்றி நேர்த்தியாக இருந்தது.

எப்போதும் கலகலப்பாக இருக்கும் வீடு வெறிச்சோடிக் கிடந்தது. பெரிய கவுண்டரும் வேலாத்தாளும் அதிகாலையில் புறப்பட்டுப் போனதும், சற்று நேரத்தில் நடுக்கவுண்டர் என்று அழைக்கப்படுகிற மாரப்பன், தன் மனைவியையும் சிறுமி முத்தாயாளையும் கூட்டிக்கொண்டு தோட்டத்திற்குக் கிளம்பி விட்டான். வீட்டிலிருந்தால் பலருக்கு பதில் சொல்லியாக வேண்டும்; என்ன? ஏது? என்று துளைத்தெடுப்பார்கள். தம்பியும் தம்பி சம்சாரமும் சொல்லி முடிக்கட்டும் என்ற கருத்து மாரப்பனுக்கு!

சின்னப் பண்ணாடி என்கிற பழனியப்பன், அண்ணனை விட ஒருபடி முந்திக்கொண்டான். தோட்டம் என்ன தொலை

தூரமா? அங்கேயும் பத்துப்பேர் நடமாட்டம் இல்லாமலா போய் விட்டது? எப்படியும் வாயைக் கிளறுவார்கள். ஊத்துக்குளி கைத்தமலை கோயிலுக்குப் போய்விட்டு – மாமனார் வீடு ஊத்துக்குளிதான் – இரண்டுநாள் சென்று வரலாம் எனப் புறப்பட்டுப் போய்விட்டான்.

"செல்லாயா! அத்தை வரச் சொன்னாங்கள்ல?" என்று பழனியப்பன் கேட்டான். பாட்டிவீடு போவதென்றால் ராம, லட்சுமணர்களுக்குப் பரம மகிழ்ச்சி. குதித்துக்கொண்டு வாசலுக்கு ஓடினர். கணவன் வாசகத்தை ஆமோதித்து, "நீங்க அதுகளைக் கேட்டுப் பாருங்க," என்று சற்று உரக்கக் கூறினாள் செல்லாயா. மூத்தவன் மனைவி சுப்பக்காள் காதில் விழட்டும் என்றுதான் பலமாகச் சொன்னாள். அவள் கேட்டும் கேட்காதவள் போல் முகத்தைத் திருப்பிக்கொண்டு, தோட்டத் திற்கு நடையைக் கட்டினாள்.

தோட்டம், பங்கு போடுவதற்கென்றே கச்சிதமாக அமைந்தாற் போல், அவர்கள் வீடும் அமைந்திருந்தது. உட்புறம் இருபக்கங்களிலும் அறைகள் ஐந்தாறு. தனித்தனி அறைகளில் ஒரு குடும்பம். பின்புறம் பொதுவழி. முன்புறம் தொட்டிக்கட்டின் மையத்தில், மழைத்தண்ணீர் போக சலதாரை. மேலிருந்து வெளிச்சம் நன்கு வரும். அங்கே கூரைச் சட்டத்தை இணைக்கும் இரும்புக் கம்பிகள். அந்த வழியாக ஆள் இறங்கிவர முடியாது. நல்ல பாதுகாப்பான விசாலமான மெத்தை வீடுதான் அது.

தூரத்து உறவுக்காரி கிழவி ஒருத்தி, நூல் நூற்றுக்கொண்டி ருந்தாள். கைராட்டைச் சத்தத்தோடு, அடிக்கடி அவளும் சத்தம் செய்துகொண்டிருந்தாள். பாட்டிக்கு சாளேசரம். விரல்களும் வயது முதிர்ச்சி காரணமாகச் சொன்னபடி கேட்பதில்லை. அடிக்கடி இழைகள் அறுந்து சிக்கு விழுந்துகொண்டிருந்தது. பிணைத்தால் நிற்பதில்லை. விரல் இடுக்கிலே நூல் வந்து விடுகிறது. கிழவி வயிற்றெரிச்சல் தாங்காமல், "என்ன எழவு! இப்படிச் சிக்கு விழுந்து தொலைக்குதே!" என்று தன்பாட்டுக்குச் சொல்லிக்கொண்டிருந்தாள்.

அந்த வீட்டில் விழுந்திருக்கும் வாழ்க்கைச் சிக்கலைக் கண்டறிய வந்திருந்த பார்வதி, காமாச்சி, நாச்சக்காள், காளி யாத்தாள் எல்லோருக்குமே பெரிய ஏமாற்றம்தான்!

"ஆரைப்புடிச்ச சனியனோ இந்த ஊட்டைப் புடிச்சிக்கிட்டு ஆட்டுது!" என்றாள் நாச்சக்காள்.

"வாழ்ற ஊட்டிலே அதின்னு இதின்னு நீ ஏனாத்தா சொல்றே?" என்றாள் காமாச்சி.

"அல்லே! நீங்க ரண்டுபேரும் ஏன் சண்டை போட்டுக் கறீங்க?" என மத்தியஸ்தம் பண்ணினாள் பார்வதி.

"நீயே சொல்லு காளியாத்தா! சின்னஞ் சிறுசை காட்டுக் குள்ளே குடி வைக்கலாமா? ஒரு காத்துக் கருப்பு அண்டினா நாளைக்கு நல்லாத்தான் இருக்கும் பொளப்பு!" என்று சலித்துக் கொண்டாள் நாச்சக்காள்.

"கொமரிக்கும் நாய்க்கும் குடி போறதிலே கொண் டாட்டம்னு சொல்றது செரியாத்தான் இருக்குது!"

அப்படிக் கூறியவள் யாரென்று பாராமலே காளியாத்தாள் தலையைச் சொறிந்துகொண்டு, "இவுங்க வெகு யோக்கியமா இருந்தா, நம்மளைப் போல வாரவங்களுக்கு நறுக்குன்னு பதில் சொல்லலாமல்ல! தலையிலே சீலையைப் போட்டுகிட்டு ஆணு பொண்ணு அத்தனையும் எங்கே போயுட்டுது?"

பார்வதி மனதிலுள்ளதைக் கொட்டிவிட்டாள். ஆனால், திரும்பித் திரும்பிப் பார்த்துக்கொண்டாள். 'யாராவது கேட்டு விட்டால்? வீண் பொல்லாப்பு எதற்கு?'

"நாம நாலுபேரும் பன்னிப் பன்னிப் பேசி என்ன பண்றது?" என நொந்துகொண்டாள் நாச்சக்காள். அவர்கள் தேடி வந்தவர்கள் இருந்திருந்தால், பேச்சின் ரீதி வேறு தினுசில் இருந் திருக்கும். 'ஆட்டக்கால சட்டத்தை' அனுசரித்தார்கள் அவர்கள். ஆனால், இத்தொடரின் இன்னோர் அம்சமாக 'ஒத்திகை' ஒன்று, மாரப்பனுக்கும் அவன் மனைவிக்கும் இடையே தோட்டத்தில் நடைபெற்றுக்கொண்டுதான் இருந்தது.

சுப்பக்காள் சலிப்போடு, "மாமன் அவுங்க இப்படி என்ற மூக்கை அறுத்துப் போட்டாங்களே? எம் மானத்தை வாங் கோணுமின்னு எத்தனைநாளா நெனச்சுக்கிட்டு இருந்தாங்க?" என்றாள்.

"அட எனக்குப் போகாத மானம் உனக்கென்ன போகுது?" என்றான் மாரப்பன்.

"நல்லா இருக்குதே நாயம்! மூத்த மருமகளைத்தான் மொதல்லே சொல்வாங்க!"

"யாரு சொல்வாங்க?"

“சாதி சனந்தான். பின்னே ஆரு?” என்று கூறிவிட்டு சுப்பம்மாள் கணவன் முகத்தைக் கவனித்தாள்.

மாரப்பன் மெதுவாகச் சிரித்துக்கொண்டிருந்தான்! குறும்புச் சிரிப்பு!

மனைவிக்குக் கோபம்.

“சித்தெ சிரிக்காதீங்க... எனக்குப் பிய்ஞ்சு பிய்ஞ்சு வருது!” என்றாள். அவள் மாராப்புச் சேலை நழுவிக்கொண்டிருந்தது. களை வெட்டுவதை நிறுத்திவிட்டு, “எங்க அம்மா சொன்னாங்க. கட்டுச்சோத்து விருந்துக்கு பத்து நாளுதானே இருக்கு. அதுக் குள்ளே ஊருக்குப் போகாட்டி என்னிண்ணாங்க. நா அம்மா பேச்சைக் கேட்டிருக்கோணும்,” என்றாள் ஆத்திரத்தோடு.

வரப்பின்மீது உட்கார்ந்திருந்த மாரப்பன் எழுந்தான். “எனக்கு வேலை இருக்குது. நீ பேச்சுக்குப் பேச்சு ‘ராவி’க்கிட்டே இருக்கறே! இப்ப என்ன ரங்காம்பாளையம் போறதுக்குத் தடை? வெகு தொலையா உங்க ஆத்தா ஊடு?”

“ஆமா, ஊருவலம் போயிக்கிட்டே இருந்தா, வெகு நேத்தி யாத்தான் இருக்கும்? இங்கே கேக்கறது பத்தாதிண்ணு எங்க ஊருச் சனங்களும் ‘மாமனார் ஐயனை ஏன் முடுக்கீட் டீங்க’ண்ணு கேக்க வேணுமாக்கும்?” என்றாள்.

“பயந்து பயந்து எத்தனை நாளைக்குப் பொளப்புத்தனம் பண்ணறது? ‘எங்க பண்ணாடியைக் கேட்டுக்கிங்க’ண்ணு சொல்லீட்டுப் போவியா? சும்மா தாளிக்கிறயே!” என்றான். அவனுக்கு எரிச்சலாக இருந்தது.

கணவனுடைய கோபத்தை நன்கு அறிவாள் அவள். கைக்குச் சிக்குவதைத் தூக்கி எறிவான். வீட்டில் சட்டிபானைகள் பாத்திரம் பண்டங்கள் எத்தனையோ தரம் உருண்டிருக்கின்றன. இது தோட்டம். பக்கத்தில் மண்வெட்டிதான் கிடந்தது.

முத்தாயாள், படிக்குள் போட்டிருந்த கால்படி வேர்க் கடலையையும் அரைவட்டுக் கருப்பட்டியையும் தீர்த்துக் கட்டி விட்டாள். கொய்யா மரத்தை நோட்டம் விட்டுக்கொண்டி ருந்தாள். உச்சாணிக் கிளையில் அணில் கடித்திருந்த ஒரு பழம் பாதி வடிவில் சிவப்பாக அவள் கண்களில் பட்டது. உடனே தாத்தா ஞாபகம் வந்துவிட்டது சிறுமிக்கு. சொல்வதற்கு முன் சல்லையை எடுத்துக்கொண்டு வந்து தாத்தா பறித்துத்

தந்துவிடுவார். இன்றைக்குப் பழம் பறிக்கும் சல்லையையும் காணோம், தாத்தனையும் காணோம்!

"அம்மா..." என்றாள் முத்தாயா. அரைக்காட்டுத் தூரத் துக்குச் சத்தம் கேட்டது. பழைய சோறு தின்னப்போகும் ஏற்று இறைத்த ஆட்கள்கூட திரும்பிப் பார்த்தார்கள்.

"சும்மா பொளக்காதே!" என்று குழந்தையை அதட்டினாள் சுப்பக்காள். "இங்கே வா கண்ணு" என்றான் மாரப்பன்.

"தாத்தாகிட்டப் போறேன்" என்றாள் முத்தாயா. அவர் வீட்டில் இருப்பதாகச் சிறுமியின் நினைப்பு. தின்பண்டம் தீர்ந்து விட்டது. தாத்தனை அண்டி 'முரண்டு' பிடித்தால்தான் இனி மேற்கொண்டு தீனி!

"உன்னையைத்தான் காணாம் காணாம்னு பார்த்துக்கிட்டு இருக்காங்க" என்றாள் சுப்பக்காள். கணவனிடம் தன் எதிர்ப்புச் சக்திகள் கூர் மழுங்கவே மகளிடம் திருப்பிவிட்டாள் அவள்.

முத்தாயாளுக்கு ஒன்றும் புரியவில்லை. ஆனால், ஏதோ அதிருப்தியின் சாயல் விழுந்திருக்கிறது. அது என்ன? அந்த நிழல் எவ்வளவு தூரத்திற்கு விரியும் என்பதெல்லாம் சிறுசுக்குப் புரியுமா?

"நான் போய்த்தான் தீருவேன் அம்மோ" என்று – குரலிலே தன் விருப்பத்தை வைத்து – ராகத்தோடு இழுத்தது!

"பாரு, பனம்பழம் குடிசைக்குள்ளே வெச்சிருக்கறேன்" என்று குழந்தையை வேறு பக்கம் அழைத்தான் மாரப்பன்.

"ஐ!" என்று குதித்துக்கொண்டு குடிசையை நோக்கி ஓடிற்றுக் குழந்தை.

"இந்தக் கெரகத்துக்குப் பத்து வருசம் ஆகியும் "வேய்க் கானம்' இல்லீங்களே?" என்றாள் சுப்பக்காள்.

"எத்தனை வருசமானாலும் சில பேருக்கு அது வராது. உன்னையாட்ட இத்தனை வேய்க்கானம் வாண்டாம். கீழே பார்த்துப் புல்லைக் கொத்து. காலைக் கையைக் காயம் பண்ணிக்காதே! பயிரையும் கொத்திப்போடாதே" என்றான் மாரப்பன்.

"எனக்குப் பைத்தியம்தானே புடிச்சிருக்குது!" என்று கூறிக் கொண்டே அவள் முகத்தை வேறு பக்கம் திருப்பிக் கொண்டாள்.

அதே சமயம், கைத்தமலைக்குச் சென்றிருந்த தம்பி பழனி யப்பனும் அவன் மனைவியும், பித்துப்பிடித்த நிலையில்தான் இருந்தார்கள். அவர்கள் போகுமுன்பே ஊத்துக்குளிக்குத் தகவல் எப்படியோ போய்ச் சேர்ந்திருந்தது. எல்லோரும் ஒரே கேள்வி யைக் கேட்டார்கள். "பெரிய பண்ணாடி சீராடிக்கிட்டுப் போய் விட்டாராமே?"

"ஆமா, சின்னக் கொழந்தை! சவ்வுமுட்டாய் வாங்கிக் குடுக்கிலீண்ணு சீராடிட்டுப் போயிட்டுது... நீங்க வெடுக்கிண்ணு வாய்திறந்து சொல்லுங்களே! என் தலையை இப்படி உருட்டாதீங்க." இந்த மாதிரி விதவிதமான பதில்களைக் கூறிக் கொண்டிருந்தாள் சின்னப் பண்ணாடியின் மனைவி செல்லாயா.

அவளுடைய தாயாருக்குக்கூட வேலாத்தாளும் தகப்பனா ரோடு சென்றுவிட்டது வியப்பைத் தந்தது. "பெரிய மாப்பிள்ளை தன்ற பொறந்தவளை வாண்டாம்னு நிக்கச் சொல்லலையா?" என்றாள் தாயார்.

"பெத்துப் பொறப்பு வேணும்னு இருந்தா அவளே நிண்ணி ருப்பாளே? பிரிஞ்சு போலாம்னு அப்பங்கிட்டே அவதான் 'தூவம்' போட்டாளோ என்னவோ" என்றாள் செல்லாயா.

பழனியப்பனுக்கு அந்த வார்த்தைகள் பிடிக்கவில்லை.

"இப்ப என்ன வந்திட்டது?" என்றான் சாதாரணமாக.

"என்னவா? இது போதாதுங்களா? 'மச்சூட்டுப் பண்ணாடி கடைசிக்காலத்திலே கூத்தைக் கெடுத்துப்போட்டார்'ணு மலைப் படியிலே அந்த முத்துப்பண்டாரம் இடிச்சுக் காட்டினானே அப்ப நீங்க தூங்கீட்டா இருந்தீங்க?" என்றாள் செல்லாயா. தனியாக இருக்கும்போதே மனைவி உச்சக்கட்டத்தை அடையும் தருணங்களில் தாழ்ந்து விடுகிற சுபாவம் பழனியப்பனுக்கு. இப்போது மாமியார் வேறு பக்கத்தில் இருக்கிறாள்!

"பசங்களைக் காணமா?" என்றான். மெள்ள வெளியே சென்று விட்டு சோற்று வேளைக்கு வரலாம் என்பது அவனது நோக்கம்.

"பொடக்காளியிலே கழிச்சிக்காய் ஆடிக்கிட்டு இருக்குது" என்றாள் தாயார். பாட்டி வீட்டில் ராம, லட்சுமணர்களுக்கு விளையாட்டுக்குப் பஞ்சமில்லை. அதோடு ரயில் வேடிக்கையும் அங்கே நாளெல்லாம் பார்த்துக்கொண்டிருக்கலாம். பையன்கள் இருவரும் 'கூ.... கூ.....' என்று 'விசில்' ஊதிக்கொண்டிருந்தார்கள். உள்ளே ரயில் கரித்தூள் விழுவது எவ்வளவு அழகான காட்சி.

“ஏனுங்க! தாத்தன் முதுகிலியெ குடி இருப்பாங்களே? இப்பப் பேரமார்க எங்கேன்னும் தேடமாட்டாரா?” என்றாள் செல்லாயா. அவள் பேச்சில் எக்காளம் குமிழியிட்டது.

“அதுக்கென்ன? எங்க ரண்டுபேத்தையும்தான் சின்ன வயசிலே தோள்ளே போட்டுக்கிட்டுத் திரிஞ்சாரு!” என்றான் பழனியப்பன்.

மகன் லேசாகச் சொல்லிவிட்டான். தந்தையின் அன்பையும் பாசத்தையும் ரொம்ப சர்வசாதாரணமாகக் கூறிவிட்டான். ஆனால், சாமிக்கவுண்டரை அறிந்தவர்கள் – உள்ளூர்க்காரர்கள், வெளியூர்க்காரர்கள் – அவர் வாஞ்சையைக் கண்டு வியந்தார்கள்; அதிசயித்தார்கள். ஒரு தந்தைக்குத் தன் பிள்ளைகளிடம் பிரியம் இருப்பது இயற்கை. இதில் அதிசயிப்பதற்கு ஒன்றுமில்லைதான். ஆனால், சாமிக்கவுண்டர் தம்முடைய உயிரையே அவர்களிடம் வைத்திருந்தார் என்று கூறுவதற்கு இலக்கணமாகத் திகழ்ந்தார்.

குழந்தை வளர்ப்பைப் பற்றி அவர் படித்ததில்லை. கேட்டுத் தெரிந்துகொண்டதும் கிடையாது. ஆனால், அவர் தம்முடைய குழந்தைகளை வளர்த்திய விதம் மற்றவர்களுக்கு ஒரு படிப்பினை. அந்தப் படிப்பினையிலிருந்து அவர்கள் பயன் அடைந்தார்களா? அவர்கள் தங்கள் கண்ணாரக் கண்டதிலிருந்து என்னத்தைத் தெரிந்துகொண்டார்கள்? இன்று சாமிக்கவுண்டரிடம் கேட்டால் கூட, அவருடைய பதில் இந்த விதமாகத்தான் இருக்கும். ‘குருடும் குருடும் குருட்டாட்டமாடின கதை! நான் சொல்ல என்ன இருக்குது?’

தம்முடைய தகப்பனாருக்கு எதிரில் நின்று கவுண்டர் பேசியது கிடையாது; விவாதித்ததில்லை. அத்தனை மரியாதை! திண்ணையிலோ வீட்டிற்குள்ளோ, சமமாக உட்கார்ந்து அவர்கள் சகஜமாகப் பேசிக்கொண்டிருந்ததை யாரும் பார்த்திருக்க மாட்டார்கள். எட்டி நின்று கேட்பார்! மறுபேச்சுப் பேச மாட்டார். தலை நிமிராமல் சென்று விடுவார். இவருடைய தந்தையும் பாட்டனாரும் – அது பெரிய வேடிக்கை! பாட்டன் தோட்டத்திலிருந்தால் தந்தை வீட்டிலிருப்பார். அவர் வீட்டுக்கு வந்தால் இவர் தோட்டத்திற்குச் சென்றுவிடுவார். ஒரே இடத்தில் வேலையிருந்தால் – ஏதோ தெய்வ சன்னதியில் நிற்பதான உணர்வே கொண்டிருப்பார்! அன்னையும், பிதாவும் முன்னறி தெய்வங்கள்தானே! இப்படி வழிவழியாக ஒரு பழக்கம் அவர்கள் குடும்பத்தில்! கிராமத்தில் அனேகமாக மற்ற குடும்பங்களிலும் அப்படித்தான். ஒரு மரியாதை காணப்பட்டது.

அன்பில் கொஞ்சமும் மாற்றுக் குறையவில்லை. எனினும் சாமிக் கவுண்டருக்குத் தம்முடைய பிள்ளைகள் அவ்வளவு தூரம் தள்ளி நிற்பது பிடிக்கவில்லை. அருகில் மிகமிக அருகில் இதயத்திற்குப் பக்கமாக அணைத்துக்கொள்ள விரும்பினார். புத்திரர்களின் பாதைகளையும் திருப்பிவிட முனைந்தார்.

வறட்சியைத் தழுவிக்கொண்டிருக்கும் அந்த வட்டாரத்தில் செய்வதற்கு என்ன வேலை இருக்கிறது? பிஞ்சுக் கரங்கள் வேகாத வெயிலில் ஓடி ஓடிச் சாணி எடுப்பதும், கழி தட்டுப் பொறுக்குவதும், வருஷத்திற்கு பத்து வள்ளம் கம்புக்கும், எட்டு வள்ளம் சோளத்திற்கும் – ராகிக் கூழுக்குமாக அடிமைச் சீட்டு எழுதிக் கொடுத்துவிட்டுப் பண்ணைகளில் அவதிப்படுகிறதைப் பார்க்குந்தோறும், சாமிக்கவுண்டர், அந்தப் பேசும் பொற்சித்திரங் களைப் பெற்றெடுத்த புண்ணியவாளர்களை எண்ணி இரங்கு வார். வசதியுள்ள குடும்பத்தினர்தான் பிள்ளைக் கனியமுது களின் எதிர்காலத்தை சிந்தித்தார்களா? எதற்காக சிந்திக்க வேண்டும்? 'இருப்பதை வைத்திருந்தால் இதுவே போதும்!' என்றிருந்தனர்.

திருப்பூர் பள்ளிக்கூடத்தில் படிக்கவைக்க, பையன்கள் இருவரையும் அவர் அழைத்துச் சென்றபோது, ஊரே விசித்திர மாகப் பார்த்தது. வீதி நிறைய யானை ஊர்வலம் போனால் எப்படி விழி கொட்டாமல் பார்க்கத் தூண்டுமோ, அப்படிக் கண்களை அகல விரித்துப் பார்த்தார்கள். குட்டிபோட்ட பூனை மாதிரி பிள்ளைகளைச் சுற்றியே வலம் வந்துகொண்டிருந்த அவர், வாரத்திற்கு நாலைந்து நாள் திருப்பூர் போய் வருவதையும் நெய்யும் தயிரும் கையோடு கொண்டு செல்வதையும் கண்ட மற்றவர்கள் சிரித்தார்கள். ஏன்? மனைவிக்குக்கூட அது சிரிப் பாகத்தான் தோன்றிற்று. திரும்பிவந்து அவர் ஒவ்வொரு தடவை யும் ஒவ்வொரு புதுச்சேதி சொல்லுவார். 'இன்னைக்கு நானே தம்பிக ரண்டுபேருக்கும் தண்ணி ஊத்தி உட்டேன். பொட்டுக் கூட நாந்தா வைச்சுவிட்டேன்' என்பார் மனைவியிடம்.

பையன்கள் தங்கியிருந்த விடுதியில், பள்ளிப் பிள்ளை களுக்கென்றே சிறு ஓட்டல் என்ற பெயரில் கடை நடத்தி சோறு ஆக்கிப் போட்டுக்கொண்டிருந்த முதலியார் அம்மாள் ஒருத்தி, கண்ணுக்குக் கண்ணாக எல்லோரையும் கவனித்துக் கொண்டார்.

"அந்த அம்மா உங்களுக்குப் பித்துக்கித்துப் புடிச்சரப் போகுதின்னு ஒண்ணும் சொல்லலீங்களா?" என்பாள் மனைவி.

மேலும் பண்ணாடிச்சி சொல்லுவாள், "நீங்க போன சென்மத்திலே பொம்பிளையாத்தான் பொறந்திருப்பீங்க!"

சாமிக்கவுண்டர், தம் மனைவியின் பேச்சை உள்ள நிறைவோடு கேட்டுக்கொண்டிருப்பார். பண்ணாடிச்சி வெட்கத்தோடு இன்னொன்றையும் கூறுவாள்: "உங்களுக்கு ஒரு மக பொறந்திட்டா - அட. எஞ்சாமி! பொம்பளைப் புள்ளையையும் இப்படித்தான் தலையிலே தூக்கி வச்சுக்கிட்டுக் கூத்தாடுவீங்களா?"

பல வருஷங்களுக்குப் பிறகு - பெண் குழந்தை பிறந்ததையும் அது வளர்ந்ததையும், பண்ணாடியின் மனம் ஆனந்தக் கூத்தாடிய வண்ணம் இருந்ததையும் - அனைத்தையும் பார்த்த பின்னர்தான்- சமீபத்தில்தான் அவருடைய மனைவி காலமானாள். "நல்ல வேளை! இப்போது நடந்துகொண்டிருக்கும் இந்தக் கூத்துகளை அவள் பார்க்காமல் சென்றுவிட்டதே ரொம்ப நல்லது" என்று அவர் சில சமயங்களில் எண்ணிக்கொண்டார்.

3

வேலாத்தாள் கை பட்டால் எதுவும் கண்ணாடிதான்! தும்பைப் பூவைப்போல் பாத்திரங்களைத் துலக்கி இருந்தாள். சிறுவயதிலிருந்தே அவளோடு ஒத்தவர்களோடு பாத்திரங்களை விளக்கிக் கழுவி நேர்த்தியாக வைப்பதில் போட்டி போடுவாள். வாய்க்கால் தண்ணீரில் சிறுமிகள் பட்டாளம், அண்டாக் குண்டாக்களை நிரப்பி நீர் பாய்வதையே நிறுத்திவிடுவார்களோ வென்று கொட்டமடிப்பார்கள். வேலாத்தாளை மிஞ்ச யாராலும் முடியாது. ஆற்றில் வெள்ளம் வழிந்தோடும் காலங்களில் பெண்களுக்கு இது ஒரு வேடிக்கை. மண்ணையும் புளியையும் போட்டு அவர்கள் கை வலிக்கத் தேய்ப்பார்கள். வரும் போதே புளியங்கொழுந்து பறித்துக்கொண்டு வருவாள் வேலாத்தாள். ரத்தச் சிவப்பாகக் கிள்ளி வந்த துளிர்களைக் குத்துக் குத்தாகப் பிசைந்து, குடங்களை முகம் பார்க்கும் கண்ணாடியாக ஆக்க யாருக்குத்தான் மனசு வராது? ஆனால், வேலாத்தாள் கையில் என்ன அற்புத சக்தி இருந்ததோ? அவள் தொட்டது துலங்கிற்று! ஆம், பளிச்சென்று விளங்கிற்று!

இந்தச் சாளை – இத்தனை நாளாகப் புழங்குவாரற்றுக் கிடந்ததென்று இப்போது யாராலும் சொல்ல முடியாது. பல

நாளாக – வருஷக் கணக்காக குடி இருக்கும் வீடு போலத்தான் தோன்றிற்று. வாசலில் கோலம் வேறு போட்டிருந்தாள் வேலாத்தாள்.

உள்ளே சாமான்கள் வரிசையாக அடுக்கி வைக்கப்பட்டிருந்தன. நடு வீட்டு மாடத்தில் குங்குமப் பொட்டு இட்டிருந்தாள். குண்ணத்தூர் சம்பா அரிசி ஒரு மூட்டை இன்னும் பிரிக்கப் படாமல் கிடந்தது. கத்திரிப் பிஞ்சுகள் பண்ணாடிக்குப் பிடிக்கும். அவளாக பாத்திக்குள் துளாவி சிறு பிஞ்சுகளாகப் பறித்து வந்திருந்தாள். கை வேலைக்கு ஆண்டிப் பையன் இருந்தான். அவனிடம் சொன்னால், பெரிதாகப் பறித்து வந்து விடுவான். மகள் என்னத்தை செய்து போட்டாலும் அவர் உண்பார்; குறை சொல்லமாட்டார். ஆனால், செய்வதைச் சரியாகச் செய்துதான் பழக்கம் அவளுக்கு.

வயது காலத்தில் நிம்மதியாக இருக்க வேண்டியவர்; இதுநாள் வரை நிம்மதியாக இருந்தவர். தன் அண்ணன்மார் இருவரையும் விரோதித்துக்கொண்டு, இனி இந்த மருமக்கள் கையில் சோறு வாங்கித் தின்னக்கூடாது என்று, தன் நன்மைக் காக, தனக்காகவே சாளை வாசத்தை மேற்கொண்டுள்ள தந்தைக்கு, சுவையாக சமைத்துப் போடுவதிலுள்ள திருப்தியை முழுதும் உணர்ந்திருந்தாள் சூட்டிப்புக்காரியான அந்த மகள். எதைக் குறித்தும் அவர் கவலை கொள்ளக்கூடாது. துக்கமின்றி அவர் சோபையுடன் சிரித்த முகத்துடன் இருப்பதே – தன் குடும்பத்தாருக்கு தான் கற்பிக்கும் சரியான பாடமாகும். வேலாத்தாள் இவ்விதம் எண்ணினாள். அவளைப் பெற்றெடுத்த தந்தை உள்ளம் என்ன எண்ணிற்று?

'அவள் சின்னஞ் சிறுசு. சோகத்திரையின் நிழல்கூட அவள் கிட்டத்தில் விழக்கூடாது. குழந்தை குட்டிகளுக்கு மத்தியில் பெத்துப் பொறப்புக்குப் பக்கத்தில் ஊருக்குள் கலாமுலாவென்று எந்நேரமும் சிரிப்பும் கும்மாளமுமாக இருந்த மகள் – பால் காய்ச்சக்கூட அடுப்பருகே போகாதவள், நங்கையாக்காரிகள் வட்டில் எடுத்து வைத்தால் சோறுண்ண உட்காருகிறவள், விறகுப் புகைக்குள் இப்போது கண்கலங்கி நிற்கும்படியாக ஆகிவிட்டதே! வளுசல் மேல் பொறுப்பைச் சுமத்திவிட்டோமே. சீக்கிரமாக மகளுக்கு ஒரு நல்ல காரியத்தை செய்து முடித்து விடுதலை அளித்துவிட வேண்டும்!'

சாமிக்கவுண்டர் தன்னைப்பற்றி என்றைக்குமே கவலைப் பட்டுக் கொண்டவரல்ல. விவரம் தெரிந்ததிலிருந்து பாசப்

பிணைப்புகளுக்குள், அன்புப் பிணைப்புகளுக்குள் அலையாடி வந்தவர். தெரிந்தவர்கள், தெரியாதவர்கள் எல்லோருமே அவருடைய உதவியை நாடி வருவார்கள். சுற்றுப்புறப் பத்துப் பன்னிரண்டு பெரிய சிறிய கிராமங்களில், ஒரு பதினைந்து மைல் சுற்றளவுக்குள் யார் வீட்டில் எந்த விசேஷம் என்றாலும் இவருக்குத்தான் முதல் வெற்றிலை பாக்கு! ஏழை, பாளை வீட்டுக் கல்யாணம் என்றாலும் முன்னதாகவே இவர் போய்ச் சேர்ந்துவிடுவார். முகூர்த்தம் முடிந்ததும் புறப்பட்டு விடுகிற பெரிய மனித தோரணைக்கும் அவருக்கும் வெகுதூரம்! குடும்பத்தில் ஒன்றாக ஒன்றிவிடுகிற இயல்பு! பொண்ணு மாப்பிள்ளைக்கு பத்து ஐந்து வைத்துக் கொடுப்பது பிறர் கண்களுக்குத் தெரியாது. இல்லாதவனுக்கு, தானே போட்டு எத்தனையோ திருமணங்கள் நடத்தி இருக்கிறார்! 'கொடுப்பது மூன்றாம் பேருக்குத் தெரிந்தால் அது தருமம் ஆகாதப்பா' என்பார்.

பலசரக்கு வியாபாரி பொன்னப்பன், பஞ்சத்தில் அடிபட்டு எங்கிருந்தோ வந்தான். அப்போது அவனுக்கு ஒரு சரக்கும் இல்லை! அகடவிகடமாகப் பேசுவான். அப்போது அந்த வாய்ச் சரக்குத்தான் அவன் கைவசம்! 'பண்ணாடி அவுங்க மனசு வெச்சா நானும் ஊடுங் குடியுமா ஆயிக்குவேன். நாலு காசும் சம்பாரிச்சுக்குவேன்' என்றான் பொன்னப்பன்.

"உனக்கு என்னடாப்பா வேணும்?" என்றார் சாமிக்கவுண்டர்.

'ஒரு பச்சைக் காயிதம் குடுங்கோ! வள்ளிசா கைமொத லுக்கு நூறு ரூபாய் இருந்தா அசுவமேத யாகமே பண்ணீடுவேன்' என்றான்.

'சரிடா' என்றார்.

பொன்னப்பன், ஏழெட்டு மாதம் கோவை நகரத்திலே அலைந்துகொண்டிருந்தவன். ஒரு சிநேகிதன் மில்லில் சேர்த்து விடுவதற்காக வரச் சொல்லி இருந்தான். ஏழாம் தேதியும் பத்தாம் தேதியும் தொழிற்சாலைகளில் சம்பளம் பட்டுவாடா செய்வார்கள். யுத்தம் முடிந்து நாலைந்து வருஷம் ஆகியிருந்தது. ஒவ்வொருவர் மடியிலும் பணம் காய்த்துத் தொங்குவதாகவே தோன்றிற்று அவனுக்கு! பஞ்சாலைகள் வாசலில், சாலை ஓரங்களில் சீப்பு, சோப்பு, கண்ணாடி, ரிப்பன், மை தினுசுகள், பவுடர் டப்பாக்கள் தூள் பறந்துகொண்டிருந்தன. கடை பரப்ப

வேண்டியதுதான். பொழுதுக்குள் அத்தனையும் 'காலி' ஆகி விடுவதை கண்ணாரக் கண்டான். அவனுக்கு வேலையில் சேருவதைவிட – வேலையைப் பழகித் தொலைக்க வேண்டும்– குறிப்பிட்ட நேரத்தில் 'போய்வரும்' ஒழுங்கு – கெடுபிடி – நேரந்தவறாமை – இவற்றைப் பார்த்துக் கொஞ்சம் பயந்து விட்டான். சுதந்திரப் பறவையாகத் திரிந்துகொண்டிருந்தவன். கிராமப்புறங்களில் இப்படிச் சாமான்களைச் சுமந்து சென்று விற்றால் – இன்னும் நிறைய லாபம் கிடைக்கும் என்று கோழி வியாபாரி அங்கமுத்து ஆசைகாட்டி இருந்தான். அங்கமுத்து வெங்கமேட்டைச் சேர்ந்தவன். அவன்தான் பொன்னப்பனை ஒரத்தப்பாளையத்திற்கு இழுத்துவந்தான்.

முதலில் 'டாய்லெட்ஸ்' வியாபாரத்தில் தொடங்கி, வீட்டுச் சாமான்களும் சிறுகச் சிறுகச் சேர்த்து – ஒற்றைமாட்டு வண்டி ஒன்றும் சொந்தமாகவே வாங்கி – சிறு மளிகை வியாபாரியாக பொன்னப்பன் தலைநிமிர்ந்து நடக்கிறான். ஓர் ஆயிரம் ரூபாய்க்கு மேல் இருக்கும் இருப்பு!

சாமிக்கவுண்டரை முதன் முதலில் சந்தித்தபோது எப்படிப் பணிவாக நடந்துகொண்டானோ அதே போன்றுதான் இன்றைக்கும் அவர் முன்னிலையில் நடந்துகொள்கிறான். இவர் சாளைக்கு வந்துவிட்டார் என்று கேட்டவுடன், 'உப்புத் தொட்டு கற்பூரம் வரை' வேலாத்தாள் அனுமதியின்றியே குவித்து விட்டான் பொன்னப்பன்.

"ஐயன்கிட்டே சொன்னயோ இல்லையோ?'' என்றாள் வேலாத்தாள்.

''இதோ பாருங்க ஆத்தா, போய்ச் சொல்லீர்ரேன்'' என்றான்.

கவுண்டரிடம் முதல் நாள், "எல்லாச் சாமான்களும் குடுத் திட்டனுங்க" என்றான். பிறகு இருபத்தைந்து நாட்களுக்குப் பின்னர் இன்றுதான் வந்திருக்கிறான்.

"ஏதாச்சும் வேணும்களான்னு கேட்டுட்டுப் போக வந்திருக் கறனுங்க" என்றான் பொன்னப்பன்.

"நீ மிந்திக் குடுத்ததுக்கே இத்தனை ரூபாய்னூ சொல்ல லின்னு அம்மிணி சொல்லுச்சேப்பா?" என்றார் பண்ணாடி.

"சொன்னாப் போகுதுங்க."

"அது முடியாது அப்பனே! அடுத்த மாதம் சித்திரைக்கு, பருத்தி வெடிக்கு வந்ததும் பணம் வாங்கிக்கோ. ஆனா, கணக்கு ஒழுங்கா இருக்கோணும். ஆத்திலே போட்டாலும் அளந்து போடோணும்" என்றார்.

"இது ஆறு இல்லீங்களே?"

"ஊடு தான்பா."

"இல்லீங்கோ."

"பின்னே என்ன?"

அவன் வாயைக் கிளறுவதில் அவருக்கு ஆனந்தம்.

"சொர்க்க வாசலுங்க!" என்றான் பொன்னப்பன்.

"திரிசங்கு சொர்க்கமப்பா! இப்போ நான் ரண்டுங் கெட்டான் நெலையிலே நிக்கறனே! தெரியலையா உனக்கு?" என்றார். அவர் சாந்தமாகத்தான் சொன்னார். ஆனால், அவர் குரலிலிருந்த அழுத்தம் பொன்னப்பனை ஊமையாக்கிவிட்டது. பார்த்தான்.

"ஏம் பொன்னப்பா! உங் கொழந்தைக்கு சோறு ஊட்டப் போறமின்னு சொன்னியே? மலைக்குப் போய்ட்டு வந்திட்டயா?" என்றார். அவனுக்கு இதமாக ஏதாவது கூற எண்ணினார். சாமிக் கவுண்டருக்கு தம்முடைய மைந்தர்களின் உள்ளக் கிடக்கைதான் தெரியாமல் போய்விட்டது! மற்றவர்கள் மனத்தைக் கவனிப்பதில் – புரிந்துகொள்வதில் அவர் தவறு செய்ததில்லை. சுலபமாக அறிந்துகொள்ள முடிந்தது அவரால்.

பொன்னப்பன் ஊமையாகவே நின்றுகொண்டிருந்தான்.

"அட, இப்படி தொவண்டு போய்ட்டியே! நான் என்ன வித்தியாசமா ஏதாச்சும் சொல்லிட்டனா? நீ சாமான்களைக் குடுத்திட்டு பணம் வாங்கிக்கமாட்டேன்னு சொன்னா, அப்புறம் எப்படி நான் உங்கிட்டே வரவு செலவு பண்றது, உதவி செய்த வங்களுக்கெல்லாம் பணம் வாங்காமலேயே குடுத்தா, நீ சட்டுன்னு ஓட்டாண்டியாயிடுவே! நீ நல்லாப் பொளைக்கோணும். இல்லியா? நீயே சொல்லு" என்றார்.

பொன்னப்பன் மெல்லச் சிரித்தான். எவ்வளவு நல்லவர்! 'இவரோடு குரோதம் பாராட்டுகிறவர்கள் – அவர்கள்

யாராயிருந்தாலும் எவ்வளவு கெட்டவர்கள்!' மனதில் இன்னும் என்னவெல்லாமோ பொன்னப்பன் யோசித்துக்கொண்டிருந்தான். பண்ணாடி ஒருவரையும் சலித்துக்கொண்டதில்லை. 'என்ன காரணத்தால் அவர் வீட்டில் பூசல் எழுந்திருக்கும்?' என்று அறியத் துடித்துக்கொண்டுதான் இருந்தான். பல நாளாகக் கேட்க வேண்டுமென்ற விருப்பம். ஆனால், ஏதோ ஒன்று பொன்னப்பனைத் தடுத்தது. அவராகச் சொல்லாதவரை அதை ஏன் கேட்க வேண்டும்?

"அண்ணைக்கு ஆண்டவன் கோயிலுக்கு நா போகிலீங்க! இந்த ஆண்டவன் கோயில்லேதான் பெரிய விசேசமா இருந்துதுங்களே?" என்றான்.

பண்ணாடி 'கடகட'வென்று சிரித்தார். "வா! வா! அப்படி வா! சிரிக்கறாப்பலயே பேசறவன் இண்ணைக்கு ஏண்டா உம்மணாமூஞ்சி ஆயிட்டான்னு எனக்குப் பெரிய சந்தேகமாப் போச்சு! உம்மூளை செரியாத்தான் வேலை செய்யுது!" என்றார்.

புதுக்குடித்தனம் பண்ணாடி ஆரம்பித்திருக்கிறார். அவர் இல்லத்தில் தன் மளிகைச் சாமான்களைக் கொண்டு பூஜிப்பதைச் செய்து, குடும்பத்தோடு மலைக்குச் சென்று சுவாமியை தரிசிப்பதை விடுத்தான். குழந்தைக்குச் 'சோறு ஊட்டும்' விழாவையும் ஒத்தி வைத்துவிட்டான். குழந்தையும் தெய்வமும் கொண்டாடுகிற இடத்தில்! ஆம், பொன்னப்பன் பண்ணாடி சாளையில் சாமான்களைப் படைத்து, மனமாரக் கொண்டாடிக் கொண்டிருந்தான்.

அவர்கள் உட்கார்ந்திருந்த பூவரசமரத்து நிழலை நாடி, வேலியில் தழை தின்றுகொண்டிருந்த நாலைந்து ஆடுகள் சூடு பொறுக்காமல் வந்து சேர்ந்தன. ஒரு சின்ன குட்டி, உடம்பை உசுப்பிற்று. இன்னும் காகம் தன் முதுகின் மேலேயே சவாரி செய்வதாக அதற்கு நினைப்பு.

"ஏனப்பா சாளைக்குள்ளே போலாமா?" என்றார் பண்ணாடி.

"இருங்க, யாரோ வர்ராங்க" என்றான் பொன்னப்பன்.

மேல் துண்டைத் தலைக்குக் குடையாக விரித்து, இரு கைகளையும் அகல நீட்டி, தன் பின்னால் வருகிறவர்களுக்குக் கேட்கும்படியாக சத்தமாகப் பேசிக்கொண்டு வந்தார் கணக்கய்யர்.

“நீயும் அப்படிச் சொல்லப்படாது. அவனும் அப்படி சொல்லப்படாது.”

கணக்கய்யருக்கு மெதுவாகப் பேசவே தெரியாது. அவர் இருக்கும் இடத்தை பலமான சத்தமே காட்டிக் கொடுத்துவிடும். அவரும் பண்ணாடியும் சம வயது. ஆனால், பார்வைக்கு எழுபதைத் தாண்டியவரைப் போலிருப்பார். கன்னமெல்லாம் குழி விழுந்து, முடி முழுக்க வெண்பஞ்சாகிவிட்டது.

அந்த ஊரில் பண்ணாடி ஒருவரைத் தவிர, மற்றவர்களை ‘வாடா, போடா’ என்று பெயர் சொல்லித்தான் கூப்பிடுவார்.

“பொன்னப்பா! யாரு எப்படிச் சொல்லப்படாது?” என்று கணக்கய்யரைப்போலப் பேசிக் காட்டினார் பண்ணாடி.

“அதுதானுங்க தெரியலீங்களே?” என்றான் பொன்னப்பனும்– அதே குரலில்.

சிரிப்பொலி எதிர்கொண்டு அழைத்தது.

“நல்ல நெலா வெளிச்சத்தில் பொறப்பட்டிருக்கிறீங்க?” என்றார் பண்ணாடி. அவர் நடந்துகொண்டே, “அப்படியே வாங்க. உள்ளே ‘குளுகுளு’ன்னு அம்மிணி தண்ணி தெளிச்சிருக்கும். இந்தக் காந்தல்லே யாருங்க உக்காருவாங்க” என்று சொன்னார்.

“பண்ணாடியைப் பார்க்கிறதிண்ணாலே முடியலீங்களே?” என்றார் கணக்கய்யர்.

“ஏனுங்க? ஒளிஞ்சிட்டனுங்களா? மிந்தியாச்சு ஊட்டுக் குள்ளே இருந்தேன். இப்ப பாருங்க வீதிக்கே வந்திட்டேன்” என்றார் கவுண்டர்.

“எந்த நாய்க்கோ அந்தக் கெரகம் வந்திட்டுப் போகுதுங்கோ. நீங்க இப்பத்தான் அரண்மனைக்குள்ளே இருக்கீங்கன்னு நான் சொல்றேன்” என்றார். அவர் சத்தத்தால் காடே அதிர்ந்தது.

கஞ்சி வடித்துக்கொண்டிருந்த வேலாத்தாள், ‘என்னவோ ஏதோ’வென்று திடுக்கிட்டுப் போனாள். ஆனால், பழக்கப்பட்ட “எம்பேத்தி எங்கீங்கோ” என்ற வாஞ்சை ததும்பும் சொல் காதில் விழுந்ததும், முகத்தில் பரவிய வெட்கப் புன்னகையோடு வெளியே எட்டிப் பார்த்தாள்.

“வா ராசாத்தி! இண்ணைக்கு இந்தக் கிழவனுக்கு உங்கை யாலேயே சோறு போடவேணும்” என்றார்.

“அதுக்கென்னங்க!” என்று வாய் நிறையச் சிரிப்போடு கூறினாள் வேலாத்தாள். சற்று நேரத்தில், நாலு தம்ளர்களில் மோர் கொண்டுவந்து அவர்கள் முன் வைத்தாள்.

“எம்பேத்தி எப்படீங்க?” என்று தம்முடன் கூட்டி வந்திருந்த வர்களிடம் கூறினார் கணக்கய்யர்.

“வெயிலுக்கு இதுதானுங்க நல்லது. குடியுங்க. ஏனுங்க பண்ணாடி உங்களுக்கு கிளாஸ் போடச் சொல்லுட்டுங்களா?” என்றார் அவர். கண்களில் வெற்றிச் சிரிப்பு மின்னிற்று.

“ஏண்டா பொன்னப்பா? என்ன முழிக்கிறே! இது நம்ம ஊடு தெரியுமாடா!” என்றார்.

“உங்க ஊடா இருக்கத்தான் ஒரு மாசமா இந்தப் பக்கமே எட்டிப் பாக்கலீங்களா அப்பிச்சி?” என்றாள் வேலாத்தா.

“அசலார் ஊடுன்னா அடிக்கடி போவீங்க! எங்களைத் தள்ளி வெச்சீட்டீங்க! அப்படித்தானுங்களே?” என்று பொரிந்து கொட்டினாள்.

“இல்லீடா சாமி! உங்காரியமாத்தான் அலைஞ்சிட்டி ருந்தேன்!” என்றார் தம் குரலைக் கஷ்டப்பட்டு மட்டுப்படுத்திக் கொண்டு.

வேலாத்தாள், காரியமாகத்தான் கணக்கய்யர் அலைந்து கொண்டு இருந்திருக்கிறார். அப்படியானால் விஷயம் முக்கிய மானதாகத்தான் இருக்க வேண்டும். பொன்னப்பன், “சரி, வாரனுங்க!” என்று அங்கிருந்து கிளம்பினான். அவன் சிறு வியாபாரிதான் என்றாலும், பலருடன் நெருக்கமாகப் பழகும் வாய்ப்பு அவனுக்குத் தினசரி கிடைத்துக்கொண்டிருக்கிறதே! முக்கிய சங்கதிகள் பேசும்போது அங்கே நின்றுகொண்டி ருப்பானா?

வேலாத்தாள், தன்னுடைய காரியம் என்னவாக இருக்கும் என்று அதிக நேரம் யோசித்துக்கொண்டிருக்கவில்லை. திருமண ஏற்பாடாகத்தான் இருக்கும். ஆனால், தன்னுடைய தந்தையைக் கலக்காமலே கணக்கய்யர் அதில் ஈடுபட்டிருப்பாரா? இருக்கலாம். அவருக்கும் அந்தக் குடும்பத்திற்கும் இன்று நேற்றா தொடர்பு ஏற்பட்டிருந்தது? நான்கு தலைக்கட்டுகளாக, மிகமிக அன்னியோன்யமாக அல்லவா அவர்கள் எதையும் சேர்ந்தே செய்து வருகிறார்கள்!

கணக்கய்யர் தம்மோடு அழைத்து வந்திருந்த இருவரையும் அறிமுகப்படுத்தினார். "பண்ணாடி, இவுங்களப் பாத்திருப்பீங்க. நம்ம பெரிய பண்ணாடிச்சி ஊருதானுங்க இவங்களும். ஆனா, திண்ணையை உட்டு இப்ப எறங்கறதே இல்லீங்க இவங்க" என்றார்.

வந்திருந்த இருவரும் எண்பதைக் கடந்தவர்கள். கண் பார்வை நன்றாகத்தான் இருந்தது. நடப்பதற்கு இன்றைக்கும் பின்வாங்க மாட்டார்கள். அந்த இட்டேறித் தடத்தில் இரண்டு மைல் நடப்பதும் சரி, தார் ரோட்டில் இருபது மைல் நடப்பதும் சரி! கையில் கோல், குச்சி ஒன்றுமில்லை. ஆனால், காதுதான் இருவருக்கும் மந்தம்! மந்தம் என்றால், கணக்கய்யர் குரல் தெளிவாகக் கேட்கும். சற்று சத்தம் போட்டுப் பேச வேண்டும் அவ்வளவுதான்.

சாப்பாட்டிற்குப் பிறகு, கிழவர்கள் படுத்துக்கொண்டார்கள். தட்டங்காய் பறித்துக்கொண்டிருந்ததால் மேற்பார்வைக்கு வேலாத்தாள் வெளியே சென்று விட்டாள்.

சாமிக்கவுண்டரும் கணக்கய்யரும் மட்டும் கட்டில் மீது உட்கார்ந்திருந்தார்கள். கவுண்டர் வெற்றிலை போடுவதில் மும்முரமாக இருந்த போதிலும், "என்னமோ சொன்னீங்களே?" என்றார், குறட்டை விட்டுக்கொண்டிருக்கிற பெரியவர்களைப் பார்த்துக்கொண்டு.

"நம் சிகாமணிக ரண்டும் வந்திருந்ததுங்க. ஆனா, மூத்தவன் வந்தது இளையவனுக்குத் தெரியாது; சின்னவன் வந்தது மூத்தவனுக்குத் தெரியாது. எனக்கு அசாத்தியமாக் கோவம் வந்திட்டுது. 'ச்சீ!'ன்னு துப்பலாமாவெனப் பார்த்தேன். கெடக்குது வளுசல் கண்ணு, 'ஏண்டா நீங்க செஞ்சது செரிதானா?'ன்னு கேட்டேன். ரண்டு அடி போட்டாலும் நம்ம தாத்தாய்யன்தானேன்னு பேசாமே இருந்துக்குவானுக! மேலேயும் கீழேயும் பாத்தாங்க, தலையைச் சொரிஞ்சாங்க. எனக்கு ஆத்திரம் அடங்கிலே பாருங்க. 'ஏண்டா பெரிய பண்ணாடியைத் தொரத்தி உட்டீட்டீங்கன்னு' காரமாக் கேட்டேன்".

சாமிக்கவுண்டர் கவனமாகக் கவனித்துக்கொண்டிருந்தார்.

"நாங்க எங்கீங்க முடுக்கினோம்? அவுங்க போனதே 'எங்களுக்குத் தெரியாதுங்க' என்றார்கள். 'முழுப் பூசணிக்காயை சோத்திலே மறைக்காதீங்கடா!' என்றேன். 'சாமி சத்தியமா

சேமலை ஆண்டவன் அறிய, நாங்க போகச் சொல்லலீங்க!' என்று சொன்னாங்க..."

கணக்கய்யர் மூச்சை இழுத்து வாங்கி விட்டுக்கொண்டார் ஒரு தரம்.

"அது நெசந்தானுங்க. அந்த நாய்க என்னை என்னுங்க போகச் சொல்றதும் இருக்கச் சொல்றதும்" என்றார் பண்ணாடி.

"இருங்க, இருங்க. அதை அப்புறம் பேசிக்கலாம். 'நம்ம குடும்பத்திலே இப்படி நடந்திருக்குதாடா? பெரியவங்க எடுத்த பேரு என்ன? அவங்க தேடி வச்சிருந்த நல்ல பேரை எல்லாம் பொக்கின்னு போக்கீட்டிங்களேன்'னேன். 'நீங்க என்னுமோ சொல்லுங்கோ'ன்னு சிவனேன்னு உக்காந்திட்டாங்க. அந்தப் புள்ளையை எவனோ ஒரு நல்ல மகராசன் கையிலெ புடிச்சுக் குடுத்திட்டு – நீங்க அப்புறம் குடுமை புடிச்சிக்கீங்களே! வெள்ளாம பய ஏண்டா கெட்டுப் போறான்? நம்ம பக்கத்திலே குடியானவங்க அடிதடி பண்றது கையைக் காலைத் தலையை வெட்டிக்கறது புதிசு இல்லேடா. எங்காலத்திலே எத்தனை கொலைகளை நான் பாத்திருப்பேன்னு கேட்டேன்...!" கணக் கய்யர் உணர்வுகளில் சிக்கி இருந்தார். ஒவ்வொரு வார்த்தையும் இதயத்தின் அடித்தளத்திலிருந்து வெளிப்பட்டுக் கொண்டி ருந்தது.

"இனித்தானுங்க முக்கிய சங்கதி. நடுப் பண்ணாடியும், சின்னப் பண்ணாடியும் எதுக்கு எங்கிட்டே வந்தாங்க தெரியுமிங் களா? 'எங்க அம்மா இந்தத் தோட்டத்தை சீதனமா வேலாத் தாளுக்குக் குடுத்தது நெசந்தானுங்களா? அது சீதனமாக் கெடச்ச சொத்துத்தானுங்களா? இல்லே எங்க அப்பாரய்யன் சம்பாதிச்ச பூமிங்களா'ன்னு விசாரிச்சாங்க. 'ஏண்டா! உங்க ரண்டு பேருக்கும் பாகப்பிரிவினை பண்ணி பெரிய பண்ணாடி தோட்டத்தைக் குடுத்தபோதே இதை ஏன் கேக்கிலே? இது மகளுக்கின்னு சீதனமாத் தராமல் இருந்தா – இதையுந்தானே பண்ணாடி உங்களுக்குத் குடுத்திருப்பாரு?'ன்னு நான் கேட்டேன்..."

"இதுக்குத்தான் வந்தாங்களா?" என்று சாமிக்கவுண்டர் கேட்டார்.

"மிச்சத்தையும் கேளுங்க. எங்க ஐயன் தண்ணிக்கின்னு ஒரு பாகம் போட்டுக்காத காரணம் இப்பத்தான் தெரியுது'ன்னாங்க. 'நல்லாத் தெரிஞ்சுக்கிட்டீங்கல்லோ? அதுவும் இல்லாமே

இருந்தா, அவரு புள்ளையைக் கூட்டிக்கிட்டு மலைப்படிக்குத் தாண்டா போயிருக்கோணும்!' என்றேன். 'நாங்க வேலாத் தாளைக் கையுட்டுறுவமான்னு' கேட்டாங்க. 'பெத்த அப்பனையே தெரம் பாத்திட்டீங்க! உங்களுக்குப் பெத்தது ஏது? பொறுப்பு ஏது? போங்கடா!'ன்னு சொன்னேன். எந்திரிச்சுப் போயிட்டானுங்க" என்றார் கணக்கய்யர்.

அதன் பிறகு, மேற்கொண்டு நடைபெற்ற காரியங்களை விவரித்தார். சாமிக்கவுண்டருடைய மாமனார் கிராமத்திற்குச் சென்றிருக்கிறார். வெங்கமேட்டுக் கணக்குப்பிள்ளை, உடம்பு குணமின்றி ஈரோட்டிற்கு வைத்தியம் பண்ணிக்கொள்ளச் சென்றவர், பத்து நாளாகத் திரும்பி வரவில்லை. கணக்கய்யர் ஈரோடு சென்று, முதலில் ஆஸ்பத்திரியில் தேடினார். அப்படி எந்த ஊர் கணக்குப்பிள்ளையும் சிகிச்சைக்கு வரவேயில்லை என்று நிர்வாகிகள் கூறிவிட்டார்கள். ஆரிய வைத்தியசாலை களை வலம் வந்துவிட்டு, கடைசியாக ஓர் ஓமியோபதி வைத்தியர் இல்லத்தில் கணக்குப்பிள்ளையைக் கண்டுபிடித்து விட்டார். இவ்வளவு சிரமப்பட்டதற்குக் காரணம் சீதனச் சொத்து சம்பந்தமாக ரிகார்டு ஒரத்தபாளையத்தில் இல்லை. 'தம்மிடம் எப்படி அது இருக்கும்?' என்று அவரே சிரித்துக் கொண்டார். தன்னுடைய மகளுக்குத் தந்த பூமி சம்பந்தப்பட்ட இதர எல்லா ரிகார்டுகளும் வெங்கமேட்டில்தான் இருந்தன. கணக்கய்யருக்குத் தனது ஞாபகசக்தியில் நம்பிக்கை இருந்தது. வழக்கு என்று வந்துவிட்டால் வாய் வார்த்தை போதாதே! நிரூபித்தாக வேண்டும். சாமிக்கவுண்டரின் போக்கு நன்கு தெரியும். ஏற்கனவே மனக்கஷ்டத்திற்கு உள்ளாகி இருக்கிறார். அந்தக் குடும்பத்திற்கு தம்மாலான எல்லாக் காரியங்களையும் செய்தாக வேண்டும். உயிரையே புதல்வர்களிடம் வைத்திருந் தார். அவர் உயிரைப் பறிப்பதற்கும் அந்த தறுதலைகள் இன்று பின்வாங்க மாட்டார்கள். இந்த நிலையில் சாமிக்கவுண்டருக்காக ஆதாரம் தேடி கணக்கய்யர் அலைந்ததில் வியப்பென்ன?

"இருக்கறதை இல்லீன்னு சொல்ல முடியாது. இல்லாததை இருக்குதின்னு சொல்ல முடியுமிங்களா?" என்றார் சாமிக் கவுண்டர். அழிவற்ற உண்மையை சுட்டிக் காட்டினார்.

கணக்கய்யருக்கு நினைவெல்லாம் வேறு திசையில் இருந்தது. "அவனுக மனசு எப்படீங்க இரும்பு ஆச்சு!

பெத்தமனம் பித்து, பிள்ளை மனம் கல்லுன்னு பெரியவங்க செரியாத்தான் சொன்னாங்க?" என்றார் கணக்கய்யர்.

வெற்றிலையை மென்றுகொண்டே சாமிக்கவுண்டர், 'ஆம்' என்பதற்கு அடையாளமாகத் தலையை அசைத்தார்.

4

பவுர்ணமி இரவு. சித்திரை வெயிலின் கொடுமை, பகற் பொழுதைக் காட்டிலும் இரவு நேரத்தில்தான் அதிகமாக வதைக்கும். மத்தியானத்தில் மரத்து நிழலில், பேச்சுப் பெராக்கில் எப்படியோ நேரம் கழிந்துவிடுகிறது. ஆனால், படுக்கையில் படுத்தால் தூக்கம் வருகிறதா? சன்னல்கள் கதவுகளை எல்லாம் திறந்து வைத்தாலும், ஒரு கிளை ஓர் இலை அசைந்தால்தானே? காற்று கம்மென்று அடங்கிவிடுகிறது. கண்கள் கொட்டக் கொட்ட விழித்துக்கொண்டிருக்கும். புரண்டு புரண்டு படுத்துக் கொண்டிருக்க வேண்டியதுதான்.

சாமிக்கவுண்டர், சிறு சருகு அசைந்தாலும் விழித்துக் கொள்வார். கொஞ்சநாளாகப் புது இடத்திற்கு வந்த பிறகு அவருக்குச் சரியாகத் தூக்கமும் வருவதில்லை. அத்துடன் சஞ்சலங்கள் வேறு!

வேலாத்தாள் விரைவில் தூங்கிப் போனாள். துணைக்கு ராம பண்டாரத்தின் மனைவி ருக்குமணி தினசரி வந்துவிடு கிறாள். அவளுக்குச் சாப்பாடும் இங்கேதான். ஏதாவது கதையும்

காரணமும் ஓயாமல் சொல்லிக்கொண்டே இருப்பாள். வேலாத் தாளின் கைவண்ணம் அவள் வயிற்றைப் பூரணமாக நிரப்பி விடும். 'எப்படித்தான் இப்படிச் சோறு ஆக்கிப் பழகினியோ? எந்த மகராசனுக்கு இதை ருசிக்கக் குடுத்து வைச்சிருக்குதோ?' என்று ருக்குமணி ஒவ்வொரு நாளும் கூறத் தவறமாட்டாள்.

ஒரத்தபாளையத்தில் இரவுநேர அமைதிக்கு – இருட்டுக் காலமாக இருந்தால் அந்த இருளுக்கு ஒரு வடிவமும், நிலாக்காலமாக இருந்தால் இந்நிலவுக்கு ஒரு உருவமும் – பல ஆண்டுகளாகத் தந்து வருகின்றவன் குப்புமூப்பன். நட்டநடுச் சாமத்தில் அவன் பெரிதாக – பெரிதென்றால், வெகுதூரத்திற்குக் கேட்கும்படியாகக் கொட்டாவி விடுவான். அந்தக் கொட்டாவிச் சத்தம் – ராகத்திற்குக் கோடு காட்டியது போல், ஆரம்பம் முடிவு யாவும் கொண்டதாக இசையோடு வெளிக்கிளம்பும்.

குப்புமூப்பன் கொட்டாவிகள் விடுவதோடு, சில சமயம் பாடவும் ஆரம்பித்து விடுவான். குன்னுடையாக் கவுண்டன் பாட்டு, ராம நாடகம் இவை இரண்டும் அவனுக்கு மனப்பாடம். அதோடு ஒப்பாரிப் பாடல்களும் சில மனனம் பண்ணி யிருக்கிறான். ரொம்ப வயதாகி விட்டதால் திண்ணையில் போட்டிருக்கும் கட்டிலே அவன் வாசஸ்தலம். பேரன் பேத்திகள் ஏராளம். சோற்றுக் கஷ்டம் கிடையாது. 'ஒரு கஷ்டம் தானுங்க உண்ணி எனக்கு இருக்குது: இந்தக் கட்டிலை உட்டு எறக்கிப் போட்டிட்டா, அந்தக் கஷ்டமும் தீந்துபோகுமுங்க' என்பான்.

பெரியவர்களுக்குத் தூக்கம் வருவதில்லை என்றால் குழந்தைகள் திடீரென்று விழித்துக்கொள்ளாமல் இருக்குமா? அசந்த நித்திரையிலும் குழந்தையின் அழுகுரல், தாயை எழுப்பி விட்டுவிடும். தாய் ஒருத்திக்கு தூக்கம் வரவில்லை போலும்! அழகாகத் தாலாட்டுப் பாடல் பாடிக்கொண்டிருந்தாள். அந்தப் பாட்டின் சுவை நிற்கும்தோறும் – தாய் தாலாட்டை நிறுத்தினால்– எப்படித்தான் பிஞ்சு மனத்திற்குத் தெரிந்துவிடுகிறதோ? சுருதி கூட்ட ஆரம்பித்து விடுகிறது. அந்தச் சுருதியை அடக்கத் தாய் இசைத்தேனைச் சொரியத் தொடங்குகிறாள்.

சாமிக்கவுண்டர் தாலாட்டோடு நெடுந்தூரம் சென்று விட்டார்; சென்றுகொண்டே இருக்கிறார். அவர் அருகே அவருடைய சின்னஞ்சிறு செல்வங்கள் இரண்டும் ஆளுக்கொரு கையைப் பிடித்துக்கொண்டு நிற்கின்றன.

திருப்பூர் தேர், காளைக் கூட்டத்திற்குப் பெயர் பெற்றது. பழையகோட்டைக் காளைகள், தேர்க் காட்டில் பாதியை அடைத்துக்கொண்டிருக்கும். 'நல்ல காளை வாங்க வேணு மிண்ணா கன்னபரம் தேருக்குப் போங்க, இல்லாட்டி திருப்பூர் தேர் இருந்தே இருக்குது' என்பது கோவை மாவட்ட விவசாயி களுக்கு நுனிநாக்கில் இருக்கும் சொல்!

எத்தனையோ வேடிக்கை பார்த்தார்கள். விழாவில் வேடிக்கைகளுக்கா பஞ்சம்? ஐஸை அப்படியே முழுசாக வாய்க்குள் போட்டு, பையன்கள் 'கடுக்கு முடுக்'கென்று மென்றார்கள்! ஆ! என்ன குளிர்ச்சி!

காற்றும் குளிரும் அவர்களை என்ன செய்துவிடும்! தலையெல்லாம் ஒரே மண்! சொக்காய் நிறமே மாறிவிட்டது! புழுதி! புழுதியில் புரண்டால்கூட அவ்வளவு ஒட்டாது ஒரே தரத்தில்! 'ஏஞ்சாமி போலாமா?' என்றார் பண்ணாடி. 'இந்த வண்டிக் கூடுகளையும் பாத்திட்டுப் போலாமுங்க' இரண்டு பேரும் சேர்ந்தாற்போல் சொன்னார்கள். வெகுதூரம், காடுகளில் வண்டிகளை நிறுத்தி அவற்றின் கீழே கற்களில் அடுப்புக் கூட்டி, சோறு ஆக்கிக்கொண்டிருந்தார்கள். ஒவ்வொரு வண்டியிலும் பத்துப் பேருக்குக் குறையாமல் வந்திருப்பார்கள். ஓட்டலுக்குப் போனால் 'கட்டுவழி' ஆகுமா?

காடையூர் பட்டக்காரர், வடக்கே எங்கிருந்தோ வண்டிக்கூடு கட்டிக்கொண்டு வந்திருந்தார். மூங்கிலுக்கும் தார்ப்பாய்க்கும் வர்ணம் அடித்து கவர்ச்சியாகக் காணப்பட்டது. ஒற்றை மாட்டு, இரட்டை மாட்டு வண்டிகளுக்கு தினுசுதினுசாக கூடுகள். சிறுவர்களுக்கு அதில் ஏன் நாட்டம் என்றால், தாங்கள் வாங்கப் போகும் சொந்த வண்டிக்கு என்ன மாதிரி மேற்கூடு அமைக்கலாம் என்ற ஆவல்!

'நம்ம ஊர்த் தடமே, வண்டி போக லாயக்கில்லாதது. இருந்தாலும் ஒரு வண்டி வாங்கத்தான் வேணும்' என்று திட்ட மிட்டிருந்தார் பண்ணாடி. பையன்கள் கையசைப்பதற்கு முன் காரியத்தைச் செய்து களிப்படைவதே அவரது முதல் வேலை.

காடையூர் பட்டக்காரர், பண்ணாடியின் தோள்மேல் கை போட்டு நிறுத்தினார். "என்னங்க மாமா! சிட்டாளுக நெருப்புக் காடா பூந்து வெளாசறாங்களே!" என்றார்.

"மச்சான் நீங்களா?" என்றார் பண்ணாடி. "இங்கேதானுங்க படிக்கறாங்க" என்றார் பையன்களைப் பார்த்துக்கொண்டு.

காடையூர் பட்டக்காரர், இரண்டு பையன்களையும் தம் அருகே அணைத்துக்கொண்டார். "படிச்சிட்டு மாப்பிள்ளை மார்கள். ரண்டு பேரும், ஐயனை உக்கார வைச்சுக்கிட்டே சோறு போடுவீங்களா?'' என்றார். அவர் கிண்டலும் கேலியுமாகப் பேசுவார்.

"ஆமாங்க."

"என்ன சின்ன மாப்பிள்ளே சொன்னாப் போதுமா? பெரிய மாப்பிளே பேசக் காணோமே?" என்றார்.

"ஆமாங்க" என்றான் பெரியவனும். "அப்ப, ஐயனை ரண்டு ஆளுகளும் உக்கார வெச்சிருவீங்க!" அவர் அதைக் கூறிவிட்டு பண்ணாடியின் முகத்தைப் பார்த்தார்.

"ஆமாங்க, நாங்க ஐயனை உக்கார வைச்சிருவமிங்க" என்றார்கள் சிறுவர்கள்.

'பண்ணாடி அன்று சிரித்ததை' இன்று தூக்கம் வராத இன்றைய பவுர்ணமி இரவில் நினைவூட்டிக்கொண்டார். நினைவுபடுத்திக் கொண்டாரா? தானாக நினைவுக்கு வந்தது. புதல்வர்கள் அவரை உட்கார வைத்துவிட்டார்களா? அதெப்படி முடியும்? யாரும் யாரையும் உட்கார வைக்க முடியாது. அவர் கைகளில் சக்தி இல்லையா? கைகளில் மாத்திரமா? நெஞ்சிலும் சக்தி நிறைந்திருக்கிறது. அவர் எதற்காக கையைக் கட்டிக் கொண்டு உட்காருகிறார்? அப்படி அவர் அமர்ந்துவிட்டால் வேலாத்தாள் கதி என்ன? அவள் திருமணமாகுமுன் அவர் சக்தி ஒருக்காலும் ஒடுங்காது!

குப்புமூப்பன் ஓங்கார நாதத்தோடு கொட்டாவி விட்டான். அமைதியான அந்த இரவில் வெகுதூரத்திற்கு அது கேட்டிருக்கும்.

இனிப் பாடுவான். தாலாட்டு நின்றுவிட்டது. குழந்தை தூங்கிவிட்டது போலும்! என்ன பாடப் போகிறான் என்று உற்று நோக்கிக்கொண்டிருந்தார் பண்ணாடி. அவருடைய செவிகளுக்கு – மனதுக்கு ஏதாவது ஓர் ஒலி தேவையாக இருந்தது. ஏனென்றால், உள்ளத்தில் கூத்திடும் பலவித இசைகளை அடக்கப் பேரொளி ஒன்று தேவையாக இருந்தது அப்போது அவருக்கு!

குப்புமூப்பன் ஆனந்தமாகப் பாடத் தொடங்கினான்.

'பழமை படிச்சவங்க
பண்டிதத்தால் வெண்ணவிங்க
உங்க பழமை பலிக்கலையே!
உங்க பண்டிதங்க வெல்லலியே!'

என்ன? என்ன! பண்ணாடியின் மனதிற்குள் புகுந்து ஆராய்ந்து விட்டா பாடத் தொடங்கினான்? பழைய பாட்டுத் தான்! இவருக்காகப் புதிதாக, இவர் நெஞ்சைத் தொட்டுத் தட்டி எழுப்புவதற்காக, இப்போது கட்டியதைப் போலல்லவா இருந்தது அது?

சாமிக்கவுண்டர் அதிகம் படித்தவரல்ல. ஆனால், எவ்வளவோ விஷயங்கள் கேட்டிருக்கிறார்? அந்த வட்டாரத்திற்கு வழிதவறி வந்து விடுகிற புலவர்களுக்கு அடைக்கலம் தருவதில் பின்வாங்குபவர் அல்லவே! இந்த அறுபது ஆண்டுகளாக பல தடவை கூத்துகள் நடத்தி இருக்கிறார். தெற்கே இருந்து கூத்தாடிகள் கூட்டமாக வருவார்கள். அவர்களில் தமிழ் படித்தவர்கள் இருந்தார்கள். வண்ணம் பாடுபவர்கள் பலர் இருந்தனர். இப்போது சினிமா, டிராமா பெருகிய பின்னர் 'வண்ணம்' என்றால் என்னவென்பதை மறந்துவிட்டனர் மக்கள். சென்ற தலைமுறையினருக்கு வண்ணம் தெரியும். கேள்வி ஞானத்தி லிருந்து – அதன் இனிமையில் திளைத்து மனப்பாடம் பண்ணி வைத்துக்கொண்டு – காடுகரைகளில் வேலை செய்யும் போதும் தங்களுக்குள் பாடி மகிழ்வார்கள். கவுண்டருக்கு இன்றைக்கு பல பாட்டுகள் நினைவு இருக்கின்றன. ஆனால், பாடத்தான் தெம்பில்லை!

வைத்தியத்திலும் அவருக்கு, சாதாரண வைத்தியனுக்குத் தெரிந்ததைவிட அதிகமாகவே தெரியும். எந்தத் தழைத் தாம்பு உடம்புக்கு நல்லது? எந்த வேர்க்கொடி மருந்துப் பண்டமாக உதவுகிறது என்பதை அறிந்திருந்தார். இதுவரையிலும் ஒரு நோய் நொடியும் அவரை அணுகவில்லை. ஆனால், நோயுற்ற பலருக்கு மருந்து சொல்லி இருக்கிறார். அவர் பேச்சைக் கேட்டு – அந்தப்படி வைத்தியம் செய்துகொண்டு – எவ்வளவோ பேர் குணம் அடைந்திருக்கிறார்கள். சிறு குழந்தைகளுக்கு, பச்சைப் பாலகர்களுக்கு எது சேரும், எது சேராது என்பது, அவருக்குத் தெரிந்தளவு பத்துப் பிள்ளை பெற்றவளுக்குக்கூடத் தெரியாது.

கிராமத்தில் பொழுதுபோவது – வசதியுள்ளவர்களுக்குப் பொழுதுபோவது – கொஞ்சம் கஷ்டம்தான். அதுவும் மண்ணில்

கை, காலை வைக்கச் சிரமப்படுகிறவர்களுக்கு நேரம் தொலையாது! அப்படி நேரத்தை அண்ணாந்து பார்க்கிறவர்களைத் தேடி சீட்டுக் கட்டுகள், வீண் வம்புகள், கல்லுளிமங்கன்களின் கூட்டம் வந்து சேரும். பண்ணாடியை அவை நெருங்க முடியாது; நெருங்கக் கூடாது. எள்ளத்தனையும் இடமளிக்க மாட்டார். எந்த வேலையையும் செய்வதில் சளைக்க மாட்டார். சும்மா இருக்கும்போது சோதிடத்தில் கொஞ்சம் நாட்டம் அவருக்கு. பஞ்சாங்கம் பார்ப்பார்; பொருத்தங்கள் கூறுவார். ரேகைகளைக் கண்டு சொல்வார். சுமாராக ஜாதகமும் கணிப்பார். எல்லாம், பல சிறிய பெரிய சோதிடர்களிடம் ஏற்பட்ட பழக்கத்தின் பலனாகக் கைவந்தவைதாம்!

குப்புமூப்பன் கொட்டாவி விட்டுக்கொண்டு, 'ஒன்றும் பலிக்கவில்லையே!' என்று அங்கலாய்க்கிறானே! ஆம், அந்த அங்கலாய்ப்பை அவரால் மறுக்க முடியுமா? அவருடைய குமாரர்களிடம் இவருடைய திறமை ஒன்றும் செல்லுபடியாக வில்லையே? திறமை கிடக்கட்டும். புதல்வர்களிடமா ஒரு தந்தை தன் திறமையைக் காட்டுவான்? அன்பையே அவர்கள் உதறி எறிந்துவிட்டார்களே! அன்பினால் எல்லாம் முடியும் என்கிறார்கள். என்ன முடிந்தது இப்போது?

மீண்டும் குழந்தை விழித்துக்கொண்டது. கொட்டாவிக் காரன் நிறுத்திக்கொண்டான்! அவனுக்கும் குழந்தைக்கும் ஒப்பந்தம் இருக்கிறதாக்கும்!

குழந்தை அழும் குரல் சாமிக்கவுண்டருடைய உள்ளத்திலும் ஓர் அழுகையை மூட்டிற்று! இன்று அழ வேண்டும் போலி ருந்தது! ஆனால், அன்றைக்கு எவ்வளவு ஆனந்தமாக இருந்தது அக்காரியம் அவருக்கு.

திருமணம் ஆகி நாலைந்து ஆண்டுகளுக்குப் பிறகு – மூத்தவனுக்கு வயது இரண்டு. இளையவன் கைக்குழந்தை. மனைவி தூங்கிப் போவாள். தூக்கத்திலிருந்து சீக்கிரம் எழுந்திருக்கமாட்டாள். தொட்டிலில் இருப்பதும் எழுந்துவிடும். தாயின் அருகே படுத்திருப்பதும் விழித்துக்கொள்ளும். இரண்டு குழந்தைகளையும் அவர் சாமர்த்தியமாகத் தூங்கப் பண்ணுவார்.

தொட்டிலையும் ஆட்டிக்கொண்டு படுத்திருக்கும் குழந்தை முதுகிலும் தட்டிக் கொடுத்துக்கொண்டே துயில்கொள்ளச் செய்யும் அவரது முயற்சியை மனைவி கண்ணுற்றுவிட்டால் அவளுக்கு வெட்கம் பிடுங்கித் தின்னும். எப்பேர்ப்பட்ட கணவர்!

இவரைக் கணவனாக அடைந்ததில், எந்தப் பெண்ணும் கர்வத்தால் விம்மிப் பூரித்துப் போகலாம்! குழந்தைகளோ? இப்பேர்ப்பட்ட தந்தை வாய்க்கப் பெற்றதற்காக அவர்கள் பெருமைப்படாததைப் பற்றி பண்ணாடிக்குக் கவலை இல்லை. சிறுமையைச் சீராட்டு கிறார்களே என்றுதான் மிகமிக நொந்துகொண்டார்.

கண்களில் இருந்து கண்ணீர் வழிந்தால் துடைத்துவிட்டுக் கொள்ளலாம். உள்ளத்திலிருந்து வழியும்போது எப்படித் துடைப்பது?

முப்பது ஆண்டுகளுக்கு முன் நடந்த சம்பவம் நேற்று நடந்தது போலிருக்கிறது. திருப்பூரில் பையன்கள் படித்துக் கொண்டு இருந்தார்கள். அவர்கள் தங்கி இருந்த விடுதி, வீடு போன்றதுதான். ஒரு கைம்பெண். முதலியாரம்மாள், பள்ளிச் சிறுவர்களுக்காகவே உணவு விடுதி நடத்தி வந்தாள். பெரும் பாலும் வெளியூர்களில் இருந்து கிராமங்களில் இருந்து வரும் சிறுவர்களே அங்கு தங்கிப் படித்து வந்தார்கள். நல்ல சாப்பாடு, எண்ணெய்த் தேய்ப்பு எல்லாமே சொந்த வீடு போலத்தான். மீனாட்சி என்ற வேலைக்காரி கைவேலைக்கு. இரண்டே பெண்கள்தான், மாவு ஆட்ட அரைத்துக் கொடுக்க. வேலைக் காரனும் இருந்தான்.

சாமிக்கவுண்டரின் பையன்களும், மற்ற பையன்களோடு சைக்கிள் பழகிக்கொண்டார்கள். விடுதியிலிருந்த சிறுவர்கள் எல்லோருக்கும் சைக்கிள் சவாரி செய்ததற்கு அடையாளங்கள் இருந்தன. சின்னவன் பாதத்தில் காயம் பண்ணிக்கொண்டான். மொக்கை அடி! சும்மா வீக்கம்தான். ஆனால், தூங்காமல் சிணுங்கிக்கொண்டே இருந்தான். வாரத்திற்கு இருமுறை அவர்களைப் பார்த்துவரப் போகிறவர் – இத்தடவை பாதத்தில் பட்ட காயம் குணமாகட்டுமென்று – பத்து நாட்களுக்கு மேல் அங்கேயே தங்கிவிட்டார். அதில் ஆச்சரியம் என்னவென்றால் அந்தப் பத்து நாளும் அவர் கணநேரம்கூட தூங்கவில்லை. விடியும் மட்டும் அவன் அருகே கண்விழித்துக் காத்திருப்பார். துளி முனகினாலும், 'நான் இங்கதான் அப்புனு இருக்கறேன்' என்பார். அந்த வேலைக்காரி மீனாட்சி சொன்னது நன்றாக ஞாபகத்தில் இருக்கிறது. 'உங்களுக்கு பைத்தியம் கியித்தியம் புடிச்சறப் போகுதுங்க! இப்படி யாராச்சும் உடாமே உக்காந்திருப் பாங்களா?'

மீனாட்சி வாக்குப் பலித்துவிடுமா? பைத்தியம் பிடிப்பதற்கு அறிகுறிகள் தென்படும் என்பார்களே! என்ன அறிகுறி அது? சிரிப்பு வருகிறது! சிரித்துக்கொண்டே இருந்தால் – 'சை! என்ன பைத்தியக்கார யோசனை!' என்று வாய்விட்டுச் சொல்லிக் கொண்டு பண்ணாடி சிரித்தார்! அது நல்ல சிரிப்பு!

5

மாரப்பனும் பழனியப்பனும் கொண்டாட்டமாகக் கட்டளைகள் பிறப்பித்துக்கொண்டு இருந்தார்கள். இந்த வருடம் பருத்தி நல்ல வெடி! விலையும் அசாத்தியம். ஏகக் கிராக்கி! பருத்தி எடுக்க எடுக்க, வியாபாரிகள் களத்திலேயே சாக்குப் பைகளைக் கொண்டுவந்து, மூட்டை கட்டி வழித்துக்கொண்டு போனவண்ணம் இருந்தார்கள். இந்த நாலைந்து வருடமாக இதே மாதிரிதான். காங்கயத்திற்கோ திருப்பூருக்கோ சென்று, ஜின்னிங் பேக்டரி வாசல்களிலும், பருத்தித் தரகர்களிடமும், தவம் இருக்க வேண்டி நேரவில்லை. பணம் கை நிறையக் கிடைக்கிறதென்றால், அண்ணன் தம்பி இருவருமே 'கவுண்டிக்கை' பண்ணுவார்கள். சாட்டை தார்க்குச்சி கையில் இருக்கும். அதாவது, 'பல ஜோலி இருக்கிறதாம் அவர்களுக்கு! வண்டி பூட்ட வேண்டியதுதான் பாக்கி! நிற்க நேரமில்லையாம் அவர்களுக்கு?' என்பது அதன் பொருள்!

இளம்பெண்கள் பருத்தி எடுத்துக்கொண்டு இருந்தார்கள். மலர்ந்த வெண்ணிறப் பருத்தி போன்று மலர்ச்சியுள்ள தேகக்காந்தி! உடற்கட்டு! மாராப்புச் சேலை நழுவி விட்டாலும்–

கூர்ந்து கவனிக்கிற இரண்டொரு காளைகளும் அக்கம் பக்கம் 'மாடு கன்னைப்' பிடித்துக் கட்டிக்கொண்டோ, பயிர், பச்சைகளுக்கு இடையே 'பூட்டை' கொய்துகொண்டோ, வாரி வெளியில் வேலை செய்துகொண்டோதான் இருந்தார்கள்!

'பருத்தி எடுக்கையிலே
பலநாளும் கேட்ட மச்சான் – இப்ப நான்
ஒருத்தி தனிச்சிருக்க
ஓடிவர லாகாதா?'

என்று ஒருத்தி பாடினாள். இனிமையான குரல். 'கலகல'வென்று சிரிப்பொலி. அந்தச் சிரிப்பில் கலந்துகொள்ளாத சின்னக்காள் அடிக்கடி மடியைத் தொட்டுப் பார்த்துக்கொண்டாள். எல்லோரும் அதிகமாகப் பருத்தி எடுத்து விட்டார்களோ என்ற கவலை அவளுக்கு. மற்றவர்கள் முந்திக்கொண்டால் – அவள் என்ன ஏமாந்தவளா? 'இப்பவோ பொறகோ?' என்று அவளுடைய மாமியார் படுத்த படுக்கையாகக் கிடக்கிறாள். இல்லாவிட்டால், அவளும் தன்னுடைய வெண்கலக் குரலால் காட்டையே ஒரு கலக்குக் கலக்கிவிடக் கூடியவள்தான்!

பெண்கள் மகிழ்ச்சியோடு பாத்திகளுக்கு இடையே 'விளாறு'கள் 'உறச'லையும் பொருட்படுத்தாது இயங்கிக் கொண்டிருந்ததிற்கு இன்னொரு காரணம், கோழிக்காரக் கந்தன் தன் கூடையை இறக்கி வைத்துவிட்டு பணத்தை எண்ணிக் கொண்டிருந்தான். பழனியப்பன் தலை மறைந்ததும் இவர்கள் சமீபம் வருவான். வரப்பில் உட்கார்ந்துகொண்டு, அவன் சொல்லவேண்டிய விஷயங்கள் எவ்வளவோ இருக்கின்றன; இவர்கள் கேட்கவேண்டிய சங்கதிகளும் ஏராளமாக இருக்கின்றன. அதோடு கொடுக்கல் வாங்கலும் அவர்களுக்குள் உண்டு!

யுத்தகாலத்தில் முன்னுக்கு வந்தவர்களில் கந்தப்பனும் ஒருவன். மாதத்தில் பாதி நாள் இங்கே, பாதி நாள் கோவையில். பட்டி தொட்டிகளில் புகுந்து, அட்டுக் குஞ்சுகளாக இருந்தாலும் மொத்தமாக விலைபேசி கோழிகளைக் கூடைக்குள் திணித்துக் கொள்வான். அவன் தோளில் மாட்டிக்கொண்டிருக்கும் இரண்டு பெரிய கூடைகளிலும், இருநூறு முன்னூறு உருப்படிகள் கொள்ளும். நடந்தே கோயமுத்தூருக்குப் போவான். வரும்போது பஸ்ஸில் வந்துவிடுவான். தங்க வியாபாரத்

திற்குக்கூட கொஞ்சம் நேரம் பிடிக்கும். தராசு எடுத்து எடை போட்டு, விலை கூற வேண்டும் தங்க வியாபாரி. கந்தப்பன் வாடிக்கையாளர்கள் பெரிய பெரிய பங்களாக்காரர்கள். ஒரு பங்களாவுக்குள் நுழைந்தால், ஐம்பது உருப்படிகள் அவுட்! அவன் சொல்லிக் கேட்க வேண்டும். 'அம்மணிகளா! நம்ம கோழி எலும்புகளை வீசி எறிஞ்சிடுவோம்! கொஞ்சம்கூட பொங்குகூட அவுங்க வெளியே உடறதில்லே போங்க!' என்பான்.

'ஏம்ப்பா! உனக்கு என்ன கெடைக்கும் இதிலே?'

'ஐயையோ! மாரியாத்தா சாச்சியா நான் சொல்ல மாட்ட னுங்க! சொன்னா நீங்க கோழி வேவாரம் ஆரம்பிச்சுடுவீங்க.'

கந்தப்பன் விளையாட்டாகச் சொல்லியே உண்மையை – உண்மை விலையை – மறைத்து வந்தான். பட்டிக்காடுகளில் ஏழு எட்டணாவுக்கு வாங்குகிற குஞ்சுகளை, கோவையில் இரண்டு இரண்டரை ரூபாய்க்கு விற்றுவிடுவான். ஒரு தடவை சென்று திரும்பினால், ஒரு நூறு ரூபாயாவது மிச்சமாகிவிடும். மாதம் இருநூறு முன்னூறு என்று, இந்த நாலைந்து ஆண்டாகச் சம்பாதித்துக்கொண்டிருக்கிறான். அரைப் பட்டினி கால் பட்டினியாக அவன் இந்த ஒரத்தப்பாளையத்தில் முன்பு கிடந்த தென்னவோ மெய்தான். இதே மாரப்பனிடமும், பழனியப்பனிட மும், காங்கயம் சந்தைக்குப் போவதற்கு சந்தைச் செலவுக்கு இரண்டு ஒண்ணு வாங்குவதற்குள், அவனுக்குப் போதும் போதும் என்றாகிவிடும். அதனால்தான், மாரப்பன் சற்று நேரத்திற்குமுன் தன் தம்பியிடம் சொல்லிக்கொண்டிருந்தான். 'பொங்கு பொடி வித்தவனெல்லாம் இன்னைக்கு சந்தனப் பொட்டு வெச்சிக்கிட்டு, பூமிகீமி வெலைக்கு வருமா, வாங்க லாமான்னு பாக்கறான். நாம என்னடான்னா உள்ளதையும் தொலைச்சிருவம் போல இருக்குது. ஐயந்தான் நாம விருத்திக்கு வாரதிக்கே உடுலியே!' என்றான்.

பழனியப்பன், மகிழ்ச்சியாக இருக்கிற சமயங்களில் கிணற்றுப் பக்கத்திலுள்ள சுமைதாங்கியின் மேல் ஏறி உட்கார்ந்து கொள்வான். கால்மேல் கால் போட்டுக்கொண்டு, கண்களால் சுற்றுப்புறத்தை அளந்துகொண்டிருப்பான். மனைவி கிழுவ மரத்தடியில் மேடான கற்கள் பரவிய திடலில், கால் நீட்டி உட்கார்ந்திருப்பாள். பக்கத்தில் பால் செம்பு இருக்கும். பால் கறந்துகொண்டு, ஆள்காரன் வரும்வரை சிரித்துக்கொண்டே

பேசிக்கொண்டிருப்பார்கள். இடையிடையே குழந்தைகள் சச்சரவைத் தீர்த்து விடும்போது, குத்துகளும் அவை முதுகில் விழுவதுண்டு. பழனியப்பன் சுமைதாங்கியில் உட்கார்ந்து கொண்டுதான் இருந்தான். ஆனால், செல்லாயாள், எலந்தை மரத்தடியில் குழந்தைகளை நொறுக்கிக்கொண்டிருந்தாள். கணத்திற்குக் கணம் அழுகை உச்சநிலையை அடைந்து கொண்டிருந்தது.

"உண்ணிமேல் கேக்கறீங்களா? உண்ணி போணா சூடுதான். கரண்டியைக் காச்சி சொரக்கின்னு தொடயிலே சூடு போட்டி ருவேன்" என்ற வார்த்தைகள் விட்டுவிட்டு கேட்டுக்கொண்டி ருந்தன. கிணற்றோரம் போயிருப்பார்கள் அல்லது இலந்தை மரத்தில் ஏறி கையைக் காலைக் கீறிக் கொண்டிருப்பார்கள் என்று முதலில் பழனியப்பன் நினைத்தான். பிறகுதான் சமாசாரம் தெரிந்தது. தாத்தனைப் பார்க்க ராம, லட்சுமணர்கள் சொல் லாமல் கொள்ளாமல் போயிருக்கிறார்கள். பண்ணாடி இருக்கும் திக்கில் காலெடுத்து வைக்கக்கூடாது என்பது தாயாரின் கட்டளை! குழந்தைகளுக்கு அது மறந்துவிட்டது. வேலாத்தாள், தலை சீவி விட்டிருக்கிறாள். தவிட்டுப் பலாப்பழம் ஆளுக்கு ஒன்று தந்திருக்கிறாள். "இப்பத்தான் சோறு உண்டோம்!" என்று அதுகள் வேண்டாமென்று சொல்லிவிட்டன. தாத்தா மிட்டாய் தந்திருக்கிறார். பொன்னானைக் கூப்பிட்டுக் கொண்டுவரச் சொல்லி இருப்பார்கள். புதல்வர்கள் போக்குப் பிடிக்கவில்லை என்றால் – அவர்கள் முகத்தில் விழிக்காமல் வந்துவிட்டாலும், குழந்தைகளைக் கண்டதும் வாரி அணைக்காமல் இருக்க முடியுமா பெரியவரால்? வேலாத்தாள்தான் சிறுசுகளை வெறுங் கையோடு எப்படி அனுப்புவாள்?

செல்லாயா சலிக்காமல் அடித்துக்கொண்டிருந்தாள். "ஐயோ! அப்பா" என்று கத்திக்கொண்டு லட்சுமணன் விழுந்து விட்டான்! இந்திரஜித்தின் அஸ்திரத்தில் கட்டுண்ட இளைய பெருமாள் போல் மூர்ச்சித்து விட்டானோ என்னவோ?

"அடே ஏம் போட்டு அப்படி அடிக்கிறே?" என்றான் பழனியப்பன்.

"துப்பின தம்பலத்தை யாராச்சும் வாய்க்குள்ளே எடுத்துப் போடுவாங்களா?" என்றாள் செல்லாயா.

பருத்திக் காட்டில் நின்ற பெண் ஒருத்திக்கு விஷயம் புரிந்து விட்டது. எவ்வளவு கூடார்த்தமாகத் திட்டினாலும் அவளுக்கு அர்த்தமாகிவிடும்.

"ஐங்காதம் போனாலும் தன் பாவம் தன்னோடே!" என்றாள் அவள். அதன் பொருளாவது, "செல்லாயா! சும்மா துள்ளாதே! நடக்க வேண்டியவை இருக்கிறது இன்னும் உனக்கு!" என்பதுதான்.

"வெளம்பா முண்டை வெறகுக்குப் போனா வெறகு சிக்கினாலும் கொடி சிக்காது" என்றாள் பரட்டைத் தலை வெங்கக்கா. தன்னுடைய வறுமைக் கொடுமையை நினைத்துக் கொண்டு அவ்விதம் கூறினாள். இரண்டு கைகளோடு இன்னும் இரு கரங்கள் இருந்தால் இரண்டத்தனை மடி நிறைய பருத்தி சேர்த்துவிடலாம் என்ற ஆசை அவளுக்கு. அங்கே நடந்து கொண்டிருக்கும் திருமூலர் பாணி வாதத்திற்கும் வெங்கக்காளுக்கும் சம்பந்தமில்லை.

"கோழிக்காரன் சொல்கிற மாதிரி, நகரத்திலே கிள்ளிப் பிடிக்க சதை ஏது? இங்கேதான் திமுதிமுன்னு இருக்குது? அங்கே சக்கை! இங்கே சாரமும் சத்தும் படிந்திருக்குங்கோ!"

உண்மைதான். கேவலம் பருத்திக் காட்டில் காதல் இல்லையா? தத்துவம் புரளவில்லையா? சிலேடைகள் நடமாடவில்லையா?

"ஏனக்கா இன்னிக்கு வெள்ளிக்கிழமைதானே? எனக்கு இந்த எளவு நாளு மறந்து மறந்து போகுதக்கா. நீ சாமி கேக்க வாரயா?" என்றாள் ஒருத்தி.

"சாமி, பொட்டுக் குறிச்சாப்பலே சொல்லுதாம்லோ" என்று ஆமோதித்தாள் இன்னொருத்தி.

காளியம்மா, பருத்தி எடுப்பதை நிறுத்திவிட்டுத் திரும்பிப் பார்த்தாள். அவள் பார்வையில் சந்தேகம் குடிகொண்டிருந்தது.

"நீ வராட்டிப் போ! உன்னை யாரு கூப்பிட்டாங்க?" என்று கன்னத்தில் ஆள்காட்டி விரலை மட்டும் வைத்து, முகத்தை மேலே உயர்த்தினாள் முதலில் பேசியவள்.

இளம்பெண் ஒருத்தி சிரித்தாள். "கண்ணாத்தா, நீயும்தான் வாரதானே? உன்னை அடக்குறவன் எந்த ஊரிலே இருக்க றாண்ணு கேட்டுப் பாக்றேன்" எல்லோரும் சிரித்தார்கள்.

நாச்சக்காளுக்குப் பொறுக்கமுடியவில்லை. "அதென்ன நங்கை? புருசனா வாரவன் பொம்பளையை அடக்கறதுக்குத் தான் வாரானுக்கும்?" என்றாள்.

"இல்லே, பூப்போட்டுக் கும்பிடறதுக்கு வாரான்! சித்தெ சும்மா இருங்க ஆத்தா! சாமி ஆடறதைப் பாக்கப் போற திண்ணா போங்க, கேக்க வந்தாலும் செரி. ஆனா, எடுப்பாப் பேசிக்கிட்டு இருந்தா, ஏதாச்சும் ஒண்ணும் நடக்கும். ஆனா, நடக்காமெ மாத்திரம் உட்டிராது. வெங்கமேட்டுக்காரன் தாட் பூட்டின்னான். வெடியதுக்குள்ளே என்ன ஆனான் பாத்தீங் கல்லோ? கடமுடன்னு சென்னிமலைக் கணவாயிலே வண்டி உருண்டு போச்சே. இப்பொ கை முறிஞ்சு பெருந்தொறை ஆஸ்பத்திரியிலே கெடக்கறான்..." என்று கூறி நிறுத்தினாள்.

தெய்வ நிந்தையும் அதன் பலாபலன்களும் தெளிவாகத் தெரிந்துவிட்டன. கேலிப் பேச்சுகள் ஓய்ந்துவிட்டன.

அந்தச் சமயம், பழனியப்பனும் அங்கு சாக்குப் பைகளைத் தூக்கிக்கொண்டு வந்து போட்டான். "இதிலேயே போடறீங்களா? என்ன மழை பேஞ்சு ஓஞ்சாப்பலே நிண்ணிட்டீங்களே!" என்றான்.

"இல்லீங்க நாங்க பொளுதுக்குள்ளே எடுத்திர்ரமிங்கோ" என்றாள் காளியாத்தா.

"பொளுதாகுமா? அடிச் சாஞ்சிருமா? இன்னும் எத்தனை செரகு இருக்குது?" என்றான்.

"ஆச்சுங்க! சாக்கு வாண்டாமுங்க. மக்கிரிக் கூடை இருக்கு துங்க. அங்கே களத்திலே கொட்டி ரப்பிக்கலாம்" என்றாள் வெங்கக்கா. அவளுக்குக் காரியத்திலே குறி! எத்தனை இடத்தில் மடியில் இருக்கும் பருத்தியை மாற்றிக்கொண்டு இருப்பதென்ற சிரமத்தை உணர்ந்தவள். சாமி கேட்கப் போகிறவர்கள் கவனம் அங்கிருந்தால்தானே?

ஒரத்தப்பாளையத்திற்குக் கிழக்கே ஊரடியில் ஒரு கொறங்காடு முழங்கால் அளவு ஊசிப்புற்கள். ஆற்றோரம், வெள்ளம் வந்தாலும் மழை துளிர்த்தாலும், கொழுக்கட்டைப் புல் என்ற ஒரு வகை செழிப்பான புல், காட்டை நிரப்பிவிடும். மேய்ச்சலுக்கு ஏற்ற இடம். ஆனால், இப்போது வெறும் ஓடைக் கற்களும் கரு மணலும்தான். அதோடு வெள்ளை வேலா மரங்

களையும் திக்காலுக்கொன்றாகக் காணலாம். எந்தக் காலத்தி லேயோ கட்டிய பழைய வீடு அது. விருத்திக்கு வரவில்லை. கட்டியவனுக்கும் விருத்திக்கு வரவில்லை. பரதேசம் போய் விட்டான்? எந்தத் தேசத்தில் இருக்கிறானோ? அந்த ஆளைப் பற்றி, சமீப காலத்தில் எல்லோரும் பேசவேண்டிய காரணம்– இந்த இடத்தில் பனைஓலைக் குடிசையைப் போட்டுக்கொண்டு, நாற்பது நாற்பதைந்து வயதுப் பெண் ஒருத்தி தன்னந்தனியாக வாழ்ந்து வருகிறாள். ஒவ்வொரு வெள்ளிக்கிழமையும், மாலையி லிருந்து இரவு நெடுநேரம் வரை சாமி ஆடுகிறாள்! குறி சொல்கிறாள்! அப்படியென்றால், வருகின்றவர்கள் குறைகளுக்கு பரிகாரம் கூறுகிறாள். வெள்ளைச் சேலை, திருநீற்றுப் பையுடன், வாசலில் மண்சுவரில் சாய்ந்து உட்கார்ந்து கொண்டிருப்பாள். கண்கள் மூடி இருக்கும். “எந்த ஊரு மாடு?” என்பதுதான் கேள்வி. அவள், அதைத் தவிர, வேறு எந்தக் கேள்வியும் கேட்ப தில்லை. ஊரைச் சொல்லவேண்டியது – பிறகு அவள் சொல்லி வைத்தாற்போல் சொல்ல ஆரம்பிக்கிறாள். நோயா நொடியா, கல்யாணங் காட்சியா, வியாபார வெட்டியா? என்னவாக இருந்தாலும்! நல்லது பொல்லாதது, எல்லாமே பூசாரிச்சி – ஆம்... பூசாரிச்சி என்றுதான் அனைவரும் அழைக்கிறார்கள். ஏழெட்டு மாதத்தில், இவ்வளவு பிராபல்யத்திற்கு பூசாரிச்சியின் புகழ் எப்படிப் பரவிற்று? அவளுக்கு வேண்டியவர்கள் வேறு யாராவது அங்கே இருக்கிறார்களா? வெள்ளிதோறும், சாமி கேட்க வருபவர்களோடு ஒருவனாக இளைஞன் ஒருவன் வருகிறான். அவன் எங்கிருந்து வருகிறான்? மறுநாள் அதிகாலை யிலேயே அங்கிருந்து எங்கே சென்று விடுகிறான்? ஒருவருக்கும் ஒன்றும் தெரியாது. ஆனால், யாராவது அறிய முயன்றால், அந்தப் பேச்சு இந்த விதம்தான் முடியும். “நம்பிக்கை இல்லீண்ணா நீ வர வேண்டாம். வீணாக சாமி குத்தத்துக்கு ஆளாகாதே! கண்ணு பல்லு போயிரும்!”

கூடைக்குள்ளிருந்து, அடைபட்டுக் கால்கள் கட்டுண்டு கிடக்கும் கோழிகள் படபடத்தன. ஒன்று குரல் எழுப்பினால், எல்லாக் குஞ்சுகளும் கத்தும். இறகைப் பலமாக அடித்துக் கொள்ளும். கோழிக்காரன், “மேக்கே போலாம்கிறீங்களா? உங்களுக்கு நாள் அடுத்துக்கிட்டுது!” என்றான்.

வெங்கக்கா சொன்னாள். “நாங்க தெக்கே போகத் தடம் பாத்துக்கிட்டு இருக்கறோம்!” தெற்கே என்றால் – தென் திசைக்கு– சுடுகாட்டுக்கு!

“இந்த மாளாத வெயில்லே பாடுபடறதுக்கு நா சலிக்கிலே அக்கா. ‘உள்ளுமடியைக் காட்டுங்கோ’ன்னு பருத்தி கொட்டறப்போ செல்லக்கா சொல்றா பாரு. அதைக் கேக்கறப்போ – நாணுக்கிட்டுச் சாகலாம்ணு இருக்குது!”

ஜீவாதாரமான உரிமைக் குரல் அது. என்ன சொன்னாலும் குடியானச்சி பொறுத்துக்கொள்வாள். திருட்டுப் பட்டம் கட்டினால் அவளால் சகித்துக்கொள்ள முடியுமா? எவளோ இரண்டொருத்தி உள் மடியிலே மாங்காய் அளவு பருத்தியை ஒளித்து வைத்திருப்பாள் என்றால், அத்தனை பேரையும் சோதனை போடுவது என்ன நியாயம்?

“இண்ணைக்கு பாருக்கா… சின்னப் பண்ணாடிச்சி கிட்ட வந்து நிக்கட்டுச் சொல்றேன். இடுப்புச் சீலையையே அவுத்து ஒதறிக் காட்டீர்ரேன்” என்று ஆத்திரத்தோடு கூறினாள் வெங்கக்கா.

வெகுநேரமாக ‘டொக்கு, டொக்கு’ என்று சத்தம் கேட்டுக் கொண்டிருந்தது.

“எந்த நாயி காதடைக்கறாப்பலே என்னத்தையோ தட்டிக்கிட்டே இருக்குது?” என்றாள் காளியாத்தா.

“நீ, சமிஞ்ச புள்ளெ பச்சைக் குடிசைக்குள்ளே இருக்கறாப்பலே, குனிஞ்ச தலை நிமிராமே பருத்தியும் கையுமா இருக்கயே! வேலா மரம் வெட்டறது தெரியலையா?” என்றாள் வெங்கக்கா.

“வேலா மரமா? அப்படி என்னாத்தா ஏவை தேவை வாசக் கதவைத் தட்டுது?”

“சுப்பக்கா கொளந்தைக்கு, உண்ணி புண்ணியாசனை தலைக்கு மேலே வருதில்லோ?”

“அட, நீ ஒண்ணு! இப்பத்தான் ஒரு எட்டு மாசமிண்ணா!”

“அவ நத்தம் பித்தமின்னு ஒளறுவா! கணக்குத் தெரிஞ்சு நாசமாப் போகுதாக்கு அவளுக்கு?”

“மாசம் கெடக்கறாளாம்! மருத்துவம் பாக்க நேத்தே நாசுவத்தி போயிட்டாளே!”

“இந்தத் தடவை ஆம்பளைப் பயனாப் பொறந்தாத் தேவலை.”

"ஏங் கண்ணாத்தா! பெண்ணாப் பொறந்தா கழுத்தைத் திருகியா எறிஞ்சிறப் போறாங்க?"

"அப்படி இல்லீக்கா! பொட்டைக் கெரகத்தினாலே நாளு துக்கம் துக்கந்தானக்கா. இப்பப் பாரு, பெரிய பண்ணாடிக்கு வேலாத்தா இல்லீண்ணா சடவே இருக்காதே! எவங் கையி லேயோ அந்தக் கெரகத்தைப் புடிச்சுக் குடுக்கற மட்டும், அவருக்குக் கூட்டிலே உசிர் இருக்குமா? திங்கற சோறு செரிக்குமா?" என்றாள் ராமாயி.

பருத்திக் காட்டில் பிறருடைய சுக துக்கங்கள் அடிபட்டுக் கொண்டிருந்தன. மற்றவர்களுடைய துயரத்தில் ஈடுபட்டுத் தங்கள் கவலைகளை அவர்கள் மறந்திருந்தார்கள்!

6

"ராமன் இருக்குமிடம் அயோத்தி" என்று கூறிக்கொண்டே தேவணக்கவுண்டர் உள்ளே நுழைந்தார். "ஒருத்தரையும் காணமா?" என்று அவர் சொல்லச் சொல்ல, "வாங்க மாப்பிள்ளை வாங்க! ஏது இவ்வளவு தூரம்?" என்று கேட்டுக் கொண்டு, கையில் நிரம்பிய வெற்றிலையுடன் வெளியே வந்தார் சாமிக்கவுண்டர்.

தேவணக்கவுண்டருடன் வந்திருந்தவர்கள், சாக்குப் பைகளைத் தரையின்மேல் போட்டு அதன் மீதே உட்கார்ந் தார்கள். முன் வாசலில் சிறிதாகப் பந்தல் போடப்பட்டிருந்தது. தென்னந் தடுக்குகளும் பனைஓலைகளும் கலந்து வேய்ந்திருந்த தால் – ரொம்பக் குளிர்ச்சியாக இருந்தது. ஓலை போட்டு நாலைந்து நாள்தான் இருக்கும். இன்னும் பசுமை வாடவில்லை.

"இதெல்லாம் பொன்னப்பன் வேலையுங்களா?" என்றார் தேவணக்கவுண்டர். "முந்தாநாள் நம்ம ஊருக்கு வந்திருந் தானுங்க. அவன் சொல்லத்தான் தெரிஞ்சுதுங்க" என்றார் தேவணன்.

அவருக்குச் சுள்ளி வலசு. வெங்கமேட்டுச் சந்தைக்குப் போய்க்கொண்டிருக்கிறார். அவரோடு வந்திருந்தவர்களும் சந்தைக்குத்தான் செல்கிறார்கள். சாமிக்கவுண்டர் பழைய சொந்தம். மக்களோடு பிரிந்து வந்து மகளுடன் குடித்தனம் நடத்திக்கொண்டிருக்கிறார். ஒரு வார்த்தை கேட்காவிட்டால் அது நன்றாயிருக்குமா?

"வலையங் கூட்டம் ஏனுங்க இப்படிப் பண்ணீட்டாங்க?"

இந்த இரண்டு மூன்று மாதத்தில், எத்தனையோ பேருக்குப் பதில் கூறி சாமிக்கவுண்டர் அலுத்துவிட்டார். ஆனால், சொல்லாமல் இருக்க முடிகிறதா? கேட்கிறவர்களுக்கு இது புதிய கேள்வி. ஆனால், அவருக்கோ? வாய்கூட வலி எடுத்து விட்டது.

முன்தினம் தன்னுடைய சின்ன மருமகள், பேரக் குழந்தை களை இங்கே காலடி வைத்ததற்காகக் கை சலிக்க அடித்தாள் என்பதைக் கேட்டதிலிருந்து, சாமிக்கவுண்டருக்கு மனது ஒரு நிலையில் இல்லை. வேலாத்தாள் ஏதாவது நினைத்துக்கொண்டு தானும் உண்ண மாட்டாள் என்பதற்காக, ஒப்புக்காக இலையில் உட்கார்ந்தார். ஆனால், தொண்டைக்குழிக்கும் கீழே சாதம் செல்ல மறுத்துவிட்டது. சும்மா சோற்றைப் பிசைந்துகொண்டி ருந்தார். மனத்தின் பிணையல் அவரைப் பின்னுக்கு அழைத்துக் சென்றது.

அவர் ஒருநாளும் குழந்தைகளை அடித்ததில்லை. ஒரு விரல் கூட அவர்கள் மேல் பட்டிருக்காது. கோபம் கொள்ளாத மனிதன் உலகிலேயே கிடையாது. கோபத்தைத் தீர்த்துக்கொள்ள அடியின் உதவியைத்தான் நாட வேண்டுமா?

"சின்னப் பண்ணாடியும் பார்த்துக்கிட்டு இருந்தாருங்கோ. ஆனா, தடுக்கக்கூட இல்லீங்க. பண்ணாடிச்சி கிட்டே சும்மா இருன்னுகூடச் சொல்லலீங்க" என்றாள், பருத்திக்காட்டுக்கு போய்வந்த பெண். அந்தப் பெண், நேராகத் தன் வீட்டிற்குக் கூடப் போகாமல் இங்கே வந்து இதைச் சொன்ன பின்னரே சென்றிருக்கிறாள். அவளைப் பொருத்தவரை அது மிக முக்கியமாக சங்கதி. ஒரு பாக்கு வேணுமென்றால் – தலைக்கு எண்ணெய் வேண்டுமென்றால் தாராளமாகத் தருகிறாள் வேலாத்தாள். பெரிய பண்ணாடி சம்பந்தப்பட்ட சேதியை மகளிடம் கூறாமல் அந்தப் பெண்ணால் வீட்டிற்கு போக முடியுமா?

‘பையன்களை எப்படி வளர்த்தினேன்?’ என்று எண்ணினார். அந்தக் காலத்திலிருந்தே ஒவ்வோர் அடியாக அவருடைய இதயம் ஏற்றுக்கொண்டுதான் வந்திருக்கிறது. அவர் அடியா விட்டாலும், புத்திரர்களால் அவருடைய இதயம் நெடுகிலும் அடிபட்டுக்கொண்டே வந்ததை, ஒருக்காலும் அவர் மறுக்க மாட்டார்.

‘நீங்க பசங்க நெனப்பாலே இப்படி விருமத்தி புடிச்சாப் பலே உக்காந்திருக்காதீங்க. நீங்களும்தா திருப்பூருக்கே குடி போயிர்ரதுதானுங்களே?’ என்பாள் மனைவி வள்ளியாத்தா.

சாமிக்கவுண்டர் மனைவியின் முகத்தைப் பார்த்துக் கொண்டு சிரிப்பார்.

‘இதெல்லாம் என்ன ஆகிறது?’

‘போட்டது போட்டாப்பலேதான் கெடக்குமாக்கும்! இப்படி எட்டுப் பண்ணையத்தை நா ஒருத்தியே பார்த்துக்கு வனுங்கோ’ என்பாள் மனைவி.

வள்ளியாத்தா பண்ணையம் பார்ப்பதற்காகவே பிறந்த பெண். ஆள் அம்புகள், பெரிய பண்ணாடிச்சி வருவதை கண்டாலே பம்பரம்போல் பறப்பார்களே! இப்போது இரண்டு மருமகள். இரண்டு மகன். ராப்பகலாக நிலத்தில் விழுந்து கிடந்தும் என்ன பயன்? பட்டி நாய்க்குக் கஞ்சி கொண்டுபோகிற பண்ட மேய்க்கும் பையன்கூட அவர்களைச் சீந்துவதில்லை. வெளிக்குக் கூனிக்குறுகிக் கூழைக் கும்பிடுகள் போடுகிறான். ஆனால், உள்ளுக்குள் என்ன நினைத்துக்கொள்கிறான்? ‘வாய் சக்கரையா இருந்தாப்போதுமிங்களா? கை கொக்கரை?’

உணவு விடுதி முதலியார் அம்மாளுக்கு, ஒவ்வொரு தரம் திருப்பூர் போகும்போதும் வாழைத்தார்கள் எடுத்துச் செல்வார். கூடை கூடையாகக் கத்திரிக்காய்கள் கொண்டுபோயிருக்கிறார். தட்டைக்காய், அவரைக்காய், அரசாணிக்காய்களும் கொண்டு போவதுண்டு. நாலு பாத்தி அதற்காகவே போட்டிருந்தார். ஒரு தடவை, தயிர்க்குடம்கூட அனுப்பி வைத்தார்.

‘ஏனுங்க பண்ணாடி, அந்தத் தயிர் என்னுங்க அத்தனை ருசியா இருந்தது? சாமிக்கு அபிசேகம் பண்ணின மலைத் தயிர்தான் ருசீம்பாங்க. ஆனா, அதெல்லாம் கிட்ட நிக்க முடியாதுங்க.’

‘இது நம்ம முள்ளிப்புறத்தார் குடுத்து உட்டதுங்க. பரம்பரையாக நம் ஊட்டு விசேசத்துக்கு அங்கிருந்து தயிர்

கொடம் வருமிங்க. போன வாரம் நம்ம அப்புனுக ரண்டுக்கும் காதுகுத்து நடந்தது பாருங்க. நீங்கதா படிச்சுப் படிச்சு சொல்லீட்டுப் போயும் வராமே உட்டிட்டீங்க' என்று சற்றுக் கோபித்துக்கொண்டார் சாமிக்கவுண்டர். உரிமையோடு அன்பாகக் கோபித்துக்கொள்கிறார்.

முதலியார் அம்மாள் ரொம்பவும் உருகிப்போய் விட்டாள். 'என்ன பண்ணறதுங்க? நம்மளை நம்பி இத்தனை சிறுசுகளை இங்கே உட்டிருக்கறாங்க. இதுகளை ஒருநாளைக்கு உட்டிட்டு வாரதிண்ணாலும் முடியுதுங்களா? இப்ப நீங்க சொல்லத் தானுங்க பழனிக் குட்டியும் மாரக்குட்டியும் காதிலே செகப்பாகத் தளுக்கு போட்டிருந்தது நெனப்புக்கு வருதுங்கோ, காது குத்திலே சுரீர்ன்னு வலிச்சிருக்கும்ங்களே! சின்னதுகூட அழுகலீங்களா?' என்றாள்.

'எறும்பு கடிச்சாப்பலே இருக்குமிங்கோ! இங்கே பண்ணீக்கற காயத்தைப் பார்த்தீங்களோ. சைக்கிள் ஏறாமே, பந்து ஆடாமே அதுகளால் இருக்க முடியாதுங்களா?' என்றார் கவுண்டர்.

'சொன்னாக் கேட்டாத்தானுங்க. இப்ப பாருங்க, நான் வாண்டாம்ணு தடுத்துப் பார்த்தேன். இங்கே வேலை செய்யற மீனாட்சி வாழைத் தோட்டத்து ஐயங் கோயிலுக்கு போனா நாங்களும் போய்ட்டு வாரம்ன்னு ஓடுதுங்க. ரயில்லே சோமனூர் முட்டும் போகலாம். அதுக்குத்தானுங்க, பின்னே கோயில் கொளத்திலே இதுகளுக்கு என்ன இருக்குதுங்க பாக்கறதுக்கு!' என்றார் முதலியார் அம்மாள்.

சாமிக்கவுண்டர் அந்த விடுதியில் மீனாட்சி வேலை செய்து கொண்டிருப்பதைப் பல தரம் பார்த்திருக்கிறார். 'திடுதிடு' வென்று பூமி அதிர்கிற மாதிரி நடப்பாள். நடந்துவிட்டுப் போகட்டும். கூடமாட கை வேலைக்கு இருப்பவள் அன்ன நடை நடந்துகொண்டிருந்தால் காரியங்கள் ஆகுமா? அந்தப் பணிப்பெண் மீனாட்சி தன்னுடைய பையன்களிடம் அன்பாக இருக்கிறாள். அன்பு இல்லையென்றால், தன்னோடு அய்யன் கோவிலுக்கு அழைத்துப் போவாளா? ஆகவே, அவளைப் பற்றி நல்லவிதமான அபிப்பிராயம் ஏற்பட்டது அவருக்கு.

'மீனாட்சிக்கு எந்த ஊருங்க? ஏனுங்க அம்மா நம்ம பக்கத்துக்காரியா அவ?'

"இந்தக் கழுதை நெசம் சொல்லாதுங்க. வேலை செஞ்ச வரை செரீன்னு போறதுங்க என் சுபாவம். உங்களுக்கு

இதெல்லாம் ஆச்சரியமாகத்தானுங்க இருக்கும். இந்த ஒரு வருடத்துக்குள்ளே அவ... அவ ஆறாவது வேலைக்காரிங்க. இவளைவிட அடக்கமா பணிவா இருந்ததெல்லாம் சொல்லாமெ கொள்ளாமே ஓடிப்போச்சுங்க...''

முதலியார் அம்மாள் அனுபவ உண்மைகளை விவரித்துக் கொண்டு இருந்தாள்.

சாமிக்கவுண்டருக்கு அவற்றைத் தெரிந்துகொள்வதில் ஆர்வம் கிடையாது. தவிர, அவர் தெரிந்துகொண்டுதான் என்ன செய்யப் போகிறார்? ஆனால், அன்று மாலை அவர் விடுதிக்குச் சற்றுத் தள்ளி ரயில்ரோட்டுக்கு அருகே தன் பையன் களை எதிர்பார்த்து உட்கார்ந்திருந்தபோது, ரயிலில் இருந்து இறங்கி வந்துகொண்டிருந்த சிறுவர்களைக் கண்டதும் பேராச் சரியத்தில் ஆழ்ந்துவிட்டார். அதிர்ச்சி அடைந்துவிட்டார் என்றே கூற வேண்டும். அதைவிட, அவருக்கு வியப்பைத் தந்தது மீனாட்சியின் போக்கு. மத்தியானம் அவளைப்பற்றி மிக உயர்வாக எண்ணிக்கொண்டிருந்தார். இப்போது அந்த எண்ணத்தைப் புழுதியில் போட்டுவிட்டார்.

மாரப்பன் கையில் பீடி இருந்தது! பழனியப்பன் வாயில் சிகரெட் இருந்தது! மீனாட்சி பாய்ச்சல் நடையில் வழி நடத்திக் கொண்டு வந்தாள். விடுதியை நோக்கிப் போய்க்கொண்டிருந்த அவர்கள் இவர் உட்கார்ந்திருப்பதைப் பார்க்கவில்லை.

சாமிக்கவுண்டருக்குத் தம் பையன்கள் புகை குடித்துக் கொண்டு சென்றதுகூட, பெரிய குற்றமாகப் படவில்லை. எட்டு வயதுப் பத்து வயதுப் பையன்களுக்கு என்ன தெரியும்? ஆனால், விவரம் தெரிந்த மீனாட்சி, அதைத் தடுத்திருக்க வேண்டாமா? குழந்தைகள் மேற்கொள்ளும் கெட்ட பழக்கத்தை பெரியவர்கள் பார்த்துக்கொண்டு இருப்பது நியாயந்தானா?

கவுண்டர் தம்முடைய வாழ்விலே பிற்பகுதியில் பள்ளி மாணவர்கள் சர்வ சாதாரணமாக புகையை ஊதித் தள்ளிக் கொண்டிருப்பதை காண நேர்ந்தது. கண்டார். ஆனால், முதல் தரம் ஏற்பட்ட திகைப்பு அவருக்கு எந்த நாளும் உண்டாக வில்லை. இன்று கவுண்டர் பெரிய பெரிய ஆசிரியர்களும், பெரிய பெரிய மாணவ மணிகளும் தீப்பெட்டி சிகரெட்டுகள் பரிமாறிக்கொண்டு சுவைத்து மகிழ்வதைப் பார்த்தால் என்ன சொல்வார்? திண்ணைப் பள்ளிக்கூடத்தில் மணலில் 'அரி ஓம்' எழுதி, அருணன் உதிக்குமுன், ஆசான் வருமுன், இடத்தில் அமர்ந்து, ஓநாய் அடிக்குத் தப்பித்து – ஒழுக்கம் விழுப்பம்

தருவதால் உயிரினும் மேலானதாகப் போற்றப்படுகிறது என்பதை உணர்ந்தவருக்கு – இங்கிதமற்ற செயல்கள் பங்கமானதாகத் தானே தோன்றும்?

ஊருக்குத் திரும்பிவந்த கவுண்டர், உடை தட்டிய காளை போல் சொத்தென்று படுத்துவிட்டார். சரியாகச் சாப்பிட வில்லை. தினசரி குளித்துக்கொள்பவர் கிணற்றுப் பக்கமே போகவில்லை. மனைவிக்கும் தட்டுப் போர்களைத் திருப்பிப் போடுவதிலும், ராகி மூட்டைகளை அளந்து கொட்டுவதிலும் ஓயாமல் வேலைகள், ஒன்றுக்கு மேல் ஒன்றாக அவளைப் பற்றிக்கொண்டிருந்தன.

'உங்க ஒடம்புக்கு என்னங்க?'

'ஒண்ணுமில்லையே?'

'பின்னே பசங்களுக்கு ஏதாச்சுமா?'

'நல்லாத்தானே இருக்காங்க?'

'அப்புறம் என்ன பேசாமடந்தை ஆகிட்டிங்க!'

கவுண்டர் என்ன பதில் சொல்வார்? மாரியம்மன் கோவில் திருநீறைக் கொண்டுவரச் சொல்லி இருந்தாள் பண்ணாடிச்சி. குங்குமமும் மஞ்சளும் நீறும் கொண்டு வந்திருந்தான் பண்டாரம்.

'நெத்திக்கு வெச்சுக்குங்க, காத்து கருப்பு அண்டியிருந்தாலும் நீங்கிப் போகும்.' கவலையோடு மனைவி நெற்றிக்கு வைத்து விட்டாள். அவளாகவே நாவில் திருநீறையும் கொஞ்சம் எடுத்துப் போட்டாள். கவுண்டர் பெருமூச்சு விட்டார். திருப்பூரில் இருந்தே பெருமூச்சு விட்டுக்கொண்டுதான் வந்தார். ஆனால், பையன்களோடு சிரித்துப் பேசிக்கொண்டிருந்தார். நெய் தோசை அவர்கள் ரொம்ப பிரியமாகச் சாப்பிடுவார்கள். இருவேளையும் காப்பிக் கடைக்குக் கூட்டிக்கொண்டு போனார். வயிறு நிறைய வாங்கிக் கொடுத்தார். வரும்போது, 'இனிப் பீடி, கீடி எல்லாங் குடிக்காதீங்க. வாத்தியார் கண்டா பள்ளிக் கூடத்திலிருந்தே போகச் சொல்லிவிடுவார். நம்ம ஆத்தா கேட்டாண்ணா குய்யோ மொறையோன்னு அழுதே போடுவா' என்றார்.

கவுண்டருடைய புத்திமதிகளில் கடைசிப் பாகத்தை அவர்களால் நம்ப முடியவில்லை. என்னடா இது, நம் ஊர்ச் சந்தைக்குப் போறவங்க கிட்டே 'எனக்கு மூணு காசுக்கு பீடி வாங்கியாம்மா' என்று எத்தனை பையன்கள் சொல்லி இருக் கிறார்கள். சந்தைக் கூடையைக் கீழே இறக்கி பழம், மிட்டாய், பொரிகடலையை முடிச்சிலிருந்து அவிழ்த்து எடுப்பதற்குள்,

அந்தப் பையன்கள் பீடியைத் தூக்கிக்கொண்டு ஓடி இருக்கிறார்களே! 'எருமை சவாரி செய்துகொண்டு, இல்லாவிட்டால், ஆடுமாடு மேய்த்துக்கொண்டே மரக்கிளைகளில் ஜோராக உட்கார்ந்து அவர்கள் பீடி குடித்ததில்லையா? அது என்ன அவ்வளவு பெரிய குற்றமா?' என்று அண்ணன் தம்பி இருவருமே யோசனையில் மூழ்கிப் போனார்கள்.

சாமிக்கவுண்டர் தம்முடைய மனைவியிடமும், மூச்சுப்பேச்சு விடவில்லை. பிள்ளைகளைக் குறித்த இக்கவலையை உள்ளத்தில் ஒரு மூலையில் போட்டு வைத்தார். அதன் பிறகு ஒரு மாதம் திருப்பூருக்கு அவரால் போக முடியவில்லை. கவுண்டருடைய அத்தை மகன் ஒருவன் – அரும்பு மீசைக்காரன் – தன் தோட்டத்தில் திருட்டுத்தனமாகப் புளியங்காய் பறித்துக் கொண்டிருந்த பையனைக் கையும் மெய்யுமாகப் பிடித்துவிட்டான். அவனும் இளைஞன்தான். மணியக்காரருக்கு எடுத்த கைப்பிள்ளை. வண்டி ஓட்டுவான். மணியக்காரரின் மெய்க்காப்பாளராகப் போகவர இருந்து கொண்டிருந்தவன். சற்று முரடன். புத்தியும் கட்டைப் புத்தி. வார்த்தை தடித்தது. விசுக்கென்று சூரிக்கத்தியை எடுத்துக் குத்திவிட்டான். பையன் குடல் அப்படியே வெளி வந்துவிட்டது. அந்த இடத்திலேயே அவன் துடிதுடித்துச் செத்தான்.

சிவியார்பாளையம் மணியக்காரர் லேசுப்பட்டவர் அல்ல. கோர்ட்டில்தான் அவருக்கு எப்போதும் குடி! அன்றைக்கு சாமிக்கவுண்டரும் அங்கிருந்தார். அத்தையும் அவரும் பேசிக்கொண்டிருக்கும்போதுதான், அவர்கள் கண் எதிரில் அது நடந்தது. அவரும் ஒரு சாட்சி. மணியக்காரர், "நீங்க வேறு ஒண்ணும் சொல்ல வேண்டாமுங்க. நேரிலே பாத்ததுக்கு நாலைஞ்சு சாச்சி இருக்குதுங்க. உங்க அத்தை தோட்டத்துக்கு உள்ளேதான் இது நடந்தது இல்லீங்களா? 'என்னுமோ சத்தம் ஆச்சு. ஐயோ, அப்பான்னு கேட்டுது. ஓடிப்போய் பார்த்தேன். பையன் ரத்த வெள்ளத்திலே கெடந்தான்னு' உண்டான படிக்குச் சொன்னா போதுமுங்க. உங்களை நானு வற்புறுத்தலே. எங்க அத்தை மகன்தான் சதக்கின்னு போட்டு எறிஞ்சான்னா சொல்லச் சொல்றேன்? நீங்க அப்படி சொல்லாட்டி என்ன நடக்குமின்னு கேளுங்க. எங்கியோ இருந்து அடிச்சுக் கொண்டாந்து மணியக்காரன் தூண்டுதலினாலே பொணத்தை இங்கே போட்டிட்டாங்கின்னு உங்க மாமனே கேஸ் போடுவாங்க, திருப்பி உட்டுடுவாங்க. நீங்க என்ன சொன்னாலும் சரி," என்றார் மணியக்காரர்.

தாராபுரத்திலிருந்து கோயமுத்தூருக்கும் சாட்சிக்கூண்டு ஏற, சாமிக்கவுண்டர் போகத்தான் வேண்டி இருந்தது. அத்தை குடும்பத்திற்கும் பாதகமில்லாமல், மணியக்காரருக்கும் விரோதமி ன்றி ஒரு தினுசாக அவர் சாட்சி சொல்லி முடித்தார். பாவம், என்ன பண்ணுவார்! பொய் பேசியும் பழக்கமில்லை அவருக்கு! பரிசுத்தமான உண்மையைக் கூறினாலோ அத்தை மகன் தூக்குக் கயிற்றில் தொங்க நேரிட்டுவிடும்.

ஆனால், ஐகோட்டில் அவருடைய சாட்சியத்தை அவ்வளவு முக்கியமாக எடுத்துக் கொள்ளாவிட்டாலும் – மற்ற இரு சாட்சிகள் கூறியதை வைத்து கீழ்க்கோர்ட்டில் விதித்த ஆயுள் தண்டனை பத்து ஆண்டாகக் குறைக்கப்பட்டது.

கொலை வழக்கு ஒன்று குறுக்கிட்டு, இரண்டொரு மாதம் அலைக்கழிக்கச் செய்துவிட்டது. பையன்கள் கேஸ் எப்படி இருக்கிறதோ? ஏதாவது முன்னேற்றம் கண்டிருக்கிறார்களா? அல்லது முன்னேறிக்கொண்டு இருக்கிறார்களா?

உணவு விடுதி நெருங்க நெருங்க சாமிக்கவுண்டர் மகிழ்ச்சிக் கடலில் ஆடுவார். என்ன செய்துகொண்டிருப்பார்கள்? படித்துக் கொண்டிருப்பார்களா? பலகாரம் தின்றுகொண்டிருப்பார்களா? வந்தீட்டிங்களா ஐயா! கார்த்தாலே அண்ணன்கிட்டே சொல்லிக்கிட்டு இருந்தேன். இன்னைக்கு வருவீங்கன்னு. எனக்குத் தெரியுமுங்கோ,' என்று சொல்லிக்கொண்டு சின்னப் பையன் குதிப்பான்.

பெரிய பையன் கையைப் பிடித்துக்கொண்டு, "எனக்கு மனக் கணக்கு நல்லா வருதுங்க ஐயா, நீங்க ஒரு கணக்குக் கேட்டுப் பாருங்க'' என்று அவருடைய கணக்குக்கு வேலை தருவான்.

முதலியார் அம்மாள் என்ன வேலை கிடந்தாலும் ஒதுக்கித் தள்ளிவிட்டு, "ஏனுங்க பண்ணாடி, நீங்க நாங்கின்னு பேசற வழக்கம் எனக்குச் சிரிப்பா வருதுங்க. எங்க பக்கத்திலே அப்பனை நீ நான்னுதான் கூப்பிடுவாங்க. அப்புறமிங்க – ஐயா, ஐயான்னு கூப்பிடறாங்களே – அப்பான்னு அண்ணான்னு சொல் வதில்லீங்களா? இத்தனை செல்லமா வளர்த்தறீங்க. ஆண்டவன் கிருபைலே நல்லா இருக்கோணும்'' என்று வாழ்த்துவாள்.

இரண்டரை மாதத்திற்குப் பிறகு சிறுவர்களைக் காணச் சென்ற கவுண்டருக்கு பெரிய ஏமாற்றம் காத்திருந்தது. இரவு நேரம், ஆனால், படுக்கையில் அவர்கள் இரண்டு பேரையும் காணோம்.

'என்னம்மா?' என்றார். ஆற்றாமை பொங்கி நின்றது அவரது குரலில்.

முதலியார் அம்மாள் சரியாக முகம் கொடுத்துப் பேச வில்லை. வெகு நேரத்திற்குப் பிறகு, 'அவுங்க படிச்சது போதும். நல்லவிதமா ஊருக்குக் கூட்டிக்கிட்டுப் போயிருங்க' என்றாள்.

மீண்டும், 'ஏனம்மா?' என்றார். கவுண்டரின் அங்கங்கள் பதறிக்கொண்டிருந்தன.

'என்னின்னு சொல்றது கவுண்டரே! பொட்டிக்குத் திருட்டுச் சாவி போட்டு பெரிய பையன் பணத்தை எடுத்திருக்கிறான். எத்தனை நாளாக இப்படி எத்தனை எடுத்தானோ? அட... ராம பகவானே...'

மேலே அந்த அம்மாளைக் கவுண்டர் பேசவிடவில்லை. "ஒரு வார்த்தையில் சொல்லுங்கம்மா. ஒண்ணுக்கு மூணா இப்பவே பணத்தைக் குடுத்திடறேன். சாவம் கீவம் குடுத்திரா தீங்க. பச்சைப் பாலகர்களைச் சபிக்கலாமா அம்மா?" என்று 'கதகத'வென்று நிறைந்த கண்ணீரைத் துடைத்துவிட்டுக் கொண்டே கேட்டார்.

மாரப்பன் சீட்டாடப் பழகிக்கொண்டான். சம்மணையில் அணைக்கட்டு அருகே எங்கோ ஓர் இடம் காசு வைத்து ஆடு கிறானாம். பழனியப்பன் தெருச் சுற்றப் பழகிக்கொண்டான். பள்ளிப் பசங்கள், காலிப் பசங்கள் சேர்க்கை, மற்ற விஷயங்களை அவர் நுணுகி ஆராய விரும்பவில்லை. பிள்ளைகளிடமிருந்து ஒன்றை எதிர்பார்த்தார். அவர்கள் வேறு ஒன்றைத் தந்து விட்டார்கள். ஆகாய கங்கைக்காகக் காத்திருந்தவனை பாதாள சாக்கடைக்குள் தலைகுப்புறத் தள்ளினால்?

முதலியார் அம்மாள் சொன்னதுபோல், படித்தது போதும் என்று விடியற்காலம் பையன்கள் இருவரையும் பண்ணாடி ஊருக்குக் கூட்டிக்கொண்டு போய்விட்டார்.

7

சுப்பக்காளுக்கு பெண் குழந்தை பிறந்து பத்து நாளாகிறது. நாளைக்குப் பதினோராம் நாள் பெயர் வைக்க வேண்டும். பெயர் சூட்டுவிழா நடக்க இருக்கிறது.

குழந்தை பிறப்பதே பெரு விழாதான். பிறந்ததில் இருந்து மண்மீது கண் மூடுகிறவரை விழாக்கள் வந்துகொண்டேதான் இருக்கின்றன. இப்போதெல்லாம் கிழவர்களும் தவறாமல் பிறந்ததின விழாக்கள் கொண்டாடுகிறார்கள்! ஆண்டுதோறும் எது நின்றாலும் உயிர்க் குலத்தை விழாக்கள் விடவே விடாது!

வசதி உள்ளவர்களுக்குத்தான் விழா! சந்தேகமென்ன? அன்னக் காவடி விழா கொண்டாட நினைத்தால் 'கணகண' வென்று மணிகளை ஆட்ட வேண்டியதுதான்!

சுப்பக்காள் தந்தைக்கு ஒரே செல்ல மகள். புகுந்த இடமும் பெரிய இடம். சாமிக்கவுண்டர் மருமகள் என்றால் எங்கே சென்றாலும் தனி மரியாதை அல்லவா நடக்கும்?

மாரப்பன் காலையிலேயே ரங்கம்பாளையம் போக முடிய வில்லை. கம்பங்கருது அறுத்துக்கொண்டிருந்ததால் – கூலிநாலி

யெல்லாம் கொடுத்துவிட்டு போக வேண்டி இருந்தது. ஆனால், மலையில்தான் விசேஷம்.

தம்பி பழனியப்பனும் மனைவி செல்லாயாளும் ராம, லட்சுமணர்களும் விடியற்காலமே சென்றுவிட்டார்கள். பெரிய பண்ணாடி முன்போல் ஒன்றாக இருந்திருந்தால், முதலில் போயிருப்பார். போகாவிட்டால் சம்மந்திக் கவுண்டர் சும்மா விட்டுடுவாரா?

சுப்பாத்தாளுடைய தகப்பனார் வினாயகர் மாதிரி முன்புறத் திண்ணையில் உட்கார்ந்திருந்தார். சந்தனப் பூச்சென்ன, குங்குமப் பொட்டென்ன! அவருடைய தொந்திக்கு ரொம்ப லட்சணமாகக் குங்குமத்தைக்கூட இழுக்கி இருந்தாள் பேத்தி முத்தாயா.

"உந்தங்கச்சி எப்படி இருக்கறா?"

"நல்லாத்தான் இருக்கறா. ஆனா அப்பிச்சி! இத்துணூண்டு." என்று விரல்களைக் குவித்து உருவம் காட்டினாள் முத்தாயா.

"சின்னதிலே அப்படித்தான் இருக்குமாத்தா கொளந்தைக!"

"என்னுங்க பேத்தியும் தாத்தனும் நாயம் நடத்தறீங்க?" என்று கேட்டுக்கொண்டே மொகாமைக்காரர் வந்தார். சிவியார் பாளையத்திலிருந்து வந்திருக்கிறார் மொகாமைக்காரர். அவர் இல்லாமல் எந்த விசேஷமும் நடைபெறாது. ஆரந்தூரந் தெரிந்தவர். பந்தி விசாரணைக்கு அவர் முன் நின்றாலே சாப்பிடு கிறவன் கூட நாலுவாய் அதிகமாக அள்ளிப் போட்டுக் கொள்வான்.

வாழைக்கம்பம் முன்புறம் கட்டப்பட்டிருந்தது. வாசலில் உட்காருவதற்கு சமுக்காளமும், பாய்களும் விரிக்கப்பட்டிருந்தன. நாலைந்து இடங்களில் வெற்றிலை பாக்குத் தட்டங்கள். சிறுவர் களும், சிறுமிகளும் குறுக்கில் நெடுக்கில் ஓடும்போது வெற்றிலைத் தட்டுகளைத் தட்டிவிடாமல் இருக்க முருகனைக் காவல் போட்டிருந்தார்கள். முருகன் இன்னோர் ஆளைக் காவலுக்கு வைத்துவிட்டு, 'எத்தனை வண்டி வந்திருக்கிறது? இன்னும் வந்துகொண்டிருக்கிறது?' என்ற கணக்கில் மூழ்கி இருந்தான்.

ஏழெட்டு ஊர் பெரிய மனிதர்களும் வந்து சேர்ந்து விட்டார்கள். ஒரு சின்னக் கல்யாணம் போலத்தான் காரியங்கள் நடைபெற்றுக்கொண்டு இருக்கின்றன. பலகார வாசனை, நெய் வாசனை, பெண்களின் கொர நாட்டுப் பட்டுச்சேலை வாசனை,

ஆம், கூரைச்சேலையை, திருமணத்திற்கு வாங்கிய புடவையை இம்மாதிரி விழாக்கள் நிகழும் சமயங்களில்தான் திரும்பவும் எடுப்பார்கள். பெட்டிக்குள்ளோ, மூட்டைச் சந்திலோ சிக்கி, அமுங்கிக் கிடந்த அந்தப் புடவைகளுக்கென்றே ஒரு தனி வாசனை உண்டு. அத்தனை வாசனைகளோடு ஊதுபத்தி மணமும் கலந்துகொண்டால் கேட்கவா வேண்டும்?

"அட, எங்கப்பா பெரிய பண்ணாடியைக் காணாம்?" என்றார் ஒருவர். யார் அப்படிக் கேட்பது? விவரம் தெரிந்தவர் தான் கேட்டிருக்க வேண்டும்.

ராசிபாளையம் மணியக்காரர் தொண்டையைத் தீட்டிக் கொண்டார். சற்று பலமாகவே தீட்டிக்கொண்டார். எல்லோரும் அவரையே கவனித்தார்கள்.

கோயிலுக்குப் போய்விட்டு வந்து குழந்தைக்குப் பெயர் வைப்பார்கள். தகப்பன் மடியில் உட்கார வைத்துத்தான் அந்தச் சடங்கு நடைபெறும். மாரப்பனையே இன்னும் காணோமே! அதற்குள் மாரப்பனைப் பெற்றவரை நினைவுபடுத்துகிறார் – பிடித்து இழுக்கிறார் இன்னொருவர்! வம்புக்கு அல்ல! உண்மை யிலேயே அந்த விழாவோடு விழாவாக – ஒற்றுமை விழாவும் எடுக்க முடியுமா? அப்படி ஒன்று சேர்ந்துவிடுவதும் நல்லது தானே என்ற முயற்சியிலும் சிலர் ஈடுபட்டிருந்தார்கள்.

"தாய்க்கும் புள்ளைக்கும் என்னய்யா கிடக்குது? சட்டி யோடு பானை முட்டாமலா போகப் போகுது?" என்றார் ராமணகவுண்டர். செங்காளியப்பன், "நீரடிச்சா நீர் வெலகியா போகுமிங்கோ?" என்றான். யாராவது எந்த விஷயத்தைப் பற்றி பேசினாலும் அவனும் ஏதாவது ஒத்து ஊதுவான். சும்மா இருக்க முடியாது அவனால்.

ராசிபாளையம் மணியக்காரர் பஞ்சாயத்துப் பண்ண வேண்டும் என்ற யோசனை தம்மிடம் தெரிவிக்கப்பட்டபோதே எதிர்த்தார். "நாம யாரய்யா அவங்க குடும்பத்துக்கு யோசனை சொல்றதுக்கு? முதல்ல இதைச் சொல்லுங்கோ. அவுங்க யாராச்சும் பெரியவரோ, மக்கமாரோ நீங்க எப்படியாச்சு தீத்துவிடுங்கப்பான்னு கேட்டாங்களா? ஊருக்கெல்லாம் பஞ்சாயத்துப் பண்றவராச்சே பெரிய பண்ணாடி?" என்றார்.

மணியக்காரருக்குச் சமாதானம் சொன்னார்கள். "கண்ணை மூடிக்கிட்டு மரத்துமேலே கல்லை வீசலாம். பழம் உளுந்தா நல்லது. உளுகாட்டி நட்டமில்லியே?"

இன்னொருவர் பெரிய சிக்கலைத் தூக்கிப் போட்டார். “பஞ்சாயத்துன்னு வந்தா குத்தம்னு ஒண்ணு இருக்குதுங்களே? குத்தம் வைக்க வேண்டியதுதானுங்களே? ஒண்ணேகால் குடுப்பாங்களா? வசூலிக்க முடியுமா? அவுங்க சம்மதப்பட்டு நாம கை நனச்சாச்செரிதானுங்க. இல்லாட்டி மொக்கப்பட்டம் ஆருக்குங்க?”

அந்தக் கேள்விக்குப் பதிலே கிடையாது. ஏனென்றால், கசப்பான உண்மை அதில் பொதிந்திருந்தது கிராமத்தில் – பெரியவர் – சிறியவர் – யாராக இருந்தாலும் சரி, எந்த விஷயத் திலாவது வில்லங்கம் விழுந்துவிட்டால் – அது, அந்தச் சமாசாரம் பஞ்சாயத்தார் முன் போய்த்தான் ஆகவேண்டும். இருதரப்பாரும் கட்டுப்பட்டே பஞ்சாயத்துக்கு இணங்குவார்கள். சம்மதம் தந்துவிட்டுத் தப்பித்துக்கொள்ள முடியாது. குற்றம் என்றால் – முறைப்படி குத்தப் பணம் ஒண்ணேகால் கொடுத்துத் தான் தீர வேண்டும். தொகை சிறிது. ஆனால், நீதி பெரியது! நீதியின் முன் தலை வணங்காதவன் சமூகத்தின் கண்களில் ரொம்ப ரொம்ப அற்பன். அற்பத்தனத்தை ஆலிங்கனம் செய்ய யாராவது வருவார்களா?

பெரிய பண்ணாடி எவரிடமும் வழக்குரைக்கவில்லை. மாரப்பனும் பழனியப்பனும் ஒருவரிடமும் குறைதீர்க்கச் சொல்ல வில்லை. வலுக்கட்டாயமாக ஏன் அதில் பிரவேசிக்க வேண்டும்? அதோடு என்ன ஏது என்றே ஒருவருக்கும் தெரியாது. மன வேற்றுமை எதனால் ஏற்பட்டது? யார் செய்தது? யாருக்குப் பிடிக்கவில்லை? அப்படி என்ன விகல்பமான காரியத்தைச் செய்துகொண்டார்கள் அவர்கள்?

அப்பனும் மகனும் அந்த வட்டாரத்தில் தலையை வெட்டிக் கொள்வது, கையைக் காலை முறித்துக்கொள்வது – முன்னர் நடந்திருக்கிறது. வெட்டுப்பழி, குத்துப்பழி – சில நாட்கள் கழித்து– கைகோத்துக்கொண்டும் சென்றிருக்கிறது! மூங்கப்பாளையத்து குட்டியாக் கவுண்டன் ஏழு ஆண்டு காட்டுக்குள் தானாகவே கஞ்சி காய்ச்சிக் குடித்துக்கொண்டு இருந்தான். அப்புறம் மகன் வந்து வீட்டுக்குக் கூட்டிக்கொண்டு போகவில்லையா? அதோடயா நின்றான் அந்த மகன்? புறவடைக்குப் போவ தென்றாலும், “ஐயா! போய்ட்டு வாரணுங்க” என்று விடை பெறாமல் செல்வதில்லை! இப்படி எத்தனை எத்தனையோ!

“அத்திப் பழத்தைப் புட்டுப் பாத்தா எப்படி இருக்கு முங்கோ?” என்றார் கிழவர் ஒருவர்.

ராசிபாளையம் மணியக்காரர் மீண்டும் தொண்டையைத் தீட்டிக் கொண்டார். “என்னுங்க மாமா! புதுப்பானைத் தண்ணி கிண்ணி குடிச்சீங்களா? கொஞ்சம் பனங்கல்கண்டு கொண்டாந்து தரட்டுமிங்களா?” என்றான் உருமால்காரன்.

“நீ மொதல்லே அந்த உருமால்கட்டை அவித்து உடுறா. காட்டுக்குள்ளே நிக்கறாப்பலே என்ன கட்றா அது?” என்றார் மணியக்காரர்.

குழந்தை அழும் குரல் கேட்டது. “பேரப்புள்ளே சத்தமாத் தான் அழூம்களா?” என்றார் பேத்துப்பிதிர் எடுத்த மொகாமைக் காரர்.

“இது கருப்பன் புள்ளை அழுகுதுங்கோ. பந்தக்காலைக் கட்டிக்கிட்டு! பசிக்குது! அவுங்க அம்மாளை வேறே காண மிங்களாம்.” என்றான் உருமால்காரன்.

பெரியவருக்குச் சிரிப்புத் தாங்க முடியவில்லை.

அவர் பலமாகச் சிரித்துக்கொண்டிருந்தபோது, மாரப்பன் வந்து சேர்ந்தான். மேலேயும் பட்டுத்துண்டு. “புது மாப்பிள்ளை இப்பத்தான் வாரப்பலே இருக்குதா?”

“பழைய மாப்பிள்ளைங்க” என்றாள் கேலிக்காரி ஒருத்தி.

பெரியவர் தன்னைப் பார்த்துத்தான் சிரித்தாரோ என்ற சிந்தனைக்குள் அலையாடிக்கொண்டிருந்தான் அவன். சாதி, சனம் அத்தனை பேரும் கூடி இருந்தார்கள். பல ஊர்களில் இருந்து வந்திருக்கிறவர்கள். தலைப்பாகை கட்டியவர்கள், மேல் துண்டு போட்டவர்கள், வெறும் மேனியோடு இடுப்பில் மட்டும் முரட்டு வேட்டி கட்டி, வேட்டிக்கு வெளியே வெள்ளி அரை ஞாண் தெரிய வீற்றிருப்போர், வெற்றிலைப் பையை மடியில் கட்டி இருப்பவர்கள், இத்யாதி இத்யாதி பெயர்கள் நிறைந்த சபையில் அவன் கண்கள் எதையோ தேடிச் சுழன்றன! ஆம், தந்தையின் ஞாபகம் வந்துவிட்டது. அவர் இங்கே இல்லை. நிச்சயமாகத் தெரியும். ஊரிலிருந்துதானே வருகிறான் அவன்? அவர் சாளைக்கு வெளியே நின்றுகொண்டிருந்ததை வரும்போது தூரத்திலிருந்து அவன் கண்கள் பார்த்துவிட்டு வந்தது பொய்யா?

அங்கே அவனுடைய தகப்பனார் இருந்திருந்தால் – எங்கே எப்படி உட்கார்ந்திருப்பார்? அவரைச் சுற்றி மற்றவர்கள் அவர் என்ன சொல்கிறார் என்பதை எதிர்பார்த்துக் காத்திருப்பார்களே?

இப்போது எந்தவொரு தனி மனிதரையும் – அந்தப் பந்தலுக்குக் கீழ் எந்த ஒரு பெரிய மனிதரையும் சூழ்ந்து கூட்டம் மொய்த் திருக்கவில்லை. பெரிய பண்ணாடிக்கு – அவருக்கு அளிக்கின்ற மதிப்பு தனி. மதிப்புத்தான். எல்லாருக்கும் கிடைக்குமா அது?

பார்த்திபனுக்கு ஏற்பட்ட மயக்கம் ஒரு கணம் மாரப் பனுக்கும் உண்டாயிற்று! அவ்விதம் தான் எனும் ஆணவத்தை அகற்றி தந்தையின் பாசத்தை முன்நிறுத்தி அஞ்சலி செலுத்தி னான். துண்டு துண்டாகக் கத்தரித்துச் சிதறிக்கிடந்த இழைகள் ஒன்றுகூடியதைப் போலிருந்தது. அறுந்த அன்புக் கயிறு பிணைத்தால் மீண்டும் ஒட்டிக்கொள்ளுமா? அன்பை அறுக்க முடியாதே? பின் ஏன் உள்ளம் பாலை ஆயிற்று!

பழனியப்பன் பந்தி விசாரணைக்கு காத்திருந்தான். தகப்ப னாரைப் பற்றி தன்னிடம் யாராவது கேட்டால் பதில் சொல்ல முன்கூட்டியே தயாராக நினைத்து வைத்திருந்தான். 'அவரு கிட்டயே கேட்டுக்குங்க.' ஆனால், மூத்தவன் இருக்க இளைய வனிடம் எவரும் விசாரிக்கவில்லை!

"மொய் ஏடு எங்கேயப்பா?"

"கொழந்தையைக் கொண்டாங்க. அப்பக்காரனை கெழக்கு மொகமா உக்காரச் சொல்லிக் கொழந்தையைக் கையிலே குடுங்கோ."

"அட! பேரு என்னப்பா?"

"மொதல் குழந்தைக்கு ஆத்தாளைப் பெத்தவ பேரு – முத்தாயா. இதுக்கு அப்பனைப் பெத்தவ பேரு – வள்ளியாத்தா." கதம்பக் குரல்கள் வீடு முழுவதும். 'வள்ளியாத்தா' என்று தன் தாயின் பெயர் உச்சரிக்கக் கேட்கவும் – சற்றுத் தெளிந்து கொண்டிருந்த மாரப்பன் மறுபடியும் மயக்க நிலைக்குள்ளே சிக்கித் தவித்தான்.

"பெரிய பண்ணாடிக்கு அளைப்பு உட்டிங்களோ இல்லியோ?" தூக்கத்திலிருந்து விழித்துக்கொண்டவர் போல் ஒரு வயதானவர் – இந்த நேரத்தில் எக்கச்சக்கமான அந்தக் கேள்வியைத் தொடுத்தார்.

"ஓர் ஆளுக்கு மூணு ஆளா அனுப்பியாச்சுங்கோ. எனக்கும் அவருக்கும் என்னுங்க தொலகு?" மாரப்பன் மாமனார்தான் நிதானமாக அந்த வார்த்தைகளைக் கூறினார்.

தம்முடைய பேத்திக்குப் பெயர் வைக்கிற சம்மந்தி வீட்டில் தம்முடைய பெயர் ஏன் இப்படி உருளுகிறதென்ற விவரம் பண்ணாடிக்குத் தெரியுமா? அப்படித் தெரிந்திருந்தால் பண்ணாடியைச் சாமி கேட்கப் போக கையோடு அழைத்துப் போவாரா கணக்கய்யர்? அவர்களும் சற்று இதைக் குறித்து அலசி இருப்பார்களே?

“பூசாரிச்சியைப் பாக்கவேணுமின்னு உங்களுக்கு என்னுங்க இத்தனை ஆசை?” என்றார் சாமிக்கவுண்டர்.

“ஆசை வர்ர வயசைப் பாருங்க! அவ நாம மனசிலே நெனைக்கறதை அப்படி அப்படியே சொல்றாளுங்களாம். நடந்ததைச் சொல்றதிலே என்னுங்க கெட்டிக்காரத்தனம்? உண்ணி நடக்கப் போறதையும் தாக்குத் தாக்காச் சொல்ல றாளாம்” என்றார் கணக்கய்யர்.

“நாமகூட காட்டுக்குள்ளே சாளைக்கு மின்னாலே வேப்பத்தளையும் விபூதியும் வெச்சிக்கிட்டு உக்காந்தா கூட்டம் வருமுங்கோ. தேள் கடிக்குத்தான் இப்போ நீங்க பாடம் போடு வீங்க. சளி, மாந்தம், வயித்துக்கடுப்புக்கும் ரண்டு தளையைக் கிள்ளி கையிலே வெச்சுக்கிட்டு, தண்ணியும் மந்திரிச்சுக் குடுத்தா – அப்புறம் கேக்க வேணுமிங்களா கூட்டத்துக்கு!” என்றார் சாமிக்கவுண்டர்.

அவர்கள் பேசிக்கொண்டே நடந்து சென்றுகொண்டு இருந்தார்கள். இருவருக்கும் அந்த மாதிரி காரியங்களில் நம்பிக்கை இல்லை. ஆயினும், ஏதோ ஒன்று கணக்கய்யரை உந்திக்கொண்டிருந்தது உள்ளுக்குள்ளே!

இன்னும் பில்லி சூனியத்திலும் செய்வினை செய்வதிலும் கொஞ்சம் உண்மை இருப்பதாக அவர் நம்பினார். மலையாள மாந்திரீகர்கள் முன்பு வந்துகொண்டிருந்தார்கள். அவர்களோடு சற்றுத் தொடர்பு. எங்கெங்கெல்லாமோ சுற்றி அலைந்துவிட்டு வருகிறவர்கள்... பெரிய மாந்திரீகன் என்று சொல்லிக்கொண்டு தாயத்தோ, கறுப்புக் கயிறோ, கணக்கய்யருக்கு – இரண்டொரு நாள் தங்கிக்கொள்ள இடம் அளித்தற்காகத் – தந்துவிட்டுச் செல்வார்கள்.

“நாம நம்பாட்டிப் போகுதுங்க. சும்மா பாத்திட்டு வாரதிலே என்ன கெட்டுப்போகுதிங்க?” என்றார் கணக்கய்யர்.

“கெடறது எல்லாம் மிந்தியே கெட்டுப்போச்சுங்க!” என்றார் சாமிக்கவுண்டர். அவர் மனதில் மற்றொரு நிகழ்ச்சி நிழலாடியது.

நரி ஒன்று கத்தாளைக்குள் சரசரவென்று பாய்ந்து சென்றது. பண்ணாடியின் கைத்தடிச் சத்தம் அதன் அமைதியைக் குலைத்தது போலும்! மீன்கொத்தி விழித்துக்கொண்டு கிளையி லிருந்து சிறகடித்துப் பறந்தது.

"தண்ணி இல்லாத ஆத்தைக் காத்துக்கிட்டு இதுக ஏனுங்க உசிரை உடுது?" என்றார் சாமிக்கவுண்டர்.

பறவைக்கு முள் கிடைக்கலாம். அதைச் சொல்ல நினைத்த கணக்கய்யர், அதற்குள், வெகுநாட்களுக்கு முன் ஆற்றிலே விழுந்து செத்துப்போன ஈர் உயிர்க்காரி குப்பக்காளை ஞாபகப் படுத்திக்கொள்ளவும், "அந்தப் புள்ளதாச்சி கண்ணுக்கு தட்டுப் படறதாக ரண்டொருத்தர் சொல்றாங்களே?" என்றார்.

"இந்த எடந்தானுங்க சாமி. சாக்குப்பையிலே கட்டிப் பொதச்சாங்களே, நொச்சிக் காட்டு மொடாக்குடிகாரன். அவங்கூட மானத்துக்கும் பூமிக்கும் எப்பவாச்சு நிக்கறானுங் களாம்!" என்றார் கவுண்டர். அவர் வேடிக்கைக்காகச் சொல் கிறார் என்பது கணக்கய்யருக்கா தெரியாது?

"இத்தனை காலமா எங்கண்ணுக்கு இந்த எளவு ஒண்ணு கூட தட்டுப்படலீங்கோ?" என்றார் அவர்.

பூசாரிச்சி குடிசைக்குச் சமீபமாக வந்துவிட்டார்கள். கூட்டம் முழுவதும் கலைந்துவிட்டது. எல்லோரும் சென்று விட்டார்கள். விளக்கு மட்டும் உள்ளே எரிந்துகொண்டு இருக் கிறது என்பதற்கு அடையாளமாக மேற்கூரையில் விளக்கின் ஒளி விளங்கிற்று!

"அவளும் தூங்கிப் போயிருப்பாளா?"

"தட்டி எழுப்பினாப் போகுதுங்க."

"பேயோ பிசாசோன்னு அவ பயந்து நடுங்கினா என்ன பண்றதிங்க?" என்றார் சாமிக்கவுண்டர்.

"அதுக்கெல்லாம் அஞ்சறவ இங்கே வருவாளுங்களா? ஆனா நம்மளைக் கண்டுதான் நடுங்குவாளோ என்னவோ?" குடிசைக்கு முன்புறம் வந்து நின்றார்கள்.

பூசாரிச்சி பாய்மீது உட்கார்ந்திருந்தாள். தம்ளர் ஒன்று அவளுக்கு முன்னால். அதில் பால் இருந்தது போலும். தம்ளரைக் கையில் எடுத்தவள், இவர்கள் இருவரையும் கண்டதும் அப்படியே கீழே வைத்துவிட்டு வெளியில் வந்தாள்.

ஆர். ஷண்முகசுந்தரம் ❖ 73

“எல்லாரும் போயிட்டாங்க. உண்ணி அடுத்த வெள்ளிக் கிழமைதானுங்க!”

“நாங்க சாமி கேக்க வரலை ஆத்தா” என்றார் கணக்கய்யர்.

“அதனாலே என்னுங்கா. உக்காருங்க” என்று ஒரு தடுக்கைக் கொண்டுவந்து வெளியே போட்டாள் பூசாரிச்சி.

மங்கிய வெளிச்சம். நிலா மேகத்திற்குள் புகுந்து விளை யாடிக்கொண்டிருந்தது.

கணக்கய்யருக்கு ஒரு விதத்தில் திருப்தி. சனங்கள் கூறியது போல் அவள் தனிக்காட்டு ராசாத்திதான்.

சாமிக்கவுண்டர் கூர்ந்து அவள் முகத்தைக் கவனித்தார். எங்கோ பார்த்த முகம்போல் இருக்கிறது! எப்படி மறப்பார் அவர். ‘பத்துப் பதினைந்து வருடத்திற்கு ஒருமுறைதான் தரிசனம்’ என்று உள்ளுக்குள் கூறிக்கொண்டார்.

அந்த மங்கிய நிலவில், அமைதியான இரவில், தென்னந் தடுக்கின்மீது உட்கார்ந்திருந்த போதிலும் நெஞ்சு நெருப்பாய் பற்றி அவரைக் கருக்கிக்கொண்டிருந்தது.

திருப்பூர் உணவு விடுதியில் வேலைக்காரியாக இருந்த மீனாட்சிதான் அவள்! அந்த முதற் சந்திப்பு – அதுவும் மறந்து விடுவதற்கு இல்லாத சந்திப்புத்தான். பையன்கள் புகைப் பிடிப்பதை அணைக்கச் சொல்லவில்லை அவள். அதைப் பெரிய குற்றம் என்று எப்படிக் கூறுவது? இரண்டாவது சந்திப்பு – மறுபடி ஒரு பத்து ஆண்டுகளுக்குப் பிறகு – அதை அவர் தம்முடைய வாழ்வில் ஒரு நாளும் மறக்கமாட்டார்.

கணக்கய்யர் என்னவோ கேட்டுக்கொண்டிருந்தார். பூசாரிச்சியும் ஏதோ பதில் கூறிக்கொண்டிருந்தாள். சாமிக் கவுண்டர் மனத்திற்குள் வாழ்க்கைக் கணக்கைக் கூட்டிப் போட்டுக்கொண்டிருந்தார். அவருடைய கண்களில் பழைய காட்சி மிதக்கத் தொடங்கிற்று.

மாரப்பனுக்குத் திருமணம். சாமிக்கவுண்டர் வீட்டு முதல் கல்யாணம். அவராக முன்நின்று நடத்தும் பெரிய விசேஷம். கல்யாணத்தைவிட, மகிழ்ச்சியான மங்களமான காரியம் குடும்பத்தில் வேறென்ன? ஆரம்பத்திலிருந்தே அது நடக்குமா நடக்காதா என்ற சந்தேகம் அவருக்கு!

அப்படி ஒரு விபரீதமான விசித்திரமான சந்தேகம் அவருக்கு ஏன் உண்டாயிற்று? பையன்கள் இருவருடைய போக்கும் நடவடிக்கைகளும் அவருக்குத் துளிகூடப் பிடிக்க வில்லை. திருப்பூர் பள்ளிக்கூடத்தில் படிக்க வைக்க சிறுவர்களை அழைத்துச் சென்றபோது கடலாகப் பொங்கிய அவரது உள்ளம் திரும்பி வந்த பின்னர், சிற்றாறாகச் சிறுத்து விட்டது. திருட்டுப் பட்டம் கட்டிக்கொடுக்கவா திருப்பூருக்குப் பிள்ளைகளைக் கூட்டிச் சென்றார்? திரும்பி வந்த பிறகு அவர்கள் திருந்தி நல்லவிதமாக நடப்பார்கள் என்று எதிர்பார்த்தார். தான் மட்டும் அல்லாமல், தம் மனைவியையும் எவ்வளவோ நற்புத்தி சொல்லச் சொன்னார். 'உபதேசம் பண்ணினா' அதுக்கு நேர் எதிராகத்தான் எதுவுமே நடக்கும்!' என்று இப்போது அவர் அடிக்கடி கூறிக் கொண்டு இருப்பதற்குக் காரணம் – அவருடைய உபதேசங்கள் ஒன்றுக்கும் உதவாமல் போய்விட்டன – ஒரு காரணம், ஒரு காரணமா? முக்கியக் காரணமே அதுதான்.

சீட்டுகளின் பெயர்கூட கவுண்டருக்குத் தெரியாது. புத்திர சிகாமணிகள் சீட்டுக்கட்டும் கையுமாகத் திரிந்தார்கள். கிராமத்தில் கட்சிப் பூசல்களுக்குள் அவர் சிக்கமாட்டார். அவருடைய தந்தை, பாட்டன் எந்த வழியில் சென்றார்களோ அந்த வழியில் சென்றுகொண்டிருந்தவர் அவர். ஆனால், தம்முடைய மைந்தர்கள் புது வழியில் செல்லட்டும் என்பதற்காக அந்த வட்டாரத்திலே யாரும் செய்யாத – கடைப்பிடிக்காத வழியைக் கைக்கொண்டார். அதன் பலன் ஏன் விபரீதமாயிற்று? கட்சி, பிரதிக்கட்சிகளுக்குள் அவர்கள் ஈடுபட்டார்கள். பெரிய பண்ணாடி மனைவி வள்ளியாத்தா ஒரு யோசனை கூறினாள். "தம்பிக்கு கால் கட்டுப் போட்டிட்டா எல்லாஞ் செரியாப் போகுமிங்க!" என்றாள். அத்தை வீட்டிலே பெண் இருந்தாள். அவர்களும் சரி என்று ஒரே வார்த்தையில் சம்மதித்து விட்டார்கள். பண்ணாடி மகனுக்குப் பெண் கொடுக்க யார்தான் முன்வர மாட்டார்கள்?

பையன் அப்படி இப்படி இளம் முறுக்கில் அடாவடித் தனங்கள் செய்துகொண்டு திரிகிறான் என்றால் – வளையல் ஒலியும் மெட்டிகளின் நாதமும் – சரிப்படுத்தி சமப்படுத்திவிடும் என்று பெரியோர்கள் எண்ணினார்கள். சாமிக்கவுண்டரும் அவ்விதமே எதிர்பார்த்தார்.

மணப்பந்தல் உற்றார் உறவினர் நிறைந்து வழிந்தார்கள். வீடு, காடு, ஒரத்தப்பாளையம் ஊரே இதற்குமுன் அவ்வளவு பெரிய கூட்டத்தைக் கண்டதில்லை!

தாலி கட்ட வேண்டியதுதான் பாக்கி. ஆம் – அது பாக்கியாக – தீராக்கடனாகவே போய்விட்டது கவுண்டருக்கு. அதை நினைத்தாலே இப்போதும் தான் ஒரு கடன்காரனாக செலுத்த முடியாத நிலையில் நிற்பதாகவே அவருக்கு உணர்வு உண்டாகிறது. அட.... மாப்பிள்ளை எங்கே? எல்லோருடைய உதட்டிலும் இதே கேள்வி. எல்லோருடைய கண்களிலும் – உள்ளங்களிலும் கேள்விக்குறி!

சாமிக்கவுண்டர் இப்போது பார்த்துவிட்டு வருகிறார். தன் கண்களால் அந்தக் காட்சியைக் கண்டுவிட்டு வருகிறார். தம்முடைய மகன் மாரப்பனும் இந்த மீனாட்சியும் குதிரை வண்டியில் வேகமாகப் போய்க்கொண்டிருக்கிறார்கள்! ஒரு கணத்தில் எப்படி மாறினான்? அவள் எங்கிருந்து எப்போது வந்தாள்? அங்கேயே எங்காவது முன்னரே இருந்து கொண்டிருந் தாளா? அப்படியானால் திருமணத்திற்கு மாரப்பன் சம்மதித் திருக்கலாமா? திடீரென்று மகன் மனம் மாறிவிட்டானா? ஏதாவது மாய மந்திரத்தில் புதல்வனை அவள் மயக்கி விட்டாளா? உணவுவிடுதியில் இருந்தவளுக்கும் பையனுக்கும் வயது வித்தியாசம் என்ன? பத்துப் பதினைந்து ஆண்டு வித்தியாசம் என்ன பெரிய வித்தியாசமா? என்னடா எழவு? என்று சாமிக்கவுண்டர் எண்ணிக் குழம்பி, கலங்கி இப்படி ஆச்சே என்று திகைத்து நிற்கையில் – அப்போதும் கணக்கய்யர் துணை – கணக்கய்யர் சொன்னார்; வாங்க பண்ணாடி! அந்த மகராசி 'குளுகுளு'ண்ணு அரளி வேரையும் நல்லெண்ணையும் அரைச்சுக் குடிச்சிட்டா!" என்றார்.

'லாபம் ஒண்ணு' என்று அன்றைக்குக் கணக்குப் போட்டார் பண்ணாடி! வாழ்க்கைக் கணக்கு! அன்று விழுந்த இதயம் மீண்டும் எழுச்சியுற்று எழுந்திருக்கவே இல்லை. ஆனால், அதே இதயத்தோடு அவரும் ஊருடன், குடும்பத்துடன், கூடி வாழ்ந்து கொண்டுதான் வந்தார். உட்குரல் அடிக்கடி கூறும்: 'புள்ளை களே பொறக்கப்படாது! பொறந்ததானால் சொன்னபடி கேக்கற புள்ளைகளாப் பொறக்க வேணும்!'

கணக்கய்யர் 'கடகட'வென்று சிரித்தார். சிரிப்புச் சத்தத் தால் காடே அடர்ந்தது. பூசாரிச்சி என்னதான் சொன்னாளோ அப்படி?

"இதைக் கேளுங்க பண்ணாடி!" தொட்டுக் குலுக்கி தோளைப் பிடித்து ஆட்டினால் சுயஉணர்வு பெறாமல் என்ன செய்வார்?

"என்ன?" என்றார் பண்ணாடி.

"என்னைத் தெரியலீங்களா?" பூசாரிச்சி அவர் முகத்தை உற்று நோக்கினாள்.

"அதெப்படித் தெரியாமேப் போகும்? மொதல் தரமும் தெரிஞ்சிது. ரண்டாந் தரமும் தெரிஞ்சுது. இந்தத் தடவைதான் கொஞ்சம் தெரியிலே!" என்றார்.

மீனாட்சி அவருடைய முகத்தை நேராகப் பார்ப்பதற்கு அஞ்சி கீழே குனிந்துகொண்டிருந்தாள். அவள் பார்வை தரையை நோக்கிக்கொண்டிருந்தது.

8

பூமித்தாய்கூட தாகவிடாய் தீர்த்துக்கொள்ள வேண்டி இருக்கிறது. மழை கொஞ்சம் துளித்திருந்தது. காடு, தோட்டங்களில் கலப்பைகள் மண்ணின் ஆழத்தைப் பதம் பார்த்துக் கொண்டு இருந்தன. ஆனி மாதம் இருபது தேதிக்கு மேல் ஆகி விட்டது. ஆடியில் நொய்யல் ஆற்றில் ஒருவேளை வெள்ளமும் வரக்கூடும். வறண்டு கிடந்த இடங்களில் பசுமை தலை காட்டிற்று. ஆலம் துளிர்களும் கன்னிப்பெண் மெள்ளக் கதவைத் திறந்து எட்டிப் பார்ப்பதுபோல் முகம் காட்டிற்று.

பச்சைமலை பவளமலையை முன்னர் தங்கள் நாடாகக் கொண்டிருந்த மலைக்குறத்தி வம்சா வழியினர் ஓரத்தப் பாளையத்தில் டேராப் போட்டு இருந்தார்கள். இப்பொழுது காடு, மேடு, பட்டி, தொட்டிகள்தான் அவர்களது நாடும் வீடும். முன்பிருந்த கலை அம்சங்கள் மறைந்துவிட்டன! தற்போது அவர்களிடம் எஞ்சி இருப்பது கலாட்டா அம்சம்தான்! பச்சைக்காரிகள் சண்டை போட்ட வண்ணம் இருப்பார்கள். சண்டைகள் அவர்கள் வாழ்வின் இன்றியமையாத ஒரு பகுதி! சச்சர விட்டுக் கொள்வது போலவே கூடிக் குலாவிக் குஷாலாக கொஞ்சாமலும் இருக்கமாட்டார்கள்.

பச்சைக்காரியும், பச்சைக்காரனும் சேர்ந்தேதான் போவார்கள். நாலைந்து குடும்பங்கள் விஜயம் செய்துவிட்டால் கிராமத்தாருக்கு நல்ல பொழுது போக்கு. அவர்களிடம் நூதன மான பண்டங்கள் உண்டு. ஆனால், பழம் கந்தைத் துணிகள் தந்தால் பலவற்றைப் பெற்றுக்கொள்ளலாம். பண்டமாற்று முறை எப்படியோ வயிற்றைக் கழுவினால் போதும் அவர்களுக்கு! இன்பமூட்ட இருக்கவே இருக்கிறது அவர்களுக்குச் சண்டை!

மழை பெய்ததினால் பலரது கவனம் மண்ணைக் கிளறு வதிலேயே சென்றுகொண்டிருந்தது. நிற்க நேரம் இல்லை. பேசக்கூட ஓய்வு கிடைப்பதில்லை.

பூசாரிச்சியிடம் சாமி கேட்கப் போகும் கூட்டமும் குறைந்து வருவதாக ராமாத்தா சொன்னாள். "ஆடி வெள்ளிக்கிழமை களிலே பாரு, எள்ளுப் போட்டா எள்ளு விளாது" என்றாள் வெங்கக்கா.

"ஆடி மாசம் பொறக்கட்டும்னுதான் இருக்கறேன். வேலாத் தாளைக் கூட்டிட்டுப் போயிக் கேக்கோணும்னு இருக்குது எனக்கு" என்றாள் காளியாத்தா.

"ஐயன் உடுவாங்களா?" என்று ஐயத்தைக் கிளப்பினாள் வெங்கக்கா.

"நீ ஒண்ணு! ஐய்யனும், கணக்கய்யரும் போயி நடுச்சாமத்து முட்டும் கேட்டுக்கிட்டு இருந்திட்டு வந்தாங்களாம்."

காளியாத்தாளுடைய இந்தப் பேச்சை அவ்விரு பெண்களும் நம்பவில்லை. வேலாத்தாளிடம் இரவில்தான் கேட்க வேண்டும். தோட்டத்தில் மும்முரமாகக் களை வெட்டிக் கொண்டிருக் கிறாள். "ஆம்பளையாட்டந்தானே எப்படி கிண்கிண்ணின்னு திரியறா பாரு" என்றாள் வெங்கக்கா.

"பெரிய பண்ணாடியும் சித்தை சும்மா இருக்காங்களா, இப்ப என்னாத்தா வேர்த்து வடியுது? மூட்டைகளைக் கயிறு போட்டுக் கட்டறதுக்கு ஆளுகளா இல்லாமேப் போச்சு! கொள்ளும், தட்டைப் பயிறும் நாலைஞ்சு மூட்டைக்கு மேல் ஆகியிருக்கும் போலிருக்குதே!" என்றாள் காளியாத்தா.

சாமிக்கவுண்டர் ஆட்களோடு ஆளாக வேலைகள் செய் வதில் தன் துயரத்தை மறந்திருந்தார். மீனாட்சி மறுபடி எவ்வாறு இங்கு வந்தாள்? பக்தித் திரை விரிக்க வேண்டிய

காரணம் என்ன? என்ற கேள்வி இடைவிடாமல் எழுந்து கொண்டிருந்தது.

மீனாட்சிக்கும், அவருடைய குடும்பத்திற்கும் சங்கிலித் தொடர் போல் ஒரு தொடர்பு வந்துகொண்டே இருக்கிறது. இடையில் அறுந்து விடுகிறது. அப்புறம் எவ்வாறு இணைந்து கொள்கிறது?

பையன்கள் படிக்கும்போது, பணிப்பெண்ணாக அவளைப் பார்த்தார். அப்போது அவள் தன்னுடைய கடமையில் ஒரு சிறு தவறு செய்துவிட்டாளோ என்று எண்ணினார். லேசாக நெஞ்சு வலித்தது. பத்து ஆண்டுகளுக்குப் பிறகு புயல்போல் புகுந்தாள். எப்பேர்ப்பட்ட தருணத்தில்? மணவறைக்கு மகன் சென்று மாங்கல்யம் கட்ட வேண்டிய சமயத்தில், கட்டோடு வாரிச் சென்றுவிட்டாள். அப்போது பலமான நெஞ்சு உள்ள ஆளையே ஆறுமாதம் அமுக்கிவிட்டது! மனைவி கண்ணீரும் கம்பலையுமாகக் கண் விழித்து இரவு பகலாகச் சேவை செய்தாள். எப்படியோ பிழைத்துக்கொண்டார். மகனுடைய செய்கைக்கு என்னென்னவோ காரணம் மனைவி கூறினாள். மற்றவர்களும் சொன்னார்கள். மணப்பெண் கறுப்பு! பெண் கறுப்பாக இருந்தால் என்ன? கறுப்பு நிறப் பெண்களுக்குக் கல்யாணமே ஆவதில்லையா? அந்தப் பெண்ணின் தகப்பன் – கொலை வழக்கில் சிக்கி – பத்து வருடம் சிறை தண்டனை பெற்றவன். அப்பன் ஜெயிலுக்குப் போனால் மகள் அதற்காக என்ன செய்வாள்? அவள் பேரில் என்ன குற்றம்? சாமிக் கவுண்டரே அந்த வழக்கில் சாட்சி சொல்லி இருக்கிறார். அத்தை மகளாக இருந்தாலும் – உறவுக்காரர்கள் குத்திக் குத்திக் காட்டுவார்கள். பன்னிப் பன்னிப் பேசுவார்கள். பெண்கூட ஒரு நாளைக்குச் சொல்வாள். ‘மாமனார் ஐயன் சாச்சி சொன்னதினாலேதான் எங்க அப்பனுக்கு அந்தக் கதி நேர்ந்தது?’ மாரப்பன் அதைக்கேட்டு மனம்குன்றி நிற்பானே?

“அந்த நாயா மனம் குன்றி நிற்கும்?” என்ற சாமிக்கவுண்டர் உதட்டைக் கடித்துக்கொள்வார். ‘என்னவோ அந்தக் கழுதையைப் புடிச்சிருந்தது ஓடிப்போச்சு!’ என்று சமாதானம் கூறிக்கொள் வார். மணப்பெண்ணும் உயிரை மாய்த்துக்கொண்டாள். அவள் இருந்திருந்தால் இன்னும் எல்லையற்ற துன்பத்திற்கு ஆளாகி யிருப்பார்!

இரண்டே மாதத்தில் மகன் திரும்பி வந்தான். 'அவ எங்கே? என்ன ஆனாள்?' அந்தக் கேள்வியை ஒருவரும் கேட்கவில்லை. மாரப்பனும் சொல்லவில்லை. தாயார் இருந்தாள். எல்லா வற்றையும் ரொம்ப சாமர்த்தியமாகச் சமாளித்துக்கொண்டாள். அதைவிடச் சாமர்த்தியம் தன்னுடைய இரு தறிதலைப் பிள்ளை களுக்கும் ஒரே முகூர்த்தத்தில் இரு பெண்களைப் பார்த்து முடித்து வைத்தது. இரண்டுமே பெரிய இடங்கள்! அவர்கள் காத்திருந்தவர்களைப்போல் கேட்டவுடன் சரியென்று ஒப்புக் கொண்டவர்கள்.

கடந்தகால நினைவுகள் அவரை வட்டமிட்டுக்கொண்டு இருந்தன. அதன்பின் இத்தனை ஆண்டு எப்படிக் கழிந்தது? அவருக்கே விளங்காத விடுகதை!

அவருடைய ஆசை அன்புக் கோட்டைகள், தகர்த்தெறியப் பட்டன. இரு கண்களாக அவர் போற்றிய புதல்வர்கள் இரு நெருப்புப் பந்துகளாக மாறிவிட்டனர். அந்தச் சூடு தாங்க முடியாத உஷ்ணம் அவரைத் தீய்த்துக்கொண்டிருந்தது. மனிதனுடைய ஏமாற்றங்கள், மனக்கிலேசங்கள், ஆறாத துயரங்கள் மலைமலையாகக் குவிந்த போதிலும் ஏதோ ஒரு பற்று, ஒரு வாஞ்சை, அவர் நெஞ்சுக்குள் ஒட்டிக்கொண்டுதான் கிடக்கிறது. அனைத்தையும் பொறுத்துக்கொள்ள அது முன் வருகிறது! அதற்காக அவர் வாழவேண்டியிருக்கிறது! இப்போது வேலாத்தாள் மட்டும் இல்லாமல் இருந்திருந்தால் பண்ணாடி யின் நிழலைக்கூட மைந்தர்கள் கண்ணால் கண்டிருக்க முடியாது.

மூன்றாம் தடவை மீனாட்சி எதிர்ப்பட்டு இருக்கிறாள். இனிப் பண்ணாடியின் நெஞ்சில், அவள் பாரத்தை நிரப்பினாள் என்றால் – அதன் கொடுமையை வலியை அவரால் தாங்கிக் கொள்ளமுடியாது. அவள் முகாமிட்டிருப்பதின் நோக்கம் புரிய வில்லையே. கணக்கய்யர் வலுக்கட்டாயமாகக் கூட்டிச் சென்றிராவிட்டால், அவள் தரிசனம் கிட்டி இருக்காது. ஆனால், அவள் அவரைச் சந்திக்காமல் இருந்திருக்க முடியாதா?

"ஏனுங்க ஐயா! நான் நிக்கறது தெரியலீங்களா?" என்றாள் வேலாத்தாள்.

"அட, நீ எப்பத்தா வந்தே?"

மகள் ஏக்கத்தோடு பார்த்தாள்.

"உங்களுக்கு அடிக்கடி கொழந்தைக நெனப்பு வந்திருதுங்களா?" என்றாள் மகள்.

பேரன் பேத்திகளை – புதுப் பேத்தியும் பிறந்துவிட்டாளே– நினையாமல் இருப்பாரா என்று அவள் எண்ணினாள்.

வேலாத்தாள் வருகையை எதிர்பார்த்துக் கோழிக்காரனும், பொன்னப்பனும் சாளை வாசலில் காத்துக்கிடந்தார்கள். "இந்த வெயிலுக்கும் குளுந்த காத்துக்கும் லேசாக் கண்ணைச் சொருகுதப்பா" என்றான் கோழிக்காரன். அவனுடைய கோழிக் கூடைகளுக்குள் படுத்திருக்கும் கோழிக் குஞ்சுகளும் கண்ணயர்ந்து விட்டன போலிருக்கிறது. சத்தத்தையே காணோம்.

"சின்ன அம்மி வந்தா தொண்டையை நனச்சிக்கலாம்னு பாக்கறேன்" என்றான் பொன்னப்பன். ஆடிப் பண்டிகைக்காக இப்போதே வியாபாரம் பலமாக நடந்துகொண்டிருந்தது. இந்த வாரம் மூணு வண்டி சாமான்கள் விற்பனை செய்துவிட்டான்.

"இன்னைக்கு எத்தனை ஊர்களுக்குப் போய்வந்தே?" என்றான் கோழிக்காரக் கந்தன்.

"நீ எத்தனை பட்டிகளுக்குள்ளே நொழஞ்சு வந்தே?"

"அட, நீ மொதல்லே சொல்லு?"

"எனக்கென்னப்பா? வண்டியைப் பூட்டினாத் தீந்துது. ஊர் வாசல்லே கடை பரப்ப வேண்டியதுதான். அப்படியே பிச்சிக்கிட்டுப் போகுது. சாமான்களை அள்ளிக்கிட்டுப் போயிர்ராங்க."

"எனக்கிண்ணாத்தான் என்ன? முதுவிலே பாறாங்கல்லையா ஏத்தறாங்க? ரண்டு சக்கிலி வளவுக்குள்ளே போனேன். மூணு பட்டிகள்ளே தொளாவினேன். நானு வரட்டுமின்னு எப்ப எப்பன்னு தடம் பாத்துக்கிட்டு இருக்காங்க. கூடை ரண்டும் நெறைஞ்சு போச்சு. மேக்கே போனதும் திரும்ப வேண்டியதுதான்."

வியாபாரம் இருவருக்கும் நன்றாக நடைபெறுகிறது.

"கந்தப்பா" என்றான் பொன்னு.

"என்ன பொன்னனா?"

"நா ஒண்ணு கேக்கறேன். நெசத்தைச் சொல்லுவியா?"

"மாரியாத்தா அறிய நெசமாச் சொல்றேன். கேக்கறதை கேளு."

“இந்தா! நீ எப்பப் பார்த்தாலும் மாரியாத்தா அறியன்னு சத்தியம் பண்ணிக்கிட்டே இருக்காதே. மாரியாத்தாளை உட்டா எங்கண்ணாணையான்னு சொல்லுவே, மாரியாத்தாளும் அறியப் போறதில்ல. உங்கண்ணணும் அறியப் போறெதில்ல. என்னை காட்டான்னு நெனச்சுக் கிட்டாயா? காப் பணம் குடு. எண்ணிக்கோ சத்தியம்! எத்தனை சாமி தலையிலே அடிக்கிறேன் பாரு!”

“எம்டனா இருக்கறயா?” என்று சொல்லிவிட்டு, எழுந்து உட்கார்ந்தான் கோழிக்காரன் கந்தப்பன்.

“நீ பல ஊரு சுத்தினவே! பல ஊட்டுச் சோறு தின்ன வனப்பா! நீ எனக்குப் படி அளக்கறயா? உங்கிட்டே பொய் பேசோணும்னு எந்தலையிலே எளுதி இருக்குதா?” என்றான்.

பொன்னப்பன் சிரித்துக்கொண்டு, “கோவிச்சுக்கிறயே?” என்றான்.

“அட நமக்குள்ளே கோவம் என்ன? பெரிய பண்ணாடியும் சின்னப் பண்ணாடிகளுமாட்ட கோவிச்சுக்கிறதுக்கு பூமி காடுகளா நம்மிளுக்கு இருக்குது?”

“அப்படியும் இருந்திட்டா, ஆளைக் கையிலே புடிக்க முடியாது!”

“சத்தியமாச் சொல்றேன். வச்சத்தைக் கட்டிவெச்சாலும் நா இங்கிருக்க மாட்டானப்பா” என்றான் கோழிக்காரன்.

வேலாத்தாள் வருவதாகக் காணோம். வெயிலை தந்தையும் மகளும் பொருட்படுத்தவே இல்லை. காற்று மழையையுமே லட்சியம் செய்யமாட்டார்கள். இந்த வெயில் அவர்களை என்ன செய்துவிடும்? நிலத்தின் காந்த சக்தி அதுதான். நிலத்தில் இறங்கிப் பாடுபடுகிறவனுக்கு இயற்கைச் சக்திகளையும் எதிர்க்கத் தெரிந்திருக்கிறது.

“கதைக்கு வாப்பா” என்றான் கந்தப்பன். நெடுநேரம் ஊர்க் கதைகளைப் பேசிக்கொண்டு இருந்தார்கள். கோழிக்காரன் நியாயமாகத்தான் உருப்படிகளை வாங்குகிறான். தெரிந்தவர் தெரியாதவர் – அதாவது, கோழி மார்க்கட் நிலவரம் – எல்லோருக்குமே மனம் கோணாமல் பணம் தந்துவிடுகிறான். “தலையில் அடிச்சு வாங்கிப்போய் நான் என்ன கோட்டையா கட்டிக்கப் போறேன்” என்றான் கந்தப்பன்.

அவர்கள் இருவருக்குள்ளும் இன்னொரு கருத்து ஒற்றுமை. இந்த அப்பாவி சனங்கள் எதற்காக ஊர் சேரியைக் காத்துக் கொண்டு கிடக்கிறார்கள்? இங்கே பிழைப்புக்கு வழியே கிடை யாது. நிலத்தை நம்பலாம், நம்ப வேண்டியதுதான். யாரெல்லாம் நிலத்தையே சொர்க்கமாகப் பாவிக்கலாம்? தண்ணீர் வசதியுள்ள வர்கள், பண்ணாடியைப் போல், அவருடைய சம்பந்தியைப் போல், நூற்றுக்கு இரண்டொருவர் கிணறுகளில்தான் தண்ணீர் வற்றாமல் இறைக்கும்படி இருக்கிறது. மற்றவர்கள் கதி என்ன? காட்டைக் கரண்டுகொண்டிருந்தால், வயிறு நிறைந்துவிடுமா? பஞ்சப் பிரதேசம் என்றாலும் இது பஞ்சைப் பிரதேசம், எந்தத் திக்கிலிருந்தும் வாய்க்கால் திட்டங்களுக்குள் அடங்குவதில்லை இந்த வட்டாரம். இவர்கள் ஏன் எலும்பும் தோலுமாக நாட்களை எண்ணிக்கொண்டு இருக்கிறார்கள்?

"அவுங்களை எங்கே போகச் சொல்றே? எமலோகத்துக்கா?"

"உன்னைக் கேட்டா வேறே என்ன சொல்லுவே? அங்க முத்தைக் கேட்டுப் பாரு. அவன் எத்தனை குடும்பத்துக்கு உசிரு குடுத்திருக்கறான் தெரியுமா?" கோழிக்காரன் உற்சாகமாகப் பேசினான்.

"யாரப்பா அங்கமுத்து? அவன் என்ன சாமியா, உசிரு குடுக்கறதுக்கு?" என்றான் ஆச்சரியமாகப் பொன்னப்பன்.

"சாமி அவன் இல்லேப்பா. அவங்க அம்மா. பூசாரிச்சி மகன் அங்கமுத்து தெரிஞ்சுக்கோ."

"பூசாரிச்சிக்கு மகன் ஒருத்தன் இருக்கானா?"

"அவன் இருக்கத்தானே, இப்ப எனக்குத் தெரிய நம்ம பக்கத் திலே இருந்து நாப்பது அம்பது குடும்பங்களை திருப்பூருக்குக் கூட்டிக்கொண்டு போயிட்டான்."

"அதுலே அவனுக்கு என்ன லாபம்?"

"சாமி சொல்றதிலே அவுங்க அம்மாளுக்கு என்ன லாபம், அப்படித்தான், நல்லது செய்யறவங்களும் சில பேரு இருக்கத் தானப்பா வேணும்."

"அட! நீ பல எடஞ்சுத்தி பெரிய பெரிய பேச்சுகளாப் பேசிப் பழகிட்டே" என்று கூறிச் சிரித்தான் பொன்னப்பன்.

"இன்னொன்னைப் பாரு. என்னைப் போல ஆளுகிட்டே அப்படி வேலை வாங்கிக் குடுக்கற சக்தி இருந்தா – தலைக்கு

நூறு கொண்டாங்கோன்னு ரண்டு கையையும் நீட்டி வாங்கிக்குவேன்."

"முக்காத் துட்டுக்கு வக்கு இல்லாதவங்க கிட்டே முழுசா பச்சை நோட்டு கேட்டா எப்படித் தருவாங்க?"

"இப்பவே கையிலிருந்தா குடுக்கச் சொல்லுவே? மொத மாச சம்பளத்தை வாங்கனதும் குடுக்கறாங்க – போனஸ் – போனஸ்! வாங்கறப்போ தந்திட்டுப் போறாங்க."

"அவனாலே எப்படி வேலை வாங்கிக் குடுக்க முடியும்? அதை நீ சொல்லலியே அப்பனே?"

"அங்கமுத்து மில்லுக்கு மேஸ்திரி அப்பா – பெரிய மேஸ்திரி! நெனச்சுக்கோ!"

வாயைப் பிளந்து பொன்னப்பன் கேட்டுக்கொண்டிருந்தான். கோழிக்காரன் எத்தனையோ சங்கதிகள் தெரிந்து வைத்திருக்கிறானே! ஒரு சந்தேகம் வந்துவிட்டது பொன்னப்பனுக்கு.

"ஏப்பா! புதுசாப் போனா என்ன வேலை செய்யறது? அதுக்கு பழக்கம் வேண்டாமா? வேலை பழகிருந்தாத்தானே சேரலாம்?"

"மகாப் பெரிய பளக்கம்" என்று கோழிக்காரன் தூக்கி எறிந்து பேசினான். "பத்து நாளைக்கு மில்லுக்குள்ளே உட்டா நீ கூட மேஸ்திரியா வந்திருவே. அரியா எடுக்கறதுண்ணா தெரியுமாப்பா உனக்கு? சும்மா தார்க்குச்சிக் கூடைகளை எடம் மாத்தி வைக்கறது. பசங்க கொளுத்தித் தள்ளறாங்கப்பா அதிலே! சீவக் கொட்டையை எடுத்துக் கூட்டத் தெரியாது உனக்கு! ஒடம்பை வளைக்காமே உள்ளுக்குள்ளே திரிஞ்சுக்கிட்டிருந்தா போதும். பத்தாம் தேதி சம்பளம் கைக்குள்ளே வந்து உழுகுமப்பா. இங்கே மாளாத வெய்யில்லே பொளுதுக்கும் மமிட்டியைப் புடிச்சுப் பாரு. கடப்பாறையை எடுத்து பாறையைத்தான் ஒடைச்சுக்கிட்டு இரு. என்ன கெடைக்கும் நீயே சொல்லு" கோழிக்காரன் உணர்ச்சியோடு ஆவேசமாகக் கொட்டித் தீர்த்தான்.

வேலாத்தாள் வீட்டிற்குள் சென்றதைக்கூட அவர்கள் இருவரும் பார்க்கவில்லை. ஒரு மரத்தட்டத்தில் கச்சாயம், வடை, பச்சைமாவுகூட இருந்தது – கொண்டு வந்து அவர்கள் முன் வைக்கத்தான் திடுக்கிட்டு விழிப்படைந்தார்கள். தண்ணீர் செம்பைக் கையில் வைத்துக்கொண்டு, "இது வேணுமா?

கருப்பட்டிப் பானகம் கலக்கிக் குடுக்கட்டுமா?" என்று கேட்டாள்.

"ஆத்தா, இதையும் குடுங்கோ. பானகத்தையும் கலக்குங்க. ஆறாட்டமா இருக்கு. புளி தண்ணிக்கீது இருக்குமா? கம்மஞ் சோத்துப் புளிதண்ணி ஒரு மொடாக் குடுத்தாலும் இப்பக் குடிச்சிப் போடுவேன்" என்றான் பொன்னப்பன்.

கந்தப்பன், வேகமாகத் தட்டிலுள்ளதைக் காலிபண்ணுவதில் முனைந்திருந்தான்.

"என்னது? நம்ம சமுத்தி ஊட்டிப் பலகாரமா?" என்று கேட்டுக்கொண்டே, பண்ணாடி சாமிக்கவுண்டர் அங்கு வந்தார்.

9

சம்பந்திக் கவுண்டர் வீட்டு விழாவில் சாமிக்கவுண்டர் வராததைப் பற்றியே பலரும் பேசிக்கொண்டு இருந்திருக் கிறார்கள். அவர் காதிற்கும் அந்தப் பேச்சுகள் எட்டிற்று. அமைதியாகக் கேட்டுக்கொண்டார். ஒருவரிடமும் ஒன்றும் கூறவில்லை. அழைப்புச் சொல்ல வந்த ஆள், "நடுப் பண்ணாடிச்சிக்கு பொங் கொழந்தை பொறந்திருக்குதுங்க" என்று சொன்னபோது, "மகராசியாக இருக்கட்டுமப்பா!" என்று வாழ்த்தினார். வாழ்த்துவதைத் தவிர அவர் கூற என்ன இருக்கிறது.

மனக்கசப்பு மகனோடு. இவராகக் கசப்பாக நடந்துகொள்ள வில்லை. கசப்பு அடையும்படி அவர்கள் காரியங்களைச் செய்து கொண்டு போனார்கள். மனம் கசந்து, பண்ணாடி மவுனியாகி விட்டார்!

மருமகளுக்கு அந்த விஷயத்தில் பங்கில்லையா? ஏன் இல்லை. மருமகள் இரண்டு பேருமே, ஆதியிலிருந்தே இவர் தங்களை அன்பாக நடத்த மாட்டார் என்று எண்ணிக்கொண்டு தான் அந்த வீட்டிற்குள் அடியெடுத்து வைத்தார்கள். திருமண

விஷயமாக, இவர் தீவிரமாக முன்நின்று எல்லாக் காரியங் களையும் செய்யவில்லை. எப்படிச் செய்வார் அவர்? முதல் அனுபவம் ஒன்று போதாதா?

மனைவி வள்ளியாத்தா, வீட்டு விவரங்களை வெளியார் எந்த விதத்திலும் கண்டுபிடிக்க முடியாவண்ணம், கணவனை முன்னிறுத்தி – கணவன் பெயரிலே காரியங்களைச் செய்து கொண்டு போனாள். வேறு எந்தப் பெண்ணாலும் அவ்விதம் குடும்பத்தை அத்தனை ஆண்டுகள் கட்டி ஆண்டிருக்க முடியாது. மாமியாரிடம் மைந்தர்களும் ஒரு விதத்தில் அடங்கிக் கிடந்தார்கள். கணவன்தான் புதல்வர்களிடம் பேசுவதையே விட்டுவிட்டார். மருமகளோடு பேச வேண்டிய அவசியமே கிடையாது. மாமனார் முன்னிலையில் அவர்கள் வரவே மாட்டார்கள். குழந்தைகளோடுதான் அவருக்குத் தொடர்பு. அதுவும் இப்போது நிர்ப்பந்தமாக விடப்பட்டு விட்டதால் – விட்டுவிடும்படி நேர்ந்தால் – அவருக்கு எல்லாமே சாரமற்றதாக தோன்றிற்று.

முன்தினம், பேத்தி முத்தாயா தூரத்தில் நின்றுகொண்டு இந்தத் தோட்டத்திற்கு – சாளைக்கு தாத்தனைக் காண வரலாமா வேண்டாமா என்று யோசித்துக்கொண்டிருந்தாள். பத்து வருடமாக மார்பிலும் தோளிலும் போட்டுக்கொண்டு வளர்த்திய அந்தச் சின்னஞ்சிறு குழந்தை, அவ்வளவு ஆழமாகச் சிந்திக்கும்படி இருந்ததென்றால், பந்தமும் பாசமும் எந்தக் கணக்கைச் சேர்ந்தது?

முத்தாயா என்ன செய்வாள்? அவளுக்கு இளையது இரண்டும் – ராம, லட்சுமணர்கள் இவரிடமும் வந்ததிற்காகத் தண்டனை பெற்றார்களே தாயிடத்தில்! தாய்க்கு அப்படி அடிக்கக் கை எப்படித்தான் வந்ததோ?

ராம, லட்சுமணர்கள் தங்களுடைய மூத்த அக்காளுக்கு சாடை காட்டுகிறார்கள். கன்னத்தைத் தொட்டு, முதுகைத் தொட்டு – தலையைத் தொட்டு – லட்சுமணன் முழங்காலைக் கூட தொட்டு முத்தாயாளிடம் காட்டினான். அவனுக்கு, கணுக் கால் முழி வீங்கிவிட்டது போலும்! இனி அவர்கள் பாட்டனைப் பார்க்க கனவிலும் நினைக்கமாட்டார்கள். முத்தாயாளுக்கு எச்சரிக்கை செய்திருப்பார்கள். கால் எடுத்து வைத்தால் செமூமையாக உதைப்போம் என்று பெற்றோர் பயமுறுத்தி இருப்பார்கள். பாவம், தன்னைப் பார்த்தால் – ஒருவேளை குழந்தை வரத்தானே செய்யும்? பிறகு அதற்காக அது அடிபடுமே என்று கலங்கிய வாறு சாளைக்குள் செல்ல அடியெடுத்து வைத்தார். அந்தச்

சமயம் அங்கே வந்த மாரப்பன் என்ன செய்தான்? முத்தாயாளைத் தரதரவென்று இழுத்துக்கொண்டு போனான். கால் எப்படி குழந்தைக்கு வலித்ததோ? என்பதை எண்ணி வெகுநேரம் வருத்தப்பட்டுக்கொண்டிருந்தார் அவர்.

இரண்டாந்தரம், சம்பந்திக் கவுண்டர் அனுப்பிய ஆள் வந்தான். "கோயிலுக்குப் போக நீங்க வரட்டுமின்னு பாத்துக் கிட்டு இருக்காங்க!" என்று கூறினான்.

பண்ணாடிக்கு சிரிப்பு! மூன்றாம் தடவை சம்பந்தி ஆளை அனுப்பவில்லை. சம்பந்திக் கவுண்டருடைய தம்பி மகனே வந்திருந்தான்.

"பெரியய்யன் நீங்க வந்தப்புறம் எலையிலே உட்காரம்ணு சொல்லிகிட்டு இருக்காங்க" என்றான்.

சாமிக்கவுண்டர் தூங்கவில்லை. சும்மாதான் கண்ணை மூடிக்கொண்டு படுத்திருந்தார். அவர் தூங்குகிறார் என்று தெரிந்தால் அவன் சாப்பிட அழைப்பானா?

ஒரு கணம், அவர் யோசித்தபடி இருந்திருப்பாரோ? அதற்குள், வேலாத்தாள் பதில் கூறிவிட்டாள். "நாளைக்கு வந்து கொழந்தையைப் பார்க்கறம்ணாங்க. இண்ணைக்கு ஒடம்பு சரியில்லே. ஆனா, இதைப் போய் இப்ப அங்கே சொல்லாதீங்கோ."

சித்தப்பன் மகனுக்குச் சிந்தை குளிர்ந்துவிட்டது. பரம திருப்தி.

"சோறு உங்காமே போகாதீங்கோ" என்றாள் தொடர்ந்து வேலாத்தா. அவன் சிரித்துக்கொண்டே, "பலகாரம் குடுத்து உட்டிருக்கிறாங்க." என்று பாத்திரத்தோடு தந்துவிட்டுப் போனான். சம்பந்திக் கவுண்டருக்கும் தெரியும் நிச்சயம் பண்ணாடி வரமாட்டார் என்று. ஆனால், கச்சாயமும் பச்சை மாவுமாவது கொடுத்துவிடலாமே? தனக்கும் அவருக்கும் என்ன விரோதம்?

இயற்கையாக வேலாத்தாளுக்கு இந்தக் குணம் எப்படிப் பிடிபட்டது? நாலாவது வரைதான் படித்தாள். கவுண்டர், மகளைப் படிக்க வைக்கவில்லை. பையன்களைப் படிக்க வைத்த படிப்பினை, இரண்டு பிறவிகளுக்குப் போதுமே? பெண்ணையும் பள்ளிக்கு அனுப்பியிருந்தால்? இதென்ன விசித்திரம்? படித்து விட்டு – நன்றாகப் படித்துவிட்டு – அவர் பெண் இன்னும் நற்குணவதியாக பெயர் எடுக்கலாம். அவர் மனது சல்லடைக்

கண்களாக இப்போது துளைக்கப்பட்டிருக்கிறது! சாவகாசமாக அவரிடம் கேட்க வேண்டிய கேள்வி அது!

எத்தனையோ விஷயங்களை வேலாத்தாள் அவரிடம் சொல்வதில்லை. சொல்லக்கூடாது என்ற எண்ணத்தில் அல்ல. சொல்வதற்கு நேரம் கிடைப்பதில்லை. அல்லது அதையெல்லாம் போய் அவரிடம் சொன்னால் நன்றாகயிருக்குமா?

ஒரு ரூபாய்க்காக வீரக்கா ஊரெல்லாம் சுற்றினாள். யாரைக் கேட்டாலும் உதட்டைப் பிதுக்குகிறார்கள். 'நாங்களும் மொய் வைக்கத்தான் அலைந்துகொண்டிருக்கிறோம்' என்று மற்றவர்கள் கைவிரிக்கும்போது, வீரக்கா என்னதான் பண்ணுவாள்? மொய்க்கு மொய் வைக்காவிட்டால் கேவலம்! சுப்பக்காள் நாளைக்குச் சொல்லிக்காட்டுவாளே!

வீரக்கா, வெகுநேரம் சாளைப் பக்கம் காத்துக்கிடந்தாள். வேலாத்தாளைக் கேட்டால், கட்டாயம் 'இல்லை' என்று கூற மாட்டாள். ஆனால், பண்ணாடியோடு பாலதுளவு மணியக் காரர் 'மொண மொண'வென்று பேசிக்கொண்டே இருக்கிறார். வீரக்கா கீரை பறித்தாள். 'மடி' நிறைந்துவிட்டது. இனி என்ன செய்யலாம்? பாலதுளுவு மணியக்காரரின் 'சளசள'ப்பு எப்போது ஓயும்? அவர்களைத் தாண்டிக்கொண்டு வேலாத்தாளைப் போய்ப் பார்ப்பதா? உள்ளே பேசினாலும் வெளியே உட்கார்ந் திருப்பவர்களுக்குக் கேட்குமே? தவிர, பண்ணாடிக்கு அவள் 'கொழுந்தி' முறைமைக்காரி. பார்த்ததுமே, 'கொழுந்தியாளுக்கு இப்பத்தான் கண் தெரிஞ்சுதா?' என்று கேட்பார். 'உங்க ஊட்டுக் காரன் எந்தச் சீமைக்கு போயிட்டான்' என்று கேலி செய்வார். அந்த ஆசாமி, விதைக் கம்பையே தின்று தீர்த்துவிட்டு – கம்பு விதைக்க விதையில்லாமல் கண்காணாமல் எங்கோ போய் விட்டான். கடன் கிடைத்து, கம்பு வாங்கிக்கொண்டு அல்லவா ஆள் வந்து சேருவான்?

பாலதுளுவு மணியக்காரர், கடைசியாக வந்த காரியத்தை பண்ணாடியிடம் சொன்னார். அதைச் சொல்லத்தான் அத்தனை நேரமும் சுற்றி வளைத்துப் பேசிக்கொண்டிருந்திருக் கிறார். கிஸ்திக்குக் கட்டப் பணம் வேண்டி இருந்தது. மணியக் காரர்கள் மாட்டிக்கொள்வதே இந்தக் கிஸ்திப் பண விஷயத்தில் தான். கடைசியாக கட்டலாம் என்று இருப்பது. கடைசியாக மூச்சுதான் திணறும். பணம் பெயராது!

"எத்தனை? எளுபது ரூபாயா? அதுக்கென்ன, இப்படி மயங்கறீங்க?" என்று சொல்லிக்கொண்டே, "அம்மிணி" என்றார். "மாமனுக்கு எளுபது ரூபா எடுத்தாந்து குடு சாமி!"

பாலதுளுவு மணியக்காரர் பணத்தைப் பெற்றுக்கொண்டு, பூசாரியிடமிருந்து தப்பித்துக்கொண்ட ஆட்டைப்போல் பறந்து விட்டார் அங்கிருந்து. வழியனுப்ப வெளியே பண்ணாடியும் வந்துவிட்டதால், தடையின்றி உள்ளே நுழைந்தாள் வீரக்கா.

வேலாத்தாள், தன்னிடம் வீரக்கா கேட்குமுன் ஒரு ரூபாயை எடுத்துத் தந்தாள். வீரக்காவுக்கு மாத்திரமா? அப்படி நாலைந்து பேருக்கு வேலாத்தாள் கொடுத்திருந்தாள். ஆனால், ஒருவருக்கு தந்ததை இன்னொருவரிடம் சொல்லிப் பழக்கம் இல்லை அவளுக்கு.

தறிகாரச் சென்னியப்பன் மனைவிக்கு, விருந்திற்குச் செல்ல வில்லையே என்ற வருத்தம் இல்லை. 'பண்ணிக்கறி திங்க ரண்டணா இல்லையே என்று பெருந்துக்கம். 'ஒட்ட வளவிலே போயும் போயும் இண்ணைக்குத்தான் பண்ணி அடிக்கோணுமா' என்று சொலவச்சியிடம் சொன்னாள். சொலவச்சி, "இந்த மீனிலே இல்லாத ருசி பண்ணியிலே இருக்குதாக்கும்!" என்றாள். சொலவனுக்கு கொஞ்சம் அதிகமாக படுகையிலிருந்து மீன் கிடைத்துவிட்டால், நாலு குஞ்சுகள் தறிகாரன் பெண்டாட்டிக்கு அவன் தருவதுண்டு. நூல் சரடு வேண்டுமென்றால், தறிகாரன் வீட்டுக்குப் போகவேண்டி இருக்கிறதே!

"பண்ணிக்கறி ருசி உனக்கு தெரிஞ்சாத்தானே? நீ என்னத்தைக் கண்டே போ!" என்றான் அவன்.

"அப்படீன்னா வேலாத்தாகிட்டே கேட்டுப் பாக்கறது தானே?" என்று நுழைவு கூறினாள் சொலவச்சி. அவள் இரண்டு மூணு தரம் வாங்கிக் கைகண்டவள்! தானும் கூடப்போனால் பழைய பாக்கி வேலாத்தாளுக்கு நினைவுக்கு வந்துவிடுமோ என்று பயம்! ஆனால், வேலாத்தாள் இவர்களுக்கொல்லாம் தரும்போது, பணத்தைத் திருப்பி வாங்கிக்கொள்வோம் என்ற எண்ணத்தில் கொடுப்பதில்லை! திருப்பித்தர முடியாது அவர் களால் என்ற ரகசியம் பண்ணாடி மகளுக்குத் தெரியாதா என்ன?

ஒரு 'புட்டுமாவு'க்காக உருண்டு உருண்டு கதறிய மோர்க் காரியின் குழந்தை உருவம், வேலாத்தாளின் கண்களில் காலையி லிருந்து நிழலாடிக்கொண்டே இருந்தது. எந்தக் காலத்திலோ, மாடு கறந்துகொண்டிருந்தபோது 'மோர் ஊற்றி' இருக்கிறாள். இப்போது அவளுக்கே மோர் கிடையாது! ஆனால், மோர்க்காரி என்ற பெயர் மாத்திரம் நிலைத்துவிட்டது. புட்டுமாக்காரியிடம்

ஒரு மா தன்னால் முடிந்த மட்டிலும் கேட்டுப் பார்த்துவிட்டாள் மோர்க்காரி. "நீ மிந்திய பாக்கியே அரைப் பணம் மாசம் மூணு ஆகியும் குடுக்கிலையே! எங்கிட்டே கொட்டியா கிடக்குது குடுக்கறதுக்கு!" என்று கூறிவிட்டாள். குழந்தை கிணற்றடியில் விழுந்து விழுந்து புரண்டுகொண்டிருந்தது. தண்ணீர்க் குடத்தை இடுப்பில் வைத்துக்கொண்டு, ஒரு கையில் அதைப் பிடித்துக் கொண்டு இழுத்தால் அது வந்தால்தானே? அழுகையையும் நிறுத்த மாட்டேன் என்று துடியாய்த் துடிக்கிறது. "கெணத்துக் குள்ளே தூக்கிப் போட்டிருவன் பாரு" என்று தாய் மிரட்டி னாள். பிட்டு இல்லாத இவ்வுலகிலிருந்து தன் உயிரையே விட்டு விட்டாற்கூட தேவலை என்றிருந்ததோ என்னவோ அக் குழந்தைக்கு!

வேலாத்தாளால், இப்படிக் கண்றாவிகளைக் கண்டு சகித்துக்கொள்ள முடியாது. பிட்டுக்காரியிடம் ஒன்றுக்கு இரண்டாக வாங்கிக் குழந்தையின் கையில் கொடுத்தாள். 'தனக்கும் ஒண்ணு ஆச்சு!' என்று குடத்துக்காரி, பாங்காக குழந்தையை வீட்டிற்கு அழைத்துச் சென்றாள்.

அப்போது வேலாத்தாளின் மனதில், நெடுநாட்களுக்கு முன்பு நடைபெற்ற ஒரு காட்சி நீண்டு விரிந்தது. அவளுடைய சின்ன அண்ணன் பழனியப்பன், அவர்கள் தோட்டத்துக் கொய்யா மரத்திற்குக் காவலாக, புளிய விளாறுடன் உட்கார்ந் திருந்தான். மாரப்பனும் தகப்பனாரும் வந்த பிறகு வீடு செல்வான். விடியுமுன் சிறுவர்கள், ஆள் இல்லையென்று தெரிந்தால், கொய்யாக் காய்களைப் பறித்துக்கொண்டு கங்காணமாக ஓடி விடுவார்கள். பழனியப்பன் வசம் சிக்கிக் கொண்டால், அவ்வளவுதான் தோல் உறிந்துவிடும்.

வேலாத்தாள், பழுத்த பழம் ஒன்றைக் கொறித்துக் கொண்டிருந்தாள். அப்போது, அத்திக்காட்டான் தலைதெறிக்க ஓடிவந்தான். கடிநாயிடமிருந்து தப்பிக்கொள்கிறவன்கூட அவ்வளவு வேகமாக வரமாட்டான். 'ஏன்டா, தலையிலையா கல் உளுந்திட்டுது' என்று சின்னண்ணன் சொன்னது இன்னும் அவளுக்கு ஞாபகத்திலிருக்கிறது.

'ஆமாங்க' என்றான்.

பழனியப்பன் அசந்துவிட்டான்! வேலாத்தாள் வாய்க்குக் கொண்டுபோன கொய்யாப் பழத்தை அப்படியே வைத்திருந் தாள். அவள் கை, பாதி தூக்கியது தூக்கியபடி நின்று விட்டது.

அத்திக்காட்டானுடைய தகப்பனார் முன் இரவே இறந்து விட்டார். அடக்கம் செய்வதற்கு வழி பண்ணிவிட்டு சேதியை வெளியே தெரியப்படுத்தலாம் என்று விடியுமட்டும் அடக்கமாக இருந்திருக்கிறான். வீட்டிலுள்ளவர்கள் புலம்பல்கூட வெளியே கேட்கவில்லை! தந்தை செத்தது அவனுக்குப் பெருந் துக்கமாக இல்லை. அவர் சவத்தை நல்லவிதமாகக் காடு சேர்த்தக் காசில்லையே என்ற கவலைதான், பெரிய கவலையாக இருந்தது அவனுக்கு.

'பத்து ரூவா இருந்தாப் போதுமிங்க' என்றான் அத்திக் காட்டான்.

'காலிலே கவுத்தைக் கட்டி இளுத்து எறி! போடா' என்றான் பழனியப்பன்.

வேலாத்தாள் திகைத்துவிட்டாள். சிறுமிதான். இப்படியும் ஒரு மனிதன் பேசுவானா? இப்போது அவளுக்கு - பத்து ஆண்டுகளுக்குப் பிறகு - தந்தையிடம் சகோதரர்கள் நடந்து கொண்ட விதத்தைப் பார்த்த பின்னர், 'அண்ணன்மார்கள் வேறு எப்படி நடந்துகொள்வாங்க! இதில் ஆச்சரியப்பட என்ன இருக்கிறது?' 'ஆமா, அப்படித்தான் அவங்க நடப்பாங்க' என்று சொல்லிக்கொண்டாள்.

கிராமத்தில் ஏழ்மை நிறைந்திருந்தது. வறுமை தாண்டவ மாடிற்று. எந்தக் கிராமம்தான் வாழ்ந்தது? அந்த வட்டாரத்தில் எல்லாக் கிராமங்களின் நிலைமையும் அப்படித்தான் இருந்தது. இன்றைக்கு மட்டுமா? பத்து, இருபது, ஐம்பது, நூறு ஆண்டு களாக, அக்கிராமங்கள் இருந்த இடத்திலே இருக்கின்றன. இல்லை இல்லை, இடிந்தும், பொடிந்தும் நாளுக்குநாள் அவல கதிக்கு ஆளாகிக்கொண்டிருந்தன. இடிந்த வீட்டை எடுத்து நிறுத்த, மரமும் கல்லும் வாங்க வேண்டாமா? வசதியுள்ள சிலர்கூட, புதிதாகச் செப்பனிட தண்ணீர் கிடைக்கவில்லையே என்று தவித்துக்கொண்டிருந்தார்கள். குடிப்பதற்குத் தண்ணீர் கொண்டு வரவே தூரா தூரத்திற்கு நீர் உள்ள கிணறுகளைத் தேடி, கால் கடுக்க நடக்க வேண்டி இருக்கிறது!

பஞ்சத்தில் அடிபட்ட மனிதன் மனதும் பஞ்சையாகப் போக வேண்டுமா? வேலாத்தாள் தனக்குள் அடிக்கடி கேட்டுக் கொள்வாள். 'ஐயன் புத்தி அண்ணன்மார்களுக்கு ஏன் இல்லே?'

பண்ணாடிக்கே விளங்காத புதிர் அது. அவர் அன்பைச் சொரிந்தார். அன்பினில் குழந்தைகளைக் குளிப்பாட்டினார். செல்லம் கொடுத்து வளர்த்தார். பிரியம் என்றால் இத்தனை

அத்தனை என்று சொல்ல முடியாது. அப்படி வாஞ்சையுடன் இருந்தவருக்கு கிடைத்த பலன் என்ன?

பிள்ளைகளிடம் என்ன பலனை எதிர்பார்ப்பது பெற்றவன்! ஏன், மாரப்பனும் பழனியப்பனும் தங்கள் தங்கள் குழந்தைகளிடம் பிரியத்தோடுதானே இருக்கிறார்கள்? பெரிய பண்ணாடியின் போக்கு அவர்களுக்குப் பிடிக்கவில்லை, அல்லது அவர்கள் செய்கை இவருக்கு எட்டிக்காயாக இருந்தது.

பள்ளியில்தான் ஒழுங்காகப் படிக்கவில்லை; ஊருக்கு வந்த பிறகாவது சரியாக இருந்தார்களா? அந்தச் சின்னஞ்சிறிய கிராமத்தில் அவர்கள், தங்களுக்குத் தோன்றியதைச் சரியென்று செய்துகொண்டு போனார்கள். கஷ்டப்பட்டுச் சம்பாதிக்க வேண்டியதில்லை - இயற்கையாகப் புண்ணியம் பண்ணி விட்டார்களே!

'வயிற்றுக்குச் சோறுண்டு கண்டீர்! இங்கு வாழும் மனிதர்க்கு எல்லாம்' என்றான் கவி. சரியாகத்தான் சொன்னார். அன்ன விசாரம் அதுவே பெரிய விசாரம்! வயித்துப்பாட்டுக்கு நாயாக அலைந்து, மற்றவர்கள் திரிந்துகொண்டிருந்தார்கள். சும்மா சோற்றைத் தின்றுவிட்டு, இந்தச் சகோதரர்கள் பட்டியைக் காத்துக்கொண்டு கிடக்க முடியவில்லை.

சீட்டு ஆட்டம், ஏட்டு ஆட்டம், பூராக்கட்டு – நடந்து கொண்டிருக்கிறது. வறுமை வறுமை என்று, இல்லாதவன்கூட கையைக் கட்டிக்கொண்டா உட்கார்ந்திருந்தான்? துக்கத்தை மறக்க ஆடினார்களோ – ரண்டு காசு சம்பாதிக்க, களி தொடங்கினார்களோ? இவர்களும் கலந்துகொண்டார்கள். பண்ணாடி அதிலெல்லாம் ஈடுபடவில்லையென்றால் பண்ணாடியின் பிள்ளைகளும் ஈடுபடாமல் இருக்க வேண்டுமா?

தாயார் ரவிக்கை போட்டதில்லை. சாமிக்கவுண்டரே ஒரு நாள் சொன்னார், 'மருமக்கமாரே ரவிக்கை போட்டுக்கறாங்க!'

'ஏனுங்க, செத்தாலும் நா ரவிக்கையைக் கையிலே தொடுவேணுங்களா?'

பண்ணாடி சிரித்துக்கொண்டே, அப்பால் சென்றுவிட்டார். மாராப்புச் சேலையை இறுக்கிக் கட்டிக்கொண்டிருந்த இளம்பெண்கள், விதவிதமான ஜாக்கெட்டுகள் அணிந்து சினிமாவுக்குக்கூட சென்னிமலைக் கொட்டகைக்கு செல்கிறார்கள். முப்பது ஆண்டுக்கு முன்னிருந்த நிலைமையும், பாட்டன் காலத்து எழுபது வருடத்திற்கு முன்னத்தைய காட்சிகளையும்

பழக்கங்களையும், பண்ணாடிதான் மனத்திரையில் போட்டுப் பார்த்துக்கொண்டிருக்க வேண்டும். துணைக்குக் கணக்கய்ய ரையும் கூட்டிக்கொள்ளலாம்.

கணக்கய்யர் வீட்டுப் பெண்களும், பண்ணாடி மருமகள் இருவரும், குழந்தைகள் சகிதம் வண்டி கட்டிக்கொண்டு படம் பார்க்கப் போகிறார்கள். கணக்கய்யர் ஒரு வார்த்தை கூறுவ தில்லை. சொன்னால் கேட்க மாட்டார்கள் என்பது அவருக்குத் தெரியும். எப்போது கேட்கமாட்டார்கள் என்று நன்கு தெரிகிறதோ அப்புறம் அவர்களிடம் சொல்லித்தான் என்ன பயன்?

சுதந்திர பாரதம் உருவாக இன்னும் மூன்று ஆண்டுகள் இருந்தன. சுதந்திரத்தின் ஒளிக் கதிர்கள், தெரிகின்ற இடங்களில் தெரிந்திருக்கும் ஒளிச் சுடர், விழுகின்ற இடங்களில் விழுந் திருக்கும். ஆனால், ஒரத்தப்பாளையம்வாசிகள், வருகின்ற சுதந்திர பாரதத்தை எண்ணிப் பார்த்தார்களா! கோழிக்காரனும், மளிகைக்கடைக்காரனும், ஒருவேளை அதை நினைத்துப் பார்த்திருக்கலாம். ஏனென்றால், வெளி உலகைக் கண் திறந்து பார்க்கிற ஆசாமிகள் ஆச்சே அவர்கள்!

'எங்களைத்தான் எங்க ஐயன் ஒண்ணிலேயும் முன்னுக்கே உடுலீங்களே' என்று மாரப்பனும் பழனியப்பனும் ராசிப் பாளையம் மணியக்காரரிடம் அடிக்கடி குறைப்பட்டுக் கொள்வார்கள்.

'துரியோதனங் கூட்டம் என்ன செய்யச் சொல்றீங்க' என்பார் மணியக்காரர்.

அவர் எப்போதுமே அவர்களைத் துரியோதனங் கூட்டம் என்றுதான் சொல்லி மட்டந்தட்டுவார். உரிமையோடு செல்ல மாக அவர் அவ்விதம் அழைப்பதை கையில் கட்டிய கங்கண மாகப் பெருமையுடன் ஏற்றுக்கொண்டு சிரித்தபடி செல்வார் கள். அவர் என்ன சொன்னாலும் பொறுத்துக்கொள்வார்கள். 'சொல்றதைச் சொல்லிட்டுப் போங்க மாமா' என்பார்கள்.

ராசிபாளையம் மணியக்காரரின் கண்காணிப்பு எப்போதுமே உண்டு. அவரும் பல தரம் புத்தி சொல்லிப் பார்த் திருக்கிறார். அண்ணனும் தம்பியும், தெரிந்தோ தெரியாமலோ எதிலாவது தலை கொடுத்துக்கொள்வார்கள்! அவர்களால் சும்மா இருக்க முடியாது. மற்றவர்களும் அவர்களைச் சும்மா இருக்க விடுவதில்லை.

சென்ற வாரம், பக்கத்துக் காடு ஜப்திக்கு வந்துவிட்டது. காட்டுக்காரன், பழனியப்பன் உதவியை நாடினான். இதில் பணத்தைக் கட்டுவதைத் தவிர, உதவிக்கு வழி இல்லை. கடன் கொடுத்தவன் பல ஆண்டுகள் பொறுத்துப் பார்த்துவிட்டு, இனி இதுக்கு விமோசனமே கிடையாது என்று எண்ணி, டிகிரியை நிறைவேற்ற அமீனாவுடன் வந்திருந்தான். ஏதோ கொஞ்ச நஞ்சம் தந்துவிட்டு, தவணை கேட்டிருந்தால் போய்விடக்கூடிய ஆசாமி தான். ஆனால், பழனியப்பன் தன்னுடைய கவிண்டிக்கையை அமீனாவிடம் காட்டினான். அமீனா நேராக போலீசுக்குப் போய் விட்டான். கோர்ட் சம்மன் கிடைத்ததும் அண்ணன் தம்பி இருவரும் மணியக்காரரிடம் ஓடினார்கள்.

ஆண்டிப் பையனை அடிப்பது, ஆள்காரனை அடிப்பது, வெளியூர்காரன் குடித்துவிட்டு அந்த வழியாகச் சென்றால் கட்டி வைத்து உதைப்பது – இப்படி என்னவோ சில்லுண்டித்தனம்! ஒரு வேளையைப் போல் எல்லா வேளையும் இருக்குமா? ஆட்டுக்குட்டி அவரக்கொடியில் வாய் வைத்ததென்று, அதன் காலை முறித்துவிட்டான் மாரப்பன். "நீங்க பஞ்சாயத்துக்கு வாரதில்லீன்னு சொல்லுங்கோ, என்ற மொகத்திலே மீசை இருக்குமா இல்லியான்னு பாருங்கோ' என்று மணியக்காரரிடம் சீத்துப் பூத்தென்று சீறினான் காட்டுப்பாளையத்தான். ஓர் அடிதடிக் கலகத்தில் ஆறு மாதம் ஜெயிலுக்குப் போய்விட்டு, பத்து நாளைக்கு முன்தான் விடுதலை ஆகி வந்திருந்தான்.

மணியக்காரர் என்ன செய்வார்? பெரிய பண்ணாடி முகத்துக்காக – அந்தக் குடும்பத்தின் பெயர் கெடக்கூடாதே என்று எல்லாவற்றையும் தன்மேல் எடுத்துப் போட்டுக்கொண்டு மத்தியஸ்தம் பண்ணி வந்தார்.

'மாப்பிள்ளைக்காக இத்தனை நாளாட்ட வேல் வேல்னு திரியப்படாது' என்றார் மணியக்காரர்.

'செரிங்கோ!'

'பேத்துப் பிதிரு எடுக்கற வயது ஆயிப் போச்சு.'

'சொல்லுங்க மாமா.'

'சின்ன மாப்பிளே எங்கியோ பாக்கறாப்பலே இருக்குதே?'

'இல்லீங்க மாமா. கேட்டுக்கிட்டுத்தானுங்க இருக்கறேன்.'

மணியக்காரர் சுற்றுமுற்றும் பார்த்தார். அந்தரங்கமாக ஏதாவது அவர் பேசுவதாக இருந்தால், சுற்றிலும் பார்த்துக் கொள்வது அவரது வழக்கம்.

'அம்மிணிக்கு ஒரு நல்ல காரியம் பண்ண வேண்டாமா? சாதி சனம் என்ன சொல்லும்?'

மணியக்காரர் வேலாத்தாளின் திருமண விஷயமாகக் கூறியதும், அவர்கள் இருவரும் சற்று நேரம் அசைவற்றிருந் தார்கள். இதுவரை அந்தச் சிந்தனையே கிடையாது அவர் களுக்கு. தகப்பனுடன் சென்றுவிட்டாள் தங்கை. அவளைப் பற்றி கவலையோ மகிழ்ச்சியோ அடைந்துகொள்ள வேண்டி யவர் அவர்தானே? அப்படித்தான் எண்ணிக் கொண்டிருந் தார்கள் போலும்!

'நாங்க வாண்டாம்னா சொல்றோம்? இல்லே – எங்களைக் கேட்டுக்கிட்டுத்தான் என்னாச்சும் பண்ணோணுமா?' சின்னவன் சொன்னான்.

பெரியவனுக்கு மணியக்காரர் என்ன கூறப் போகிறார் என்பது தெரிந்துவிட்டது.

மாரப்பன், தம்பியைப் பேசாமல் இருக்கும்படி கையமர்த்தி விட்டு, 'பெரிய பண்ணாடிக்கு என்ன இல்லீங்க இப்போ? வெள்ளாமையும் நல்லா வெளஞ்சிருக்குதே! மாப்பிள்ளைக்கு என்னுங்க பஞ்சம்? என்றான்.

மணியக்காரர் தொண்டையைத் தீட்டிக்கொண்டார். இரண்டு தரம் பலமாகத் தீட்டினால், அவர் பேச்சை – வார்த்தை முடிவுக்குக் கொண்டு வந்துவிட்டார் – முடிக்கப் போகிறார் என்று அர்த்தம்.

'மாப்பிள்ளைக்கு பஞ்சமில்லே. அம்மிணி யோகக் காரியப்பா! ஆனா, பண்ணாடிக்கு நகைக்குத்தான் பஞ்சமப்பா. அந்த நகைகளை எடுத்துக் குடுத்திடுங்கோ' என்றார்.

இருவரும் பேசவில்லை.

'கணக்கய்யர்கிட்டே என்னுமோ கசாமுசான்னு சொன்னீங் களாம்! எங்க ஆத்தா நகையிலே எங்களுக்குச் சொந்தமில்லை யான்னு கேட்டீங்களாம். அதெல்லாம் நல்லா இருக்குமாப்பா' என்றார்.

ஒருவர் முகத்தை ஒருவர் பார்த்துக்கொண்டார்கள்.

மாரப்பன் வேறு பக்கம் பார்த்துக்கொண்டு, 'நடக்கிற காலத்துக்கு குடுத்தாப் போகுதுங்க!' என்றான்.

'துரியோதனங் கூட்டம் என்ன பண்ணுவீங்களோ?' என்று கூறிக்கொண்டே எழுந்தார் மணியக்காரர்.

ஆர். ஷண்முகசுந்தரம்

10

சொந்த வீட்டிலிருந்து வெளியேறும்படியான நிலைமை தமக்கு ஏற்படுமென்று சாமிக்கவுண்டர் நினைக்கவில்லை. அப்படி வெளியேறும்போது, மகளையும் தம்மோடு அழைத்துச் செல்லவேண்டி இருக்கும் என்றும் அவர் எண்ணவில்லை. அவ்விதம் முன்கூட்டியே யோசித்துப் பார்த்திருந்தால், முன் யோசனையோடு எவ்வளவோ காரியங்கள் செய்துகொண்டே வந்திருப்பார். அவராக ஏற்படுத்திக்கொண்டதுதான் அந்த நிலைமை. அவரை யாரும் போகச் சொல்லவில்லை. அவ்வளவு தைரியம் யாருக்கு உண்டு.

ஏதோ ஒரு வெறுப்பில் எழுந்தார். பல நாட்களாக அந்த வெறுப்பு, முளைவிட்டு பெரு மரமாக வளர்ந்து வந்திருந்தது. அது உண்மை! இடுப்பில் செருகி இருந்த சாவிக்கொத்தை கூடத்தில் வீசி எறிந்தார்! அதோடு, புதல்வர்களிடம் பூண்டிருந்த பாசத்தையும் உதறி எறிந்தார்! ஆனால், மகளை – மணமாகாத கன்னிப் பெண்ணை – அங்கே குடும்பத்திலே விட்டுவர மனம் வரவில்லை. அவருக்கு. 'வா! அம்மிணி!' என்றார். அவருக்கு முன் வேலாத்தாள் புறப்பட்டு வாசலுக்கு வந்துவிட்டாள்.

மனைவியின் நகைகள் இரும்புப் பெட்டியில் இருந்தன. ரொக்கமும் இருந்தது. பணம் கிடக்கட்டும். இந்தத் தோட்டத் திலிருந்து கிடைப்பது அவர்கள் இருவருக்கும் போதாதா? அங்கேதான் சாளைக்குப் போகிறோம் என்பது அவருக்குத் தெரியாதா? பணத்தை எடுத்துக்கொண்டு போய்த்தான் அடுப்பு மூட்ட வேண்டும் என்பதில்லை. அவர் வார்த்தைக்கு இன்னும் மதிப்பிருந்தது. பொருளை ஒரு நொடிக்குள் சுதாரித்துக் கொள்வார்.

“இந்தாங்க, இந்த நகைகளை நம்ம அம்மிணி கல்யாணத் துக்கு வெச்சிக்குங்க’ என்று நோய்ப் படுக்கையில் வீழ்ந்ததும், மனைவி கூறி இருந்தாள். மனைவியின் கடைசி ஆசையை அவர் நிறைவேற்றி வைக்க வேண்டாமா? காலஞ்சென்ற மனைவியின்– அவளுடைய ஆசை ஒருபுறமிருக்கட்டும். அன்னையின் நகைகளை மகளுக்குத் தருவதில் என்ன தடை? புதல்விக்குச் சேர வேண்டியவைதானே அவை? தலை துண்டாகப் போனாலும் தரமாட்டோம் என்று அந்த அடாவடிக்காரர்கள் சொன்னால் அதன் அர்த்தம்? ஆளைத் தூக்கிக் கனம் பார்க்கிறார்களா? கைவரிசையைக் காட்டுகிறார்களா? ‘நம்மை யார்ரா என்ன பண்ணிப் போடுவான்?’ என்று வீம்பா? என்ன கருத்தில் அப்படிக் கூறினார்கள் பண்ணாடியின் மக்கள்?

கணக்கய்யர் ஒவ்வொரு கேள்வியாகக் கேட்டு, அவரே ஒவ்வொரு பதிலும் தமக்குள் சொல்லிக்கொண்டிருந்தார். பண்ணாடி, சற்று தூரத்தில் வண்டிக்காரனோடு பேசிக் கொண்டிருந்தார். பேச்சு முடிவதாகக் காணோம்.

புரட்டாசி மாதத்து முன்னிரவு. மங்கலான வெளிச்சத்தில், வண்டிக்காரக் கருப்பனுடைய முகத்தில் இருளோடிக் கிடப்பது கணக்கய்யருக்கு தெரிந்தது. என்றைக்குத்தான் அவனுடைய முகம் ஒளி படைத்திருந்தது? ‘கவுண்டரிடம் பணத்திற்காக வந்திருப்பான். கேட்கிற பணத்தை வெளிச்சத்தில் கேட்டுத் தொலைப்பதற்கு என்ன?’ என்று கணக்கய்யர் சபித்துக் கொண்டிருந்தார்.

இத்தனை நாளும் எப்படியோ தாக்குப் பிடித்துவிட்டான். இனிக் கருப்பண்ணனுக்கு ஒன்றும் எடுபடாது. பெரிய குடும்பம். எலும்பும் தோலுமாக ஒரு கிழட்டுக் காளையை வைத்துக் கொண்டு – அந்த சீவனுக்கே வயிற்றுக்குத் தரமுடியாத

நிலையில்– குடும்பத்திலுள்ள குட்டி குருமான்களின் வயிற்றை எப்படி அவன் நிரப்புவான்?

முதலில் பண்ணாடிகூட, வண்டிக் காளை வாங்கப் பணத்திற்கு வந்திருப்பான் என்று நினைத்தார். கருப்பண்ணன் ஊரைவிட்டே செல்லத் தீர்மானித்துவிட்டான்!

“அட, வெளியூர்லே போயி இத்தனை புள்ளையும் குட்டியையும் வெச்சு எப்படிக் காப்பாத்துவே!” என்று கேட்டார்.

“கைவண்டி இழுத்துப் பொளச்சுக்கலாமுங்கோ. பிச்சை எடுத்தாலும் நம்ம ஊரு மொகத்திலேயே முளிக்கப்படாதுங்க.”

“எல்லாமே வெறுத்துப் போச்சா?” என்று சிரித்துக் கொண்டே கேட்டார்.

“ஆமாங்க, வெளியூர்லே வேலைக்குப் பஞ்சமில்லீங்கோ. சின்னஞ் சிறுசு எல்லாமுக்குமே வேலை இருக்குதுங்களாம். திருப்பூருக்குப் போய்ச் சேர்ந்திட்டம்ணா போதும்.”

“அப்படி யார்ரா செல்றா?” என்றார் அவர்.

பூசாரிச்சியின் மகன் அங்கமுத்து கூறுவதாகவும், பல பேருக்கு அவன் வேலை வாங்கித் தந்து அவர்கள் அனைவருமே வயிறாரக் கஞ்சி குடித்துக்கொண்டு இருப்பதோடு, நகை நட்டு, பாத்திர பண்டங்கள், நல்ல சேலை துணி உடுத்திக்கொண்டு நன்றாக இருப்பதாகவும் விவரித்துக் கூறினான் கருப்பண்ணன். பிரயாணச் செலவிற்குப் பணம் கிடைத்தால், கருப்பண்ணனும் அவன் குடும்பமும் பிழைத்துக்கொள்ளும்!

“செரி, காலம்பர வா! குடுக்கறேன்” என்றார் பண்ணாடி. கருப்பண்ணன் சென்ற பின்னரும், அதே இடத்திலேயே அவர் நின்றுகொண்டு தீவிரமாகச் சிந்தித்துக்கொண்டிருந்தார். ‘பூசாரிச்சிக்கு ஒரு மகன் இருக்கிறானா? பரோபகாரியாகவும் இருக்கிறானே! ஊர்ச் சனங்களை விரைவில் குடி எழுப்பி விடுவான் போலிருக்கிறதே! அங்கமுத்தா... ஆமாம், அவன் அந்த அங்கமுத்து ஒருநாள்கூட எதிர்ப்படவில்லையே?’ என்று நினைத்துக்கொண்டு, மடியிலிருந்து ஒரு பாக்கைக் கையில் எடுத்தார்.

“இங்கே நிக்கறனுங்கோ” என்று குரல் கொடுத்தார் கணக்கய்யர்.

கருப்பண்ணனோடு பேச்சு முசுவில், அவர் அய்யரை மறந்து விட்டார்!

சாளைக்கு உள்ளே ராந்தல் எரிந்துகொண்டிருந்தது. முன்புறம் ஒரு விளக்கு. உள்ளே பெரிய ராந்தல். வேலாத்தாள் சமையல் வேலைகளை முடித்துவிட்டாள். புரட்டாசி சனிக் கிழமை. இரவில் உப்புமா மட்டும் உண்பார்.

"ரவை கெழறி ஆச்சு! ஐயனைக் காணமே?' என்று எட்டிப் பார்த்தாள் வேலாத்தாள்.

தென்னை மரத்திற்குக் கீழே வாய்க்கால் மீது, தந்தையும் கணக்கய்யரும் உட்கார்ந்திருந்தார்கள். அங்கே உட்கார வசதியாக, பெரிய கற்கள் இரண்டு கிடந்தன. அந்த வசதிக்காக அவர்கள் இங்கே போகவில்லை. அந்தரங்கமாகப் பேச, அந்த இடத்தைத் தேர்ந்து எடுத்திருந்தார்கள். அந்தரங்கம் என்ன அப்படி! அதெல்லாம் ஒன்றுமில்லை. மகளுடைய கல்யாண விஷயமாக, எந்த ஊரில் எந்த மாப்பிள்ளை இருக்கிறான்? யாருக்கு வேலாத்தாளைக் கொடுக்கலாம் – என்பதை ஆராய்ந்துகொண்டு இருப்பார்கள். மகளுக்குக் கேட்கும்படியாகப் பேசக்கூடாது என்பதில்லை. தன்னுடைய திருமணத்தைப் பற்றி பெரியவர்கள் பேசிக்கொண்டிருக்கும்போது, எந்தப் பெண்தான் பக்கத்தில் நின்று கேட்டுக்கொண்டிருப்பாள்?

வேலாத்தாளுக்குத் தனித்து நிற்க நேரம் ஏது? அவளைச் சுற்றி ஊரிலுள்ள முக்கால்வாசிப் பெண்கள் கூட்டம், சதா சுழமாடிக்கொண்டே இருக்கும். வெற்றிலைச் சருகுக்கு வரும் குப்பாத்தாள்கூட, விரைவில் அங்கிருந்து நகர மாட்டாள்.

கணக்கய்யரின் சகோதரி பார்வதி அம்மாளை அழகு மலைக்கோவில் அய்யருக்குக் கட்டிக் கொடுத்த மறு ஆண்டே தாய்வீட்டுக்குத் திரும்ப வேண்டிய பரிதாபம் ஏற்பட்டுவிட்டது. நாற்பது வருடங்களுக்கு முன்பு நடந்த சங்கதி. ஒரே நாள் நெஞ்சுவலியில், அவர் இளம் மனைவியை நிர்க்கதிக்கு ஆளாக்கி விட்டு கண்ணை மூடிவிட்டார். கணக்கய்யர் தம்முடைய சகோதரி பார்வதி அம்மாளை, மூன்றாம் நாளே கூட்டிக்கொண்டு வந்து, "இங்கேயே ராமா, கிருஷ்ணா என்று காலத்தைக் கழித்துக்கொண்டு இருந்துவிடு. ஏதோ மிச்சமிருக்கிற காட்டைப் பங்காளிகளே அனுபவித்துக்கொண்டு போகட்டும். ஒண்ணானப்பட்ட தெய்வமே ஒதுங்கிவிட்ட பிறகு, சில்லரைச் சாமிகளோடு சச்சரவு எதற்கு?" என்று கூறிவிட்டார். இப்போது

பார்வதி அம்மாளுக்கு ஒரு நல்ல வேலை கிடைத்துவிட்டது! ராமாயணம், பாரதம் படித்துக் காட்டலாம். வேலாத்தாளும் விரும்பிக் கேட்கிறாள். கிருஷ்ண விஜயத்தை அடிக்கடி படிக்கச் சொல்கிறாள். முதற்காரியமாக பார்வதி அம்மாள், அல்லி அரசாணி மாலை, பஞ்சபாண்டவர் வனவாசம், பவளக்கொடி சரித்திரம் முதலானவற்றை மூட்டை கட்டி தூரத்தில் தூக்கி வைத்துவிட்டாள். 'அட்டாரியிலேயே போட்டிட்டீங்களே அம்மா!' என்று சின்ன பண்டாரத்தின் சம்சாரம்தான் அதற்காகக் கவலைப்பட்டுக்கொள்கிறாள்.

'அவங்களே வனவாசம் மேக்கொண்டாப்பலே இருக்காங்க!' என்பாள் பார்வதி அம்மாள்.

'கடைசிலே ராமருக்கு பட்டாபிசேகம் நடக்கலீங்களா அம்மா?' சின்னப் பண்டாரத்தின் மனைவி சாமானியப் பட்டவளா?

'வேலாத்தாளுக்கும் திவ்யமாகக் கல்யாணம் நடக்கத்தான் போறது ...'

பார்வதியம்மாள் கூறிக்கொண்டிருக்கும்போதே நாணத்தால் வேலாத்தாளின் முகம் சிவக்கும்!'

சாளையிலே – அந்தத் தோட்டத்திலே – வேலாத்தாளைச் சுற்றி நின்றிருந்த பேச்சுகளிலே இனிமை கலந்திருந்தது. ஆனந்தம் விம்மிற்று! அழகுகூட இருந்தது! ஆம், அழகியைப் பற்றிய அழகான பேச்சுகளில் அழகு வீசுவதில் என்ன வியப்பு?

சாமிக்கவுண்டரின் மனத்தில் என்ன இருந்தது? அவருக்குத் தம்முடைய மனத்திலே அணுவளவுகூட சோகத்தின் சாயல் படியக்கூடாதென்ற நினைப்பைத் தவிர வேறொன்றும் இல்லை. வேறு என்ன இருக்க முடியும். அவர் உள்ளத்திலே?

நகைகளைக் குறித்து அவர் கனவிலும் கருதவில்லை. என்ன, பெண்களா, நகையைப் பற்றி எண்ணிக்கொண்டிருக்க! திடீரென்று மனைவியின் நகைகளை யார் ஞாபகமூட்டினார்கள்?

உள்ளூர் கோவிந்தசாமிக் கவுண்டரின் மனைவி வேலாத் தாளிடம், 'எங்க அக்கா மக கல்யாணத்துக்குப் போயிட்டு முகூர்த்தம் பார்த்ததும் வந்திடுவேன். வந்த ஒடனே களட்டிக் கொண்டாந்து குடுத்தர்ரேன். சங்கிலியையும் வளையலையும் மாத்திரம் குடு அம்மிணி' என்றாள்.

'ஐயோ! எங்கிட்டே இல்லயேயக்கா! நகைக்கு நா எங்கே போவேன்' என்றாள்.

'உங்க ஆத்தாளுது இருக்குமல்லோ. நீ சித்தெ வெள்ளிக் கிளமீன்னு பாக்காதே' என்றாள் கோவிந்தசாமியின் மனைவி.

வெள்ளிக்கிழமையென்று தயங்கிக்கொண்டு தராமல் இருப்பவளா வேலாத்தாள்?

'எங்க ஆத்தா நகை எங்கிட்டே ஏது அக்கா?' என்றாள்.

இந்தப் பேச்சைக் கேட்டுக்கொண்டிருந்த சாமிக்கவுண்டருக்கு, இத்தனை நாளும் மகளுக்கு ஒரு சிறு சங்கிலிகூட செய்து போடாமல் எப்படி இருந்தோம் என்ற ஆச்சரியம், கவலை எல்லாமே உதித்துவிட்டது. அடுத்த நாள் பொன்னப்பனை காங்கயத்திற்குப் போய் ஐந்து பவுன் சங்கிலி வாங்கிக்கொண்டு வரச் செய்தார்.

சங்கிலி நன்றாகத்தான் இருந்தது. பார்வதி அம்மாள், 'நம்ம சொத்து நம்ம கைக்கு வரவேண்டியதுதானுங்களே! பொண்ணைப் பார்க்க வர்ரவங்க, கையையும் கழுத்தையும் பாப்பாங்களே' என்றாள். கணக்கய்யருக்கு விஷயம் எட்டிற்று. ராசிபாளையம் மணியக்காரரை முடுக்கிவிட்டார். யார் போய்க் கேட்டு என்ன பிரயோசனம்? புத்திரர்கள் இருவரும் நழுவுகிறார்களே! தகப்பனாரின் நெஞ்சில் தணலைக் கரைத்துவிட்டவர்களுக்கு, தங்கையின் இதயத்தில் அனல் பொறியைத் தூவுவதுதான் பெரிய காரியமா?

கணக்கய்யரும் சாமிக்கவுண்டரும் மரத்தடியில் பேசிக் கொண்டே இருக்கிறார்கள். பட்டண ரவை ஆறிப்போனால் கெட்டியாகக் கட்டி சேர்ந்துவிடுமே என்ற கவலை வேலாத்தாளுக்கு!

கொட்டாவிக்காரக் குப்பு மூப்பன், பெரிய பெரிய கொட்டாவிகளாக விடத் தொடங்கினான். இந்நேரத்திலேயே தொடங்கி விட்டானே! இனி விடியுமட்டும் எத்தனை கொட்டாவிகள் விடுவானோ?

"ஏனுங்க, ரம்பநேரம் ஆகி இருக்குமிங்களா? புள்ளெ பாத்துக்கிட்டு இருக்காது?" என்று சாளைப்புறம் பார்வையைச் செலுத்தினார் பண்ணாடி.

பார்வதி அம்மாள் கிருஷ்ண விஜயம் படித்துக்கொண்டு இருப்பது அவர்களுக்குத் தெளிவாகக் கேட்டது.

"நேரம் ஒண்ணும் அப்படி ஆகலீங்கோ! குப்புமூப்பன் அப்படித்தானுங்க நேரங்கெட்ட நேரத்திலே எளுப்பி உட்டுறு வானுங்கோ" என்றார் கணக்கய்யர்.

"எங்கண்ணும் மூடறதில்லீங்களே! படுத்தாத் தூக்கமா வருது?" என்றார் பண்ணாடி. அவர் மனது விழித்துக்கொண்டு– கொட்டிக்கொண்டே – இருக்கிறதே! விழிப்புடன் மனிதன் இருக்க வேண்டியவன்தான்! ஆனால், இப்படி விழிப்பு கூடாது!

'ஒரேடியாக் கண்ணை மூடட்டா!' என்று ஒரு கணம் நினைத்தார். உடனே அவருடைய தேகமே குலுங்கிற்று! ஆடிற்று! சம்மணம் போட்டு உட்கார்ந்தார் பண்ணாடி.

மங்கிய அந்த இருளிலும் அவருடைய உடம்பு சிலிர்த்து அடங்கியதைக் கணக்கய்யர் கவனித்தார்.

"பண்ணாடிக்கு நா எத்தனை வருசம் மூத்தவனா இருப்பனுங்க? பத்துப் பதனஞ்சு வருசமே இருக்குமிங்க. எழுவதைத் தாண்டீருப்பனுங்க" என்றார் கணக்கய்யர். இந்த வயதிலும் – எழுபதைக் கடந்தும் எவ்வளவு உற்சாகமாகக் காரியங்களைப் பார்க்கிறார்! குரல்தான் என்ன கம்மிவிட்டதா? உம்... பல்லே போகவில்லை! உறுதியாக இருக்கிறது! பல்லுப் போனால் அல்லவா கணக்கய்யர் சொல்லுப் போகும்!

வெகுநேரத்திற்கு முன்பே கேட்க வேண்டுமென்ற கேள்வியை கணக்கய்யர் கேட்டார். "உங்களுக்கு, முந்தியே சாமி ஆடறவளைத் தெரியுமிங்களா?"

"யாரு, பூசாரிச்சியைங்களா?"

"ஆமாங்கிண்ணா! அண்ணைக்கே கேக்கலாமுன்னு..." என்றார் கணக்கய்யர்.

உங்களுக்கு பலன் சொல்லச் சொல்லுட்டுங்களா" என்றார் பண்ணாடி.

கணக்கய்யர் சிரித்துக்கொண்டு, "எனக்கெதுக்கு? நம்ம நடுப் பண்ணாடிக்கு, மாரப்பனுக்குத்தான் பலஞ் சொல்லீட்டு இருக்கா. மணியக்காரர்கிட்டே வகையா குடுமை மாட்டிக்கிட்டு இருக்குதிங்கோ. சின்னப் பண்ணாடி குறுக்கே திரும்பினாலும் பெரிய மகன் நம்ம ஆத்தா நகைகளை எடுத்துக் குடுத்திருவானுங்க.

நேத்துப் பொறந்தவங்க என்னை ஆளம்பாக்க முடியுமிங்களா? இல்லே எஞ் சொல்லைத்தான் மீர்றதுக்கு ஆகுமுங்களா?" என்றார்.

சாமிக்கவுண்டர் பல புதிய விஷயங்களைத் தெரிந்து கொண்டார். ஒவ்வொரு சங்கதியும் அவருக்குத் திகைப்பூட்டு வதாக இருந்தது!

வேலைக்காரி மீனாட்சியை வெகுகாலத்திற்கு முன்பே மறந்துவிட்டிருந்தார். திடீரென்று ஒருநாள் தோன்றினாள். அதுவும் எப்படித் தோன்றினாள்? எந்த சந்தர்ப்பத்தில் அவர் முன் எதிர்ப்பட்டாள்?

மின்னலைப்போல் தோன்றி – மணப்பந்தலுக்குச் செல்ல வேண்டிய மைந்தனின் கண்ணில் மாயப்பொடியைத் தூவி – அவனை மோகாந்தகாரனாக்கி, விழிகளை, இதயத்தைக் குருடாக்கி, எங்கோ இட்டுச் சென்றாள். அந்தக் காட்சியை நேருக்கு நேராகக் கண்டும், செயலற்று நின்றார். எங்கே அழைத்துச் சென்றாளோ? அதுவரை எந்த இடத்தில் காத்திருந்தாளோ? ஆனால், மறுபடியும் ஏன் அவள் தன்னுடைய அஸ்திரங்களைப் பயன்படுத்தி கட்டிப்போட்டுச் செல்வனைச் சிறைப்படுத்த வில்லை? என்ன காரணத்தாலோ விட்டுவிட்டாள். அல்லது இவன் விடுபட்டு வீடு வந்து சேர்ந்துவிட்டான். இத்தனை நாட் களுக்குப் பின்னர், இங்கு ஏன் மறுபடியும் தோன்றி இருக்கிறாள்? மாரப்பனோடு இப்போதும் தொடர்பு இருக்கிறதா? இல்லையென்றால், பழங்காதல் புதுப்பிக்கப் புது முயற்சி ஏன் நடைபெற்றுக்கொண்டு இருக்கிறது?

சாமிக்கவுண்டர் அடுக்கடுக்காக விசிறி அடிக்கும் எண்ண அலைகளால், இதயக் கரை தகர்த்தப்பட்டவராகத் திணறித் தத்தளித்தார்!

பூசாரிச்சியின் பிரதாபம் பரவிவிட்டது. எங்கெங்கிருந்தோ வண்டிகள் வருகின்றன. பொழுதிற்கும் காத்துக்கிடக்கிறார்கள். காட்டுக்குள்ளேயே சோறு ஆக்கித் தின்கிறார்கள். தேர் திரு விழாவுக்குப் போவதுபோல், ஒவ்வொரு வாரமும் கூட்டம் அதிகரித்துக்கொண்டே போகிறது. ஆமாம், இந்த யோசனை யாருக்குத் தோன்றியிருக்கும்? தன் மகன் மாரப்பன் அவ்வளவு பெரிய புத்திசாலியா? என்று நினைத்துக் குழம்பிக் கொண்டி ருந்தார்.

பூசாரிச்சி குடிசை போட்டிருக்கும் காட்டுக்குள் வருகிற வண்டிகளுக்கு – நாலணா வீதம் வசூல் செய்வது – நூறு நூற்றம்பது வண்டிக்குமேல் வெள்ளிக்கிழமைகளில் அங்கே வந்துவிடுகிறதே! வாரம் ஐம்பது அறுபது ரூபாய் என்றால், மாதத்திற்கு எவ்வளவு வசூல் ஆவது? நல்ல வரும்படி! கஷ்ட மில்லாத வரும்படி! ஆனால், அவள் அந்த வருமானம் தனக்கு வேண்டாம் என்று கூறிவிட்டாளாமே! சொல்லாமல் என்ன செய்வாள்? காடு அவளுக்கா சொந்தம்?

காட்டுக்குச் சொந்தக்காரன் எங்கிருக்கிறானோ? அந்த ஆள்தான் திரும்பியே வரவில்லையே? ஆனால், மாரப்பன் – தனக்கு அந்த இடம் சொந்தமென்று எவ்வாறு உரிமை கொண்டாடுவான்? தடுப்பதற்கு யாரும் இல்லாதவரை, மறுப்பதற்கு எவரும் முன்வராதவரை – மாரப்பன் தனிக்காட்டு ராஜாதான். சாமி கேட்க வருகிறவர்களுக்கு, கால் பணம் பெரிதல்ல. வண்டி உள்ளே நுழையும்போதே சுங்கம் தரச்சொல்லி, கையை நீட்டினால், யாரும் கொடுக்கத்தான் செய்வார்கள். ஆனால், அந்தச் சூட்சுமத்தை அறிந்த மணியக்காரர் தம் எதிர்ப்பைத் தெரிவிக்கலாம். மணியக்காரர் விளாறுவிட்டால் பூசாரிச்சி குடிசையைத் தூக்க வேண்டியதுதான். இந்த அரிய சந்தர்ப்பத்தைச் சரியானபடி பயன்படுத்தி, மாரப்பனையும் அவன் தம்பியையும் வழிக்குக் கொண்டுவரச் செய்துவிட வேண்டும் என்பது, கணக்கய்யரின் யோசனை! எப்படியோ பெரிய பண்ணாடிச்சியின் நகைகள் – பிள்ளைகளின் பிடியிலிருந்து சாமிக்கவுண்டரின் கைகளுக்கு வந்துவிட வேண்டும். வேலாத் தாளை அலங்கரிக்க அந்த அணிகள் கிடைத்தால் போதும்! கணக்கய்யர் பரம திருப்தி பட்டுக்கொள்வார்.

சாமிக்கவுண்டரை இப்போது வருத்திக்கொண்டிருக்கிற விஷயம் வேறு! மீனாட்சியின் இந்த வருகை – புது வேடம் – தம்முடைய குடும்பத்தின் பழைய விவகாரங்களைக் கிளறி விட்டுவிட்டால் என்ன செய்வது? மகளுக்குத் திருமணமாகி விட்டால், அவருடைய கவலைகள் அடியோடு ஒழிந்து போகும். அதற்குமுன், குடும்ப மரியாதை பாதிக்கும்படியாக – அவச் சொல் கிளர்ந்தெழுந்து கொண்டிருந்தால், அவர் அதை எப்படித் தாங்குவார்? எவ்வாறு அவற்றைக் கேட்டுச் சகித்துக் கொண்டிருப்பார்?

கொட்டாவிக்காரன் பலமாகப் பாடிக்கொண்டு இருந்தான்.

'சதுரகிரி மலையோரம்
சாஞ்சிருக்கும் திருகு கள்ளி;
திருகு கள்ளிப் பால் எடுக்க
திரிஞ்சனடி சில காலம்.'

ஆம், கவுண்டர் அன்புத் தளைகளில் சிக்கித் திக்கு முக்காடியது குப்பு மூப்பனுக்கு எப்படித் தெரியும்? பாவம், அவன் என்னத்தைக் கண்டான்? பண்ணாடிதான் எந்த உண்மையைக் கண்டு கலங்குகிறார்! ஓர் உண்மை – நிச்சயமாக அந்த உண்மையின் ரேகை அவருக்குத் தெரியும் – அன்பு அவரைப் படாதபாடு படுத்திவிட்டது – பாசத்தின் கொடுமை அவரைப் பிய்த்தெடுத்துவிட்டது. உலகில் அன்புகொண்டோர் அனைவரும் இவ்விதம் அன்புத்தொல்லைக்கு ஆளாகியிருப்பார்களா? சேச்சே! அப்புறம் அன்பு என்பதே அடியோடு வற்றியல்லவா விட்டிருக்கும்? அவர் தேகம் கொதிப்பதுபோல் இருந்தது? மனம் கொதித்துக்கொண்டிருக்கிறது. உண்மை! ஆனால், 'என்ன உடம்பு அனலாக் கொதிக்குதே!' என்று கணக்கய்யரும் கூறுகிறாரே!

பண்ணாடியின் தலை சுற்றிற்று. எழ முடியவில்லை. அந்த இடத்திலே படுத்துக்கொள்ளலாம் என்று தோன்றிற்று.

11

ஆபத்துக் காலத்தில் உதவுகின்றவர்களைத் தெய்வத்துக்குச் சமம் என்று சொல்கிறார்கள். யாருக்கும் எந்தவித ஆபத்தும் வரக்கூடாது! ஆனால், வந்துவிடுகிறதே! கேட்டுக்கொண்டா வருகிறது? எதிர்பாராமல் திடீரென்று வருவதற்குப் பெயர்தானே விபத்து – ஆபத்து என்பதெல்லாம்!

சாமிக்கவுண்டருக்கு இப்படி நேரும் – வந்து சேரும் – என்று யார் எதிர்பார்த்தார்கள்? ஆபத்தான நிலை மாத்திரம் அல்ல, அனாதவரான நிலையில் இருந்தார் என்று கூறுவதுதான் பொருந்தும்!

"அந்தப் பையன் டாக்டரைக் கூட்டியார்லீண்ணா என்னுங் கண்ணா ஆகி இருக்கும்?"

"செரியான சமயத்துக்கு வந்து சேர்ந்திட்டாம் பாருங்கோ"

"வராம நிக்க முடியுமுங்களா மாப்பிளே? பெரிய பண்ணாடி ஆருக்கு என்ன கெடுதலைப் பண்ணினாரு? சேமலை ஆண்டவனுக்கே பொறுக்குமுங்களா?"

“மாரியாத்தா கண்ணு முளிச்சாலும், மின்னுக்கு நின்னு செய்யறதுக்கு ஆளு வாண்டாங்களா? ஒலக்கைக் கொளுந்தாட்ட ரண்டு மக்கமாரு பண்ணாடிக்கு இருந்து என்னாச்சுங்க? ஆவத் துக்கு எவனுங்க வந்தா? இவனைச் சாமீன்னு சொல்லுங்கோ–நா செரீம்பே!”

இவ்விதம் பலர் தத்தம் கருத்துகளை அள்ளி வீச – அந்தச் சாளையின் ஓர் ஓரத்தில், தெய்வம் போல் வந்து அங்கமுத்து நின்று கொண்டிருந்தான்.

‘எத்தனை நாளா பண்ணாடி சங்கட்டம் கெடக்கறாருங்க?”

ஏழெட்டுப் பேர் ஒரே சமயத்தில் சிரித்தார்கள்.

“தெரியாமத்தா கேக்கரனுங்க!” அப்போதுதான் வந்தது தெரியாமல் கேட்கிறவருக்கு, இன்னொரு பக்கத்திலிருந்து சூடான பதில் கிடைத்தது.

“ஆர்ரா அவெ?”

“ராத்திரி ‘பட்டியாள’ நேரத்துக்கு மேலே இருக்குமுங்க. பண்ணாடியும் நானும் இவடத்தாலைக்கு ‘வாய்க்கா’லிலே உக்காந்து பேசிக்கிட்டு இருந்தமுங்கோ...” என்று கணக்கய்யர் கூறிக்கொண்டு இருந்தார். அவர்தான் அங்கு பிரதானமாக விளங்கினார். இதுவரை எவ்வளவோ பேர்களுக்குச் சொல்லி விட்டார். சலிப்பில்லாமல் இன்னும் சொல்லிக்கொண்டு இருப்பார். பண்ணாடி முழுமையாகக் குணம் அடைகிறவரை, கணக்கய்யருக்கு நிம்மதி ஏது?

முந்திய இரவு – பயங்கரமாக அனைவருக்கும் திகிலூட்டிய அந்த இரவு, வேலாத்தாளைக் குதறிக் குதறியெடுத்து அவளது நிம்மதியைக் குலைத்த, கணக்கய்யரைக் கசக்கிப் பிழிந்த அந்தப் பாழ் இரவு – அப்பப்பா! என்ன கொடுமை! என்ன திகைப்பு!

சோகம் தனது பக்கவாத்தியங்களை மீட்டிக் கச்சேரி செய்யக் காத்திருந்தது! சாளையின் எட்டுத் திக்கிலும் தவறிய தாளங்கள்! வேப்ப மரங்கள். நல்ல கட்டத்தில் தலையை அசைத்து ‘சபாஷ்’ கூறி அமைதியில் ஆழ்ந்திடும் ரசிகனைப் போல், சில சமயம் கிளைகளைப் பலமாக ஆட்டிவிட்டு சலனமற்று நின்றுவிடும். புளிய மரங்கள் தெருக்கூத்து பாணி! அரச இலைகள், அஞ்சிய சுபாவமுள்ள அபலையின் நெஞ்சம் போன்று படபடத்துக்கொண்டு இருந்தன. வாகை, கிழுவ மரங்கள், வேருடன் பெயர்கிற மாதிரி காற்றைக் கட்டியணைக்க

முயன்றுகொண்டிருந்தன. இந்தச் சூழ்நிலையில் இருண்ட இரவில், எழுபதைத் தாண்டிய கணக்கய்யரும் பதினெட்டை மிதித்துக்கொண்டிருந்த வேலாத்தாளும், பேச்சு மூச்சற்றுக் கிடந்த பண்ணாடியின் அருகே பதைபதைத்துக்கொண்டிருந்தனர்.

கணக்கய்யர்தான் கைத்தாங்கலாக, பண்ணாடியைச் சாளைக்குக் கூட்டி வந்தார். வரும் வழியிலே கால் தடுமாறிற்று. 'உடம்பு கனலாய்க் கொதிக்கிறதே' என்கிற கவலைதான். மெத்தையை விரித்துப் படுக்கையில் படுக்க வைத்தாயிற்று. இனி? இனி அவர்கள் என்ன செய்வார்கள்?

கோழிக்காரக் கந்தசாமி, புரட்டாசிச் சனிக்கிழமை விரதக் காரன் ஊரிலே இருக்கிற நாட்களில், பண்ணாடி தோட்டத்தில் தான் அவனுக்குப் படுக்கை. தூக்கம் வரும் வரை பாரதம் படிப்பதைக் கேட்டுக்கொண்டு இருக்கலாம். பொன்னப்பனும் எந்நேரமானாலும் ராத்திரிப் படுக்கைக்குச் சாளைக்கே வந்துவிடுகிறான். நாச்சபண்டாரத்தின் மனைவி, அய்யரின் கதை படிக்கும் சகோதரி, பண்டாரப் பையன், மாக்காரி, போதாதற்கு இப்போது பச்சைக்காரர்களின் கூட்டம். அந்த நாடோடிக் கூட்டத்திற்கு, மாட்டுத் தொழுவத்தின் சமீபம் அடக்கமாக கண் உறங்க இடம் கிடைத்துவிட்டது. கூட்டத்திற்குக் குறைச்சல் இல்லை. பகலிலும் அப்படித்தான். வேலாத்தாளை வட்டமிடும் இளம் பெண்களின் கூட்டம். பெரிய வயதான பாட்டிகளின் நடமாட்டம். இன்னும் வெளியூர்களில் இருந்து பண்ணாடியைத் தேடி வருகிறவர்கள் – அது பழமரம் அல்லவா? நீண்டு விழு தோடிய ஆலமரம். காக்கை குருவிகளைப் போலத்தானே மனிதக் கூட்டமும், தடாகத்தில் தாமரை பூத்திருந்தால், எவ்வளவோ கண்கள் அப்பக்கம் இயல்பாகப் படியும் அல்லவா? ஆனால், அத்தனை பேர் சூழ்ந்திருந்தும், யாருக்காவது, என்ன செய்ய வேண்டும் என்று தோன்றவில்லை. வலிநீக்கும் வழி என்ன இப்போது?

கோழிக்காரன் கந்தசாமி, ஒரு கணம் பேதலித்து நின்ற தென்னவோ உண்மை. ஆனால், சீக்கிரம் சட்டென்று தன்னை திடப்படுத்திக்கொண்டான். முன்பு, எப்போதோ பண்ணாடி சொல்லி இருக்கிறார். "அடே, நெஞ்சுவலி ரண்டுதரம் வந்திருக்குது! பத்துப் பதினைஞ்சு வருசத்துக்கு ஒரு தடவைதான் அது வரும். இன்னொருக்கா வந்ததிண்ணா பாடையைக் கட்டீருங்கடா. சக்கிலி ஆளையும் சாதி சனத்துக்கு உட்டுருங்கொ! ஆனா, வேலாத்தா மனச் சாந்திக்கு ஒரு டாக்டரைக் கூட்டி

யாந்து ஊசி கீசி போட்டுப் பாருங்கோ ஊசி போட்டுத்தான் முந்தி வலி நின்னுது!"

கோழிக்காரன் குறுஞ்சிரிப்புச் சிரித்துக்கொண்டு பதில் சொல்லியதும் ஞாபகத்துக்கு வந்தது. "நீங்களே ஒரு அரை வைத்தியரு! அரைகொறை வைத்தியம் பண்ணினா ஆசாமி தீர்ந்தான்னு கோடு காட்டறீங்க. உங்களுக்கு மாத்திரம் நெஞ்சுவலி வருட்டுமுங்கோ. நானே போயி ஊசி போடற டாக்டரை கூட்டியாரனா இல்லையா பாருங்க!"

விளையாட்டுக்கு அவன் கூறியது வினையாகிவிட்டதே! வயதானவர்கள் வயிற்றெரிச்சலில் நூறைச் சொல்வார்கள்! அதையெல்லாம் யார் நினைவில் வைத்துக்கொண்டிருப்பார்கள்? கணக்கய்யரிடமும் பண்ணாடி எவ்வளவோ தடவை தன் வலியைச் சொன்னதில்லை? அவர் மறந்துவிட்டாரே! ஏன் ஞாபகத்துக்கு வரவில்லை?

பண்ணாடி மெத்தையில் படுத்துக்கொண்டிருந்தார். கண்களை மூடுகிறார். திறக்கிறார். அவர் விழிகள் வேலாத்தாள் இருக்கும் இடத்தைத் தேடுகின்றன. மாலை மாலையாகக் கண்ணீர் வடித்துக்கொண்டு, அவருடைய கால்மாட்டில்தான் மகள் உட்கார்ந்திருக்கிறாள்.

கணக்கய்யர் நிற்கிறாரா? உட்கார இடம் பார்க்கிறாரா? ஏதாவது கூற விரும்புகிறாரா? அல்லது பறந்துகொண்டிருக் கிறாரா? எல்லாமே செய்துகொண்டிருந்தார். அவர் உடம்பு – மனம் ஒரு நிலையில் ஓர் இடத்தில் இல்லை. அது தவியாய்த் தவித்து, செத்துச் சுண்ணாம்பாகிக்கொண்டிருக்கிறது! எப்பாடு பட்டேனும் பண்ணாடியின் உயிரைக் காப்பாற்றியாக வேண்டும். எதற்கு? அதற்குத்தான். இதோ ஒரு நொடிக்குள் என்று தலை தெறிக்க கோழிக்காரன் ஓடி இருக்கிறானே? திருப்பூர் இங்கிலீஷ் டாக்டரை அவன் கூட்டி வந்தே தீருவான். பொன்னப்பனுக்கு அதில் எள்ளத்தனையும் சந்தேகமே கிடையாது.

கோழிக்காரன், கிழக்கில் வெகு வேகமாக நடந்தான். விரைவாகவே பூசாரிச்சி காட்டுக்கு வந்துவிட்டான்.

வெள்ளிக்கிழமை இரவு வருகிறவர்களில் சிலர், சைக்கிள் களிலும் வருவதுண்டு. மறுநாள் காலையில்தான் அவர்கள் திரும்புவார்கள். கோழிக்காரன் எண்ணியபடியே நாலைந்து சைக்கிள்கள், தகரக் கொட்டகை கம்பங்களில் சாத்தப் பட்டிருந்தன. இப்போது பூசாரிச்சி குடிலுக்கு சமீபம், சிறு தகரக்

கொட்டகையும் போடப்பட்டு இருந்தது. மூங்கில் பாய்கள் கீழே விரிக்கப்பட்டு இருந்தன. அன்பர்கள் வருகை அதிகமாகத் தொடங்கியதில் இருந்து அங்கு வசதிகளும் பெருகிக்கொண்டிருந்தது. குடிக்க மண் குடங்களில் தண்ணீரும் வைக்கப்பட்டு இருந்தது. யாரை எழுப்புவது என்ற குழப்பம்கூட அவனுக்கு இல்லை எந்தச் சைக்கிள் கைக்குக் கிடைத்தாலும் அதை எடுத்துக்கொண்டு – பன்னிரண்டு மைல்தானே திருப்பூர் – கம்பி நீட்டிவிடுவது; காலையில் சைக்கிளை கொண்டுவந்து தள்ளி விட்டாப் போகிறது – என்ன தலையா போய்விடும்? தலை போகிற காரியத்துக்காகத்தானே அவன் அப்படிச் செய்ய நினைத்தான்? யாருடைய பொல்லாப்பு வந்தாலும் சரியென்று தீர்மானித்திருந்தான்.

கோழிக்காரன், கொட்டகை அருகே சென்றதும் அவன் பார்வை, குடிசைக்குள்ளும் சுழன்றது. பூசாரிச்சியும், அங்கமுத்துவும் என்னவோ சாப்பிட்டுக்கொண்டு இருந்தார்கள். மங்கிய வெளிச்சம்தான். அவல் அல்லது பொரிகடலையாக இருக்கும். சற்று முன்புதான் பக்தர்கள் விடைபெற்றுக்கொண்டிருக்கிறார்கள். இல்லாவிட்டால் இவர்களும் தூங்கிப் போயிருப்பார்களே?

'யாரு கோழிக்கார அண்ணனா?'

'ஆமாந் தாயி.'

'தம்பி, அவரை இங்கே கூட்டியா' என்றாள் பூசாரிச்சி.

'அண்ணனுக்கு என்ன கொறையோ?' சிரித்துக்கொண்டே அவள் கேட்டாள்.

'எங்கொறை பெரிசு தாயி! உசிரு, போரது வாரது மாதிரி இருக்குது'

'உசிரு போகாது அண்ணோய்!'

அப்பாடி! கோழிக்காரனுக்கு 'உயிர்' வந்தது! அப்படியானால், பண்ணாடி பிழைத்துக்கொள்வார்! நல்வாக்குத் தந்துவிட்டாள்!

கோழிக்காரன் விஷயத்தைக் கூறினான். மீனாட்சி பதறிப் போனாள். அவளுடைய வேடிக்கைப் பேச்சுகள் கணத்தில் மறைந்தன. 'என்ன ஆளையா நீ? வந்தவுடனே சொல்லறதுக் கென்ன? சரி, சரி, தம்பி...' என்றாள். அங்கமுத்துவின் பக்கம் திரும்பி.

‘என்னம்மா?’ அவன் உடனே எழுந்துவிட்டான். அவசரமும் பரபரப்பும் அவனை வந்தடைந்தன.

‘நீ போய் நம்ம டாக்டர் ஏகாம்பரத்தைக் கையோடு கூட்டியா! உம், சீக்கிரம் நிற்க நேரம் இல்லை.’ அவள் குரலில் கண்டிப்பு, ஆர்வத்தின் துடிப்பு. கவலையின் சாயல் – எல்லாமே கலந்திருந்தன.

அங்கமுத்து தலைக்குத் துண்டைக் கட்டிக்கொண்டு, சைக்கிள் சீட்டை ஒரு தட்டுத் தட்டிவிட்டு, வாகனத்தை நகர்த்தினான். அவன் சைக்கிள் மீது ஏறி உட்கார்ந்ததை, அவர்கள் இருவரும் பார்த்தனர். அந்த இட்டேறித் தடத்தில் எப்படித்தான் இருட்டென்றும் பாராது அவ்வளவு வேகமாக முடுக்கினானோ? வெகுதூரம் சென்றிருப்பான். அவனுக்குப் பழக்கப்பட்ட பாதைதான் ஆயினும், பதட்டத்தில் அவன் தடுமாறிவிடக்கூடாதே? கொஞ்ச நேரம் அவன் போன திசையையே பார்த்துக்கொண்டு இருந்தார்கள்.

‘டாக்டரு தெரிஞ்சவர்தானா?’ மெதுவாகத் தயங்கியபடி கோழிக்காரன் கேட்டான்.

‘நான் பல ஊரு சுத்தினவ அண்ணே.’

‘ஆமாம், பல எடம் போயி பல பேரைப் பாத்தவங்களுக்கு மத்தவங்க வருத்தம் தெரியுந் தாயி!’ அவனும் சில உண்மை களைப் புரிந்துகொண்டு இருக்கிறான் என்பதைச் சுட்டிக்காட்ட வேண்டிய இடமல்லவா பூசாரிச்சியின் சன்னிதி!

‘ஆமாண்ணா! மத்தவங்க வருத்தமும் தெரியும், ஏமாத்தும் தெரியும்.’ எக்கச்சக்கமான விஷயம்! இக்கட்டான முடிவு! கோழிக்காரன், ஏற்றுக்கொள்வதா மறுத்துரைப்பதா? என ஒரு வினாடி திண்டாடினான். பேச்சை வளர்ப்பதோ, விவாதிப்பதோ– இந்த நேரத்தில் வைத்துக்கொள்ளக்கூடாது! உள்ளுணர்வு அவனுக்கு அதை உணர்த்திற்று!

‘தாயி! நான் அந்தச் சாவடிக்கிட்டே காத்துக் கெடக்கிறேன். காரும், டாக்டரும், தம்பியும் வந்திருவாங்கல்லே?’

‘மூணோடு இன்னொன்னும் சேத்திக்கோ. ஊசி மருந்தோடும் வருவாங்க.’

அவனுக்கும் சிரிப்பு வந்தது. சிரித்துக்கொண்டே பூசாரிச்சி, ‘அப்பொ நானும் சித்தை தலை சாய்க்கறேன்’ என்றாள். கந்தப்பன் கிளம்பினான். போய்க்கொண்டிருந்த கோழிக் காரனைக் கூப்பிட்டாள். ‘நீ நிம்மதியாப் போ அண்ணா.

டாக்டருக்கு சொந்த புள்ளே மாதிரி நம்ம தம்பி! அவரு கட்டாயம் வெடியறதுக்குள்ளே வந்திடுவாரு' என்றாள் மீனாட்சி.

அவள் விடுத்த வாய்மொழிக்கு எங்கணும் வெற்றி கிட்டிக் கொண்டு இருக்கிறதே! இல்லாவிட்டால் இவ்வளவு கூட்டம் ஒவ்வொரு வெள்ளிக்கிழமையும் அவளைத் தேடி வந்து கொண்டிருக்குமா?

டாக்டரும் அங்கமுத்துவும், 'பல பல'வென்று விடிவதற்கு முன்பே வந்துவிட்டார்கள். அவருடைய கார்ச் சத்தம், ஆம். 'ஆரன்' சத்தம்கூட அல்ல, குண்டு குழிகளைக் கடந்து ஒலிபரப் பாகிய ஓசைகள் கோழிக்காரனை உசுப்பி எழுப்பின. அவன் தூங்கவில்லை. தூங்குவானா? சாவடிச் சுவரில் சாய்ந்தபடி கண்களை மூடினான். தலை 'துயில் பழு' தாங்காமல் தள்ள முயன்றாற் போலிருந்தது. பீடியைத் துளாவினான். தீப்பெட்டி கூட கிடையாது. இடுப்பில் வேட்டி இருந்ததே பெரிய ஆச்சரியம்! அத்தனை வேகத்தோடு அல்லவா ஒரு நினைப்பு மின்றிப் புறப்பட்டு இருந்தான்.

அங்கமுத்துவைத் தவிர வேறு யார் சென்றிருந்தாலும் டாக்டர் ஏகாம்பரத்தை அவ்வளவு துரிதத்தில் அந்த இடத்திற்கு அழைத்து வந்திருக்க முடியாது. சில டாக்டர்களைப் போல் இரவு நேரத்தில் அவர் வெளிக்கிளம்பாதவர் அல்ல. திருப்பூரில் மாத்திரம் அல்ல. கோவையிலும், இரவு வேளைகளில் டாக்டர் களைத் தேடிப்போய்க் கண்டுபிடித்து அழைத்து வருவது கடினம். கதவை என்ன தட்டுத் தட்டினாலும் காவல்காரனே, 'விடியாலே டிஸ்பென்சரிக்கு வாய்யா' என்பான். போனில் கூப்பிட்டால் – 'ரிசீவ'ரையே சில இடங்களில் கீழே எடுத்து வைத்து விடுவார்கள் போலும்! அதில் பல சிரமங்கள் இருந்தன போலும்! 'ராத்திரிலே சர்க்கார் ஆஸ்பத்திரிக்கே போய்க் கொள்ளட்டும்' என்று விட்டுவிட்டார்களாக்கும்!

அங்கமுத்துவுக்கு ஐந்தாறு டாக்டர்களோடு நல்ல பழக்கம். மில் முதலாளியின் நண்பர்கள், தொழிலாளர்களுக்கு வைத்தியம் பார்க்கும் டாக்டர்கள், அங்கமுத்துவே அடிக்கடி சிகிச்சைக்காக தோழர்களைக் கூட்டிப்போய் தரிசிக்கின்ற டாக்டர்கள் – இவ் விதம் நல்ல பழக்கம் அவர்களுடன் ஏற்பட்டிருந்ததென்றாலும்– சொன்ன நேரத்திற்கு வரவேண்டுமே? பண்ணாடியின் நெஞ்சு வலி – எத்தனை தடவை டாக்டருக்கு வேலை தருமோ? எவ்வளவு ஊசிகளை அந்த வலி 'ஒரு கை' பார்க்க எண்ணி இருக்கிறதோ?

டாக்டர் ஏகாம்பரத்திற்கு அவன் செல்லப்பிள்ளை. மாதத்தில் இருபது நாள் அவனுக்கு அவருடைய வீட்டில்தான் சாப்பாடு. முன்னொரு காலத்தில், அவனுடைய தாயார் அங்கே வேலைக்காரியாக வேலை செய்துகொண்டிருந்தது காரணமல்ல. எவ்வளவோ இடங்களில் அவள் வேலை பார்த்திருக்கிறாள்? டாக்டரின் நண்பர் போலீஸ் இன்ஸ்பெக்டர். அவர் மாற்றலாகி போகும்போது, 'வேலைக்கு ஓர் ஆள் இருந்தா சிபாரிசு செய்யுங்க சார்' என்றார். இன்ஸ்பெக்டர் திருமணமாகாதவர். மீனாட்சி இளமை நிரம்பப் பெற்றவள். அப்போது, 'சரிதான் மீனாளையே கூட்டிக்கிட்டுப் போங்க!' என்றார் டாக்டர். ஆனால், இன்ஸ் பெக்டருக்கு அந்த இடத்திலிருந்து இன்னோர் ஊருக்கு மாற்றலாகும் முன்னரே, மீனாட்சி தன் வேலையை மாற்றிக் கொண்டு வேறு இடம் கிளம்பிவிட்டாள். அது சம்பந்தமற்ற விஷயம். மீனாட்சி தம்மிடம் விட்டுச் சென்ற பதினைந்து வயதுப் பையன் அங்கமுத்துவை, எங்காவது வேலையில் சேர்த்துவிட வேண்டிய பொறுப்பு டாக்டருக்கு ஏற்பட்டது. எல்லா காரியங்களுமே நன்றாக நடந்தன. தொழிற் சாலைகள் 'குபுகுபு'வென்று பொங்கும் அருவிபோல் கருவிகளையும் பணத்தையும் குவித்துக்கொண்டிருந்தன. அனைவருடைய முகங்களிலும் மகிழ்ச்சியின் தாண்டவம்! ஆனால், டாக்டர் முன்யோசனைக்காரர். நீடித்து நடக்கும்படியான காரியத்தைச் செய்தார். பௌர்ணமி பஞ்சாலையில் அங்கமுத்துவைச் சேர்த்து விட்டார். இன்றைக்கும் அது தேயவில்லை. சுதந்திரம் நாட்டுக்குக் கிடைப்பதற்கு இரண்டு மூன்று ஆண்டுகளுக்கு முன்பு – அடேயப்பா! அந்த ஆலையின் நூலுக்கும் துணிக்கும் அத்தனை அடிதடி! ஆமாம், காடாத் துணிகள் – அந்த மில்லின் காடாக்கள் ஒன்றுக்கு ஒன்பதாக மார்க்கட்டில் விலை போயின! என்ன விலை சொன்னாலும் வாங்கக் கையில் பணம் இருந்ததே அப்போது!

அங்கமுத்து பத்து ஆண்டுக்குள் மேஸ்திரியாக உயர்ந்து விட்டான்! சம்பளப் பணத்தைக்கூட டாக்டர் வீட்டில்தான் கொடுத்து வைத்திருந்தான். டாக்டர் பெரிய குடும்பி. இரவு நேரத்தில் அவர் நோயாளிகளைப் பார்க்கச் செல்கையில் வீட்டையும் காக்கும் பொறுப்பு இவனுடையது! அதாவது டெலிபோன் மணி அடித்தால் கேட்பது. 'இதோ வந்துவிடுவார்' என்று பதில் சொல்வது, அர்ஜ்ஜண்ட் கேஸ்களை – அகால அவசர வருகையாளர்களுக்கு டாக்டர் வரும்வரை ஆறுதல் அளிப்பது – இத்யாதி பணிகள் அவனுக்கு அவருடைய வீட்டில்! வீடு அல்ல, நல்ல பங்களாதான். டிஸ்பென்சரிக்கு அருகில்

அங்கமுத்துவுக்கு ஒரு சின்ன அறை - பின்கட்டில் டாக்டர் தனியாக அவனுக்காக ஒதுக்கி இருந்தார். 'மேஸ்திரி மில்லிலே இல்லண்ணா, டாக்டரு ஊட்டிலே இருப்பானப்பா' என்பது அவனை அறிந்தவர்களுக்கு நன்கு தெரியும். இவ்வளவு ஒட்டுதல் இருக்கத்தான், அவன் பேச்சை வெட்டிப் பேச அன்றைக்கு டாக்டரால் முடியவில்லை!

அப்போதுதான் வெளியே சென்றுவிட்டு, காரிலிருந்து கீழே இறங்கிக்கொண்டு இருந்தார் டாக்டர். அவர் பைகூட பின் இருக்கையில் அப்படியே இருந்தது. டாக்டர் எங்கு சென்றாலும் மருந்துப் பையும் உடன் தொடர்ந்தாக வேண்டுமே!

'ஏண்டா தூக்கம் முழுச்சியா?' அவன் கண்ணும் முகமும் தலையும்கூட விழிப்பை உணர்த்திக்கொண்டு இருந்தன.

'ஏன்டா இப்படி இருக்கே? உடம்புக்கு ஒண்ணுமில்லையே?' டாக்டர் பேசிக்கொண்டே பங்களாவுக்குள் செல்லத் திரும்பினார். 'பையை எடுத்திட்டு வாடா முத்து'

இன்னும் விஷயத்தைக் கூறாமல் தாமதப்படுத்துவதா? சொல்லிவிட்டான் ஒருவழியாக. உருக்கமாகவே கூறினான். அவனுடைய பேச்சை மதிப்பவர் அவர். உருக்கம் என்ன சுருக்கம் என்ன? சாதாரணமாகச் சொல்லி இருந்தாலும் அவர் தட்டிக் கூற மாட்டார். ஆனால், அவரும்... அவருக்கும் பசி தாகம் உண்டு! களைப்புச் சலிப்பு இருக்காதா? இரவு ஒன்பது மணிக்கு ஒரு சீரியஸ் கேசைத் தொட்டார். நோயாளியை இரவுக்குள் நான்கு தடவை மீண்டும் சென்று கவனிக்க வேண்டியிருந்தது. இவருக்கும் தூக்கம் ஏது? அவனோ பெரிய ஆஸ்துமாக்காரன்! இழுத்துக்கொண்டிருக்கிறது! சதையில், நரம்பில் ஊசிகள்! சனியன் அவன் பிராணனை வாங்குகிறது! மூச்சுவிடத் திணறித் திண்டாடும் அந்த ஆளுக்கு, டாக்டரைக் கண்ணில் கண்டால்தான் மூச்சு வருகிறது! என்ன செய்வார் டாக்டர்?

"ஏன்டா எந்த ஊருன்னு சொன்னே?"

"நீங்க ஏறுங்க சார்." டாக்டர் சிரித்துக்கொண்டே காரை ஓட்டிக்கொண்டு இருந்தார். திருப்பூரிலிருந்து பாலதுளுவு தாண்டி வெங்கமேடுவரை கார் ஒழுங்காக வந்தது! அப்புறம்தான் மேடு பள்ளம் - இட்டேறித் தடங்கள் ஆயிற்றே!

"அடடே! சிகரெட் மறந்திட்டனேடா?"

டாக்டரும் அவசரத்தில் மறந்துவிட்டார்! தம்முடைய தேவையைத்தான்! தமக்கு வேண்டிய அரிய வஸ்துவை – இனிய பொருளை!

“இந்தாங்க சார்.”

அங்கமுத்து இன்று நேற்றா அவரைப் பார்க்கிறான்? ஒரு பத்து வருடமாகத் தமது பக்கத்தில் வைத்துக்கொண்டிருக்கிற இளைஞனுக்கு, அவருக்கு எது எப்போது வேண்டும் என்பதுகூட தெரியவில்லையென்றால் – அவர் அளித்து வந்த பயிற்சியில்தான் கோளாறு. இவனுக்கு என்ன விசேஷ பயிற்சி தருகிறார்? அவருடைய குடும்பத்தோடு இணைந்து கிடப்பவன் விழுந்து கிடப்பவன்! கேவலம், விடியற்காலைக் குளிருக்கு – அவருக்கு சிகரெட்டு வேண்டாமோ?

“அடுத்த தடவை வரும்போது ஜீப் கொண்டு வரலாம்” என்றார் டாக்டர். பட்டிக்காடுகளுக்கு செல்வதென்றால் ஜீப்தான் உபயோகிப்பார். மில் மானேஜரிடம் அங்கமுத்து ஜீப் கேட்கப் போனாலே, ‘எந்தக் கிராமத்துக்குப் போறார்?’ என்பதுதான் மானேஜரின் முதல் கேள்வியாக இருக்கும்.

பெரிய மேட்டில் ஏறி, சாய்ந்தபடி குத்துச் செடிகளையும் புதை மணலையும் தாண்டி, பொடி கற்களை அரைத்துக் கொண்டு, கார் மெதுவாகச் சென்றது. நடுபாதையில் ஒரு குண்டுக்கல். ஓரமாக ஓட்டினார். வேலி முட்கள் கார் முகட்டிலும் பக்கவாட்டிலும் உரசிச் சரசரத்தன. கிடுக்கென்று கார் ஒரு பள்ளத்தில் இறங்கிற்று!

‘அப்பாடி!’

அங்கமுத்துவின் இடுப்பும் முதுகும் நெளிந்து கொடுத்தன.

“முத்து, முதுகு வலிக்கும் பில்ஸ் வாங்கி வச்சிக்கோ.”

அவன் சிரித்தான்.

‘இதுதான்டா வாழ்க்கையிலே அடிபடறதுங்கறது! யுக ஆரம்பத்திலே இந்த ஊருக்குப் போட்ட பாதையை – முன் னோர்கள் செஞ்ச காரியத்தைப் பின்னோர்கள் மாத்த நெனைக்க லையாக்கும்?’

‘அதுக்கெல்லாம் நேரம் கெடைச்சிருக்காது சார்.’

‘சரிடா, இத்தனை நாய்களை நான் எங்குமே பார்த்ததில்லே! பட்டி தொட்டிக்குப் பத்துப் பதினைஞ்சு இருக்குமோ’ என்றார் டாக்டர்.

இரு பக்கத்து வேலிகளில் தாண்டுகால் போட்டுக்கொண்டு குலைத்த வண்ணமிருந்தன நாய்கள். குலைப்புச் சத்தங்களுக்குள் அவர் பேச்சு அமிழ்ந்துவிட்டது.

'இன்னம் பாருங்க சார். வீட்டுக்கு வீடு ரண்டொரு நாயாவது கட்டியங் கூறிக்கிட்டிருக்கும்!'

'யாராவது கேட்டா கோவிச்சுக்குவாங்க! ஆனா, உன்னுடைய வரவேற்பாளர்கள் மேலே பாஞ்சிட்டா, எத்தனை ஊசி போடோணுந் தெரியுமா?'

'வெறிநாய் கடிச்சாத்தான் சார்...' என்று அவன் முடிக்குமுன், சாவடிக்கு எதிரிலிருந்து ஓர் ஆள் வேகமாக ஓடி வந்தான்.

'இந்த ஆளே கடிப்பான்போல் இருக்கே! இவன் காரைக் கடிக்கிற ஆள் போலிருக்கே!' என்று சிரித்துக்கொண்டே வண்டியை நிறுத்தினார்.

கோழிக்காரன்தான் அப்படி தலைதெறிக்க ஓடிவந்தவன்!

அவனையும் தூக்கிப் போட்டுக்கொண்டு, பண்ணாடியின் சாளைத் தோட்டத்தை அடைந்தது கார்.

சந்தைக் கூட்டம்போல் ஆண்களும் பெண்களும் நிறைந் திருந்தார்கள். குழந்தைகள் படை ஒரு பக்கம்! மேலும் பலர் வந்தவண்ணம் இருந்தனர்.

'இவ்வளவுதானா? இந்தப் பக்கத்திலே வரவேண்டியவர்கள் பாக்கி இல்லையே?' என்றார் டாக்டர். அதன் அர்த்தம்! 'போகச் சொல்லப்பா இவர்களை; சர்க்கஸா நடக்கிறது இங்கே!' என்பதாகும்!

அங்கமுத்து, டாக்டருடைய பெட்டியை எடுத்துக்கொண்டு முன் நடந்தான். அவனுக்கு எல்லா சிரமங்களுமே தெரியும். டாக்டரின் கார் தரும் இன்பத்தை – நூற்றுக்கணக்கான கண்கள் அனுபவித்துக்கொண்டு இருந்தன! எந்தப் பிறவியிலும் அந்த ஊருக்குக் கார் வந்ததே கிடையாது. ஒரு நொடிக்குள் தேடும் இன்பத்தை இழக்கச் செய்தால், யாருக்குத்தான் தாங்கல் உண்டாகாது? சிரமமாயிருக்காது?

கணக்கய்யர் கவலையே உருவாக, பண்ணாடியின் பக்கத்தில் உட்கார்ந்திருந்தார்.

வேலாத்தாளுக்கு நல்லுணர்வு வந்துவிட்டது. 'டாக்டர் வந்தாச்சு! பயமென்ன இனி?' உட்குரல் அவ்விதம் ஒலிப்பினும்

படபடப்போடு நடப்பதைப் பார்த்துக்கொண்டிருந்தாள்.

பண்ணாடி கண் விழித்துக்கொண்டார். டாக்டரைக் கண்டதும் எழுந்திருக்க முயன்றார்.

'அப்படியே படுத்திருங்கள்.' என்று கூறிவிட்டு டாக்டர் உடம்பு முழுவதும் பரிசோதித்தார். பிறகு இஞ்சக்ஷன் செய்தார். எல்லாக் காரியங்களும் பத்து நிமிடத்திற்குள். டாக்டருடைய கருவிகள் அதனதன் இருப்பிடத்தை அடைந்தன. பெட்டியை மூடினார்.

'அங்கமுத்து...' டாக்டர் திரும்பினார்.

'இங்கேதான் சார் இருக்கேன்.'

'இந்த பில்ஸ் - இரண்டிரண்டு ஆகாரத்துக்குப் பிறகு. பாட்டிலிலுள்ள மருந்து, காலை - மாலை இருவேளையும். சாயங்காலம் வருகிறேன்.' டாக்டர் புறப்படுமுன் பண்ணாடியிடம், 'கை வலித்தால் சுடு தண்ணி ஒத்தடம் கொடுக்கலாம்' என்றார்.

அங்கமுத்து, பெட்டியை வாங்க கையை நீட்டினான். 'இருக்கட்டும், இருக்கட்டும்' என்று சொல்லிக்கொண்டே டாக்டர் ஏகாம்பரம், 'இன்னொன்னு... ஆயின்மெண்ட் தந்து அனுப்புகிறேன். அதை நெஞ்சுக்கு மேலே தடவு. நீ இங்கேயே இரு.'

'நீ வந்துவிட்டால் இதையெல்லாம் யார் கொடுப்பது?'

அனுபவம் பேசுகிறது! அங்கமுத்து சொல்ல என்ன இருக்கிறது? டாக்டர் கட்டளையை நிறைவேற்ற வேண்டியதுதான்!

கோழிக்காரன், முன் இருக்கையில் ஏறி உட்கார்ந்து கொண்டிருந்தான். பண்ணாடிக்கு மருந்து வாங்கி வருவதை விட்டுவிட்டு, கோழி வியாபாரத்திற்கா இப்போது புறப்படுவான்?

அங்கமுத்துவுக்கு, இரண்டொரு வார்த்தைகளாவது உடம்பு குறித்துக் கேட்டுக்கொள்ள வேண்டுமென்ற ஆவல். அவன் விழிகள் அதைக் கூறுகின்றனவே.

டாக்டர் காரை ஸ்டார்ட் பண்ணிக்கொண்டே, 'நான்தான் சாயந்தரம் வர்ரேனே?' என்றார்.

அங்கமுத்து திருப்தியோடு திரும்பி வந்து, கணக்கய்யரின் அருகில் உட்கார்ந்தான்.

12

மாலையில் டாக்டர் வந்தார். மறுநாளும்கூட வந்தார். அதிகப்படியாக ஒரு தடவை – அதுவும் சொல்லாமலே டாக்டர் வந்ததில், உள்ளூற கணக்கய்யருக்கு உதைப்பு எடுத்துக் கொண்டது!

"ஏன் தம்பி, நோவு கடினமா?" என்று அங்கமுத்துவிடம் ரகசியமாகக் கேட்டார். பண்ணாடிக்கும் தெரியாமல் அவனைத் தனியாக அழைத்துப் போய் விசாரித்தார்.

"அதெல்லாம் ஒண்ணுமில்லீங்க!" என்றான் அங்கமுத்து. "ரண்டு வாரத்துக்கு ஓய்வா இருக்கோணும்ணு சொன்னாருங்க."

"ரண்டு வாரம் என்னப்பா? ஒரு மாசத்துக்கே படுக்கையிலே பண்ணாடியை அழுத்திப் போடலாம்" என்றார் கணக்கய்யர்.

"நெஞ்சு வலி! கை, காலா எப்படி வலித்தாலும் பொறுத்துக் கொள்ள! இறுக்கிப் புடிச்சதிண்ணா ஆளே தீந்தான்" என்று அவரிடம் யாரோ அப்படிச் சொல்லி இருக்கிறார்கள்!

பண்ணாடி நாலு நாளில் பழைய நிலையை அடைந்து விட்டார். சும்மா இருப்பதென்றாலே அவருக்குப் பிடிக்காது! நோய் குணமான பின் படுக்கையில் விழுந்து கிடக்கச் சொன்னால் அவர் கேட்பாரா? இரண்டாவது நாளே தொண்டுப் பட்டியைப் பார்க்கக் கிளம்பினார். அப்புறம் வாரி வெளி, மிளகாய் பாத்தி, வேலி முள்ளைக் கவையில் அரக்கிவிடுவது – இயல்பான இதரக் காரியங்களுக்குள் இறங்கிவிட்டார்.

அங்கமுத்து வேளா வேளைக்குத் தரும் மாத்திரைகள், மருந்து, காலையிலும் மாலையிலும் அவன் பண்ணாடியின் நாக்கை நீட்டச் சொல்லி தர்மா மீட்டரை வைத்துப்பார்ப்பது... இவை, உடம்புக்கு என்னவோ வந்தது என்பதை உணர்த்திக் கொண்டு சாட்சியாக நின்றன.

“காய்ச்சல் ஏதாச்சும் இருந்தா அதிலே தெரியுமாக்கும்?” என்றாள் வேலாத்தாள். அவன் சிரித்துக்கொண்டே, “ஆமாம்” என்றான்.

வேலாத்தாள் கண்களில் சோர்வு தென்படுவதைக் கண்டு, “காய்ச்சலெல்லாம் வராதுங்க. ஒரு வேளை வந்ததுதானாம், டாக்டர் சொல்லிட்டுப் போயிருக்காருங்க” என்றான்.

அவள் அமைதியாக நின்றுகொண்டிருந்தாள்.

“நம்ம டாக்டரு, நோயாளிக விசயத்திலே ரொம்ப எச்சரிக் கையா இருக்கறவருங்கோ. நோவு தீந்தப்பறமும் சாக்கிரதையா ஒடம்பைப் பாத்துக்கோணும்னு சொல்வாருங்க” என்றான் அங்கமுத்து.

இப்போது சாலையில் அதிகக் கூட்டம் இல்லை. வழக்க மாக உள்ள – பண்ணாடியோடு எந்நேரமும் இருப்பவர்கள்தான் அங்கிருந்தார்கள். குடும்பத்து அங்கத்தினர்களைப் போல! ஆகவே, தன்னுடைய சந்தேகங்களைத் தாராளமாக வேலாத் தாளால் கேட்க முடிந்தது.

கோழிக்காரன், தக்க தருணம் கிடைக்கட்டும் என்று காத்திருந்தான். இதில் ரொம்பவும் பங்கெடுத்துக் கொண்டவன், அலைச்சலை அவன் ஆனந்தமாக – தனக்குக் கிடைத்த பெரிய சேவையாகவே கருதினான். ஏனென்றால், அவன் வீட்டில் ஒளி வீசுவது பண்ணாடி ஏற்றி வைத்த விளக்கல்லவா?

டாக்டருடைய பிரதாபத்தைத் தன்னை மறந்து, அவன் தொடங்கினான். “அந்த எழவை என்னின்னு சொல்றது போங்க!

கூட்டமிண்ணாக் கூட்டமா? உள்ளற ரூம்புக்குள்ளே எத்தனை சனம் படுத்திருக்குது தெரியுமிங்களா? அட, சாமி சாமி! இடுப்பைப் புடிச்சீட்டு உக்காந்திருக்கறது உக்காந்திருக்குது! மல்லாக்காப் படுத்திருக்கறது படுத்திருக்குது! அனத்திக்கிட்டும் கட்டுகளைப் போட்டுக்கிட்டும் – அங்கே எத்தனை கட்டிலிங் கின்னு சொல்றதுங்க! பொம்பிளைக, புள்ளைக, குட்டிக் குருமானுக, அட்டுக் குஞ்சுக... ஏப்பா அங்கமுத்து, அத்தனையும் டாக்டரு பாத்து முடிக்காமே அக்கட்டாலே போறதில்லையே? அவரு சோறுகீறு திம்பாரா? நேரம் சிக்குமா? இங்கே அவரு வந்ததே பெரிய அதிசயமுங்கோ?" என்று அதிசயத்தில் கொண்டு வந்து நிறுத்தினான் கோழிக்காரன்.

அது அப்படித்தான் என்றான் அங்கமுத்து. "நோட்டிண்ணா நோட்டா?" என்று கூறி, சுற்றிலும் இருந்தவர்களை வியப்பில் ஆழ்த்த நோட்டம் விட்டான். "பொல பொலன்னு உதிருதப்பா. நோட்டுகளை எண்ணிப் பாக்கறதுக்கே ஆளு வெச்சுக்கோணும் போலிருக்குது!"

இந்தக் கட்டத்தைக் கணக்கய்யரால் சுவைக்க முடிய வில்லை. பெரிய டாக்டர். அவர் ரொம்ப பெரிய டாக்டர்; இங்கே எத்தனை கேப்பாரோ? – கணக்கய்யருடைய கண்கள் தடுமாறிக் கொண்டு கேட்க முயன்ற அந்தக் கேள்விக்கு அங்கமுத்து பதிலளித்தான். "பணத்தைப் பெரிசா அவரு கருதுகிறதில்லீங்கோ! மனிசர்தானுங்க அவருக்குப் பெரிசு!"

"ஏந் தம்பி! குரு தச்சனையைக் குடுக்காட்டி வித்தை பலிக்காதின்னு பெரியவங்க சொல்வாங்க! டாக்டரு கேக்கற பணத்தைக் குடுத்தற வேண்டியதுதானே? உங்கிட்டே எத்தனைன்னு சொன்னாரா? கேக்கறதுக்கு மிந்தியே, இல்லாட்டி நீயே இத்தனீன்னு சொல்லப்பா" என்றார் பண்ணாடி.

"அதுக்கென்னுங்க அவசரம்? பத்து நாள் களிச்சு நான் போறப்போ கொண்டுபோய்க் குடுத்தாப் போச்சுங்க" என்றான் அங்கமுத்து. பேச்சு திசைமாறி பணத்தைச் சரணடைந்தாலும் அவன் உற்சாகம் குன்றிவிட்டான்! ஆனால், கோழிக்காரன் யதார்த்தமாகத்தான், டாக்டரின் சிறப்புக்கும் பெருமைக்கும் ஆதாரமாக வருவாய் விஷயத்திற்குள் நுழைந்தான். எட்டு நாளாக அவன், சுருக்குப்பையில் இரண்டு நூறு ரூபாய் நோட்டு களைப் போட்டு மடியில் முடிந்திருந்தான். பொன்னப்பனும்,

டாக்டர் பீஸை இவ்வளவு என்று அறிந்தால் முந்திக்கொண்டு தந்துவிடத் துடித்துக்கொண்டிருந்தான். அவர்களுடைய அன்புக்கும் பண்ணாடியிடம் கொண்டுள்ள பக்திக்கும் சான்றாக, என்னவாவது செய்ய வேண்டுமே! ஆனால், பண்ணாடி அவைகளுக்கு ஒப்புவாரா? இணங்குவாரா? அவர் தனக்காக இன்னொருவர் பணம் தரச் சம்மதிப்பாரா? இல்லாதவரா? என்ன குறை அவருக்கு?

பண்ணாடியின் இதய ஆழத்திலே மண்டிக் கிடக்கும் குறை, அவர் ஒருவருக்குத்தான் தெரியும். மேலெழுந்த வாரியாக மற்றவர்கள் அறிந்திருந்தாலும், அதன் விசுவரூபம் பிறருக்கு எப்படித் தெரியும்?

யார் வந்திருக்க வேண்டியவர்களோ, யார் கட்டில் அருகே மெத்தையருகே காத்துக்கிடக்க வேண்டியவர்களோ, அவர்கள் இருவரும் அந்தப் பக்கமே எட்டிப் பார்க்கவில்லை. எவருடைய கவலை நிறைந்த கண்கள் அவரைச் சுற்றிப் படிந்திருக்க வேண்டுமோ, அந்தக் கண்களின் சாயலே அவர் புறம் திரும்ப வில்லை. டாக்டரைக் கூட்டி வந்து தவிப்போடு தன் அருகே யிருந்து எல்லாவற்றையும் செய்ய வேண்டிய இரு மகன்களும், இருக்குமிடமே தெரியவில்லை! யாரோ இவன்? கை கட்டிக் காத்திருந்து சேவகம் செய்ய வேண்டுமென்று இவன் தலையில் எழுதியிருக்கிறதா? செய்ய வேண்டியவர்கள், கடமைப்பட்ட வர்கள், எங்கே போய்விட்டார்கள்? அதை நினைத்து என்ன ஆகுது? என்று தமக்குள்ளேயே சொல்லிக்கொண்டார், பண்ணாடி.

வேலாத்தாளை அரைக் கணம் சும்மா இருக்கவிட்டார்களா அங்கே வந்தவர்கள்? எல்லாருடைய வாயிலும் ஒரே வார்த்தை: "எங்காத்தா உங்க அண்ணன்மார்க? ரண்டு பேருமே எட்டிப் பார்க்கலையா?"

யார் பார்த்தால் என்ன? பார்க்காவிட்டால் என்ன? டாக்டர் பார்த்தார். ஊசி போட்டார். மருந்து கொடுத்தார். ஆளையும் ஒழுங்காக மருந்து கொடுத்துக்கொண்டிருக்க நியமித்துவிட்டுப் போயிருக்கிறார். மருந்துதான் குணப்படுத்து கிறது, மனிதனின் சமாதானமும் ஆறுதலும் வலியைக் குறைத்தா விடுகிறது? புத்திரர்கள் வந்துவிட்டார்களே என்று நெஞ்சு வலி ஒதுங்கியா நிற்கப் போகிறது? ஆனால், ஒப்புக்கு உபசாரத்துக்கு 'தலை'யைக் காட்டி இருக்கலாம். அப்படி வந்திருந்தால்,

வேலாத்தாளிடம் அவ்வளவு பேரும் சொல்லி வைத்தாற்போல் ஏன் கேட்கிறார்கள்?

நீண்ட நேரம் யோசித்துக்கொண்டே இருப்பாள். தூக்கமா வருகிறது? அவளைப் போல குப்புமூப்பனுக்கும் அவன் கொட்டாவிகளுக்கும் உறக்கம் வருவதில்லை. சுகமாக ஆனால், சத்தமாகப் பாடுகிறான். வேலாத்தாளின் காதுகளைத் தாண்டி, பூசாரிச்சியின் காட்டைக் கடந்து, அதற்கு அப்பாலும் ராசி பாளையத்திற்கே அவன் பாட்டு கேட்கும் போலிருக்கிறதே!

'ஒண்ணாப் பொறந்தவங்க
ஒரு முலைப்பால் உண்டவங்க
கூடப் பொறந்தவங்க
கூட்டுப்பால் உண்டவங்க!'

அவள் இதயத்தில் ஊறும் சாற்றையே கவிதையாக்கிக் காற்றில் கலக்கி விடுகிறானா? மிதந்துகொண்டே அந்த நாதம் அவளையும் மிதக்கச் செய்கிறதா? ஒண்ணாய்ப் பிறந்த ஒரு தாய் வயிற்றில் பிறந்த அண்ணன்மார் எங்கே? இவள் அவர்களுடைய அன்புத் தங்கை அல்லவா? இவளுக்கு மட்டுமா இந்தத் துக்கம்?

சின்ன வயதில் பையன்களைச் சீராட்டிப் பாராட்டி வளர்த்தது போல், வேலாத்தாளிடம் கொஞ்சி விளையாடி இருக்கிறாரா என்று கேட்டால் – பெற்றவள் இன்றிருந்தால் சுத்தமாகப் பதில் சொல்லி இருப்பாள். அம்மா சொன்னது இன்னமும் அவள் காதில் ஒலித்துக்கொண்டு இருக்கிறது. 'இந்தப் புள்ளைதானுங்க நாளைக்கு உங்களுக்குச் சோறு போடப்போகுது?' சித்தெ கையிலெ எடுத்து வைச்சிக்குங்கோ?'

பண்ணாடிக்குப் பெண் குழந்தையிடம் பாசம் கிடையாதா? சே! சே! 'இன்று அந்தத் தொடுப்புத்தானே அவர் உள்ளத்துக்கு ஊக்கந் தருகிறது! உறுதி கொடுக்கிறது!' உண்மையாகக் கூறினால் அவரை 'வாழவைக்கும் சக்தி' வேலாத்தாள்தானே? மகளுடைய நல்வாழ்வைத் தவிர அவர் நெஞ்சை அறுத்துப் பார்த்தாலும் வேறொன்றும் அங்கே இருக்காதே!

'மண் ஆரைக் கண்டது? மனை ஆரைக் கண்டது?' என்பாள் அடிக்கடி தாயார். ஏன் அம்மா அவ்விதம் விரக்தியோடு பேச ஆரம்பித்தாள்? குடும்பத்தில் 'உட்பகை' தோன்றிய பின்னரே அவச் சொற்களாக – அவச் சொல்லா? மனது எரிந்து கொட்டிக் கொண்டிருந்தாள். உண்மைதானே அது?

அகாலத்தில் அர்த்த ராத்திரியில் தந்தை அனத்திக் கொண்டு 'அம்மணி' என்று ஆற்றாமையால் பிதற்றியபோது எவ்வளவு தூரம் அவர் பேதலித்துப் போயிருப்பார்? பித்துப் பிடித்ததுபோல் அங்கொரு கண்ணும், இவளிடம் ஒரு விழியுமாக, 'சும்மா இருங்கோ, ஒண்ணும் பண்ணாது! அம்மணி! பேசாதிரு ஆத்தா!' என்று ஆறுதல் கூறிக்கொண்டிருந்தாரே கணக்கய்யர். பாவம், அவரால் அதுதான் செய்ய முடிந்தது. இந்த இளைஞன் இருளைக் களைத்து ஒளியைப் பரப்ப, விடிய விடியக் கூட்டி வந்துவிட்டான் டாக்டரை! விடிந்தது. வலி தீர்ந்தது. என்ன வந்தது இத்தனையும் செய்ய இவனுக்கு? இவன் பட்ட பாட்டைக் கூட, தன் சகோதரர்கள் பார்க்கக் கொடுத்து வைக்க வில்லையே என்று எண்ண எண்ணப் பதற்றம் பற்றிக்கொள்ளும் வேலாத்தாளை.

சாப்பிட உட்கார்ந்தால் தலைநிமிர்ந்து பார்க்கிறானா? இது வேண்டும், அது வேண்டும் என்று ஏதாவது கேட்கிறானா? ரொம்ப நல்லவனாக இருக்கிறான். 'நம்ம ஊரில்கூட நல்லவர்கள் இருக்கிறார்கள். நல்லவர்கள் வந்து சேர்கிறார்கள்?' என்று நினைக்க அவளுக்குச் சிரிப்பு வருகிறது.

"என்ன அம்மணி, ஒருத்தியே சிரிச்சுக்றே?" கணக்கய்யரின் சகோதரி கேட்கிறாள் பிரியமாக. மூடி வைத்துவிட்டு, "நீ சொன்னாத்தான் மேலே படிப்பேன்" என்கிறாள்.

"தயிர்வடை நல்லா இருக்குதோ என்னமோ?" மீண்டும் சிரிக்கிறாள் வேலாத்தாள். இந்த இளம் பெண் – ஓரத்தப் பாளையம் பெண் இனமே கற்பனை பண்ணாத பண்டங்களை எவ்விதம் செய்யக் கற்றுக்கொண்டாள்?

பாயசத்தில் மூன்று விதமா? பச்சைப் பயிறும் கருப் பட்டியுமோ அல்லது வெல்லமோ போட்டு பாயசம் அவள் வீட்டில் செய்வார்கள். அண்ணிகள் செய்வதே அந்த இலட்சணம் என்றால், அக்கம் பக்கத்து வீட்டுக்காரிகளின் கைவண்ணத்தை என்னென்பது? சேமியா பாயசம், சவ்வரிசிப் பாயசம் எல்லாம் என்ன இத்தனை சுவையாக இருக்கிறது? அல்வாகூட பண்ணி விட்டாளே? கோதுமை அல்வாவா? இல்லை, பாதாம் அல்வாவா?

பண்ணாடி வாய் நிறைய மென்றுகொண்டு, "அம்மிணி, சென்னிமலைக் காப்பிக் கடையிலிருந்து வாங்கியாரச் சொன்னயா? நம்ம பொன்னப்பனா வாங்கியாந்தான்?" என்று மகிழ்ச்சியாகக் கேட்கிறார்.

பொன்னப்பனும் விழுந்து விழுந்து சிரிக்கிறான்.

"என்னடா மதிப் பெரட்டுப் பண்றீங்க?" அவருக்கு மேலும் மகிழ்ச்சி, பரம திருப்தி.

அம்மிணி பலாரம் செய்யக் கற்றுக்கொண்டாள். கேள்வி ஞானம் தான். கடைப் பலகாரங்கள் சாப்பிட்டுப் பழக்கப்பட்ட கோழிக்காரனும் கடைக்காரப் பொன்னப்பனும், 'பாகம்' சொல்லித் தந்தது மெய்தான். ஆனால், பக்குவம் கைவர வேண்டாமா! வேலாத்தாள் தன்னுடைய ஆர்வத்தையும் கலக்கிக் குழைத்து நேர்த்தியாகப் பண்ணினாள். ஒன்றும் அறியாமல் பாலகன் போல் தந்தையருகே அவருடைய உடம்பு தேற வேண்டுமென்ற சிந்தனையுடன் உட்கார்ந்திருக்கிறானே, அந்த அங்கமுத்துவின் அகம் குளிர, வாய் மணக்க, கைமணக்க அவள் இதைக்கூட செய்யக்கூடாதா?

பண்ணாடிக்கும் அவனைப் பற்றித் தெரிந்துகொள்ள வேண்டுமென்ற விருப்பந்தான். முதலில் டாக்டரிடம் வேலைக்கு இருப்பவன் என்று நினைத்தார். இரண்டு நாள் பொறுத்து, ஏதோ மில்லில் மேஸ்திரி உத்தியோகம் பார்க்கிறவன் என்றார்கள். அப்புறம் பூசாரிச்சிக்குச் சொந்தம்! 'என்ன சொந்தமோ?' என்று கருதினார். பிறகுதான் 'மகன் போல் இருக்குதுங்கோ!' என்று கோழிக்காரன் கூறவே – 'யார் இவன்?' என்பதைத் தெரிந்து கொண்டே ஆகவேண்டுமென்ற தீவிரம் உண்டாயிற்று. அது பண்ணாடியை அரிக்கத் தொடங்கியதில் வியப்பில்லை!

ஒரு காலத்தில், தன் நடத்தையின் மூலம் அவரை வருத்தியவள் – இடிந்து உட்காரும்படி செய்தவள் மீனாட்சி. இப்போது பூசாரிச்சிப் போர்வைக்குள் புகுந்துகொண்டிருக் கிறாள். இன்று அவளுடைய மகன் தன் நடத்தையால், அவருக்கு உவப்பு அளித்துக்கொண்டிருக்கிறான்! வலியைப் போக்கி எழுந்து உட்காரச் செய்திருக்கிறான்!

கெட்டலைந்தவள் மகன் கெட்டிக்காரனாயிருக்கிறான்! அவள், குழந்தையைக் கொஞ்சி முத்தமழை பொழிந்து அருகிலிருந்து அன்புத் தாலாட்டு இசைத்திருப்பாளா?

நல்லவர் எனப் பெயர் எடுத்தவர் அவர், அவருடைய மக்களோ 'சோடை' போய்விட்டார்கள்! மார்பில் விளையாட விட்டு மகிழ்ச்சிக் கடலாடி, இன்பவானில் குழந்தைகளைத் திளைக்கச் செய்தாரே, என்ன ஆயிற்று இப்போது?

அங்கமுத்து, 'என் அம்மாதானுங்க!' என்று சொன்ன பிறகு அவரால் சாளையில் சயனித்திருக்கக் கூடவில்லை! துணைக்குக் கணக்கய்யரையும் கூட்டிச் செல்லாமல் மீனாட்சியிடம் சென்று முழு விவரத்தையும் அறிய முயல்வார். அவ்வளவு தூரம் அதற்காக முயன்றிருக்க வேண்டியதில்லை எனப்பட்டது பின்பு அவருக்கு. துளிகூட சிரமமின்றி ரத்தினச் சுருக்கமாகக் கூறி முடித்தாள் மீனாட்சி!

'இளமை முறுக்கு, வேகம், துள்ளல் எல்லாமே இப்போ இல்லீங்களே!' என்று தொடக்கத்தில் அவள் கூறிய சொற்கள், அவரை வெகு தொலைவுக்கு இழுத்துச் சென்றுவிட்டன. ஆமாம், அன்றைக்குப் பார்த்த அதே மீனாட்சிதானா இவள்? எவ்வளவு மாறிவிட்டாள்? காலத்தின் கோடுகள், சுருக்கங்கள் முகத்திலும் கரங்களிலும்! தோல் சுருங்கிவிட்டது. ஆனால், சிரிப்பு! பழையபடி பேசப் பேசச் சிரிக்கிறாள். சிரிக்காமல் அவளால் பேசவே முடியாதா? ஆனால், அந்தச் சிரிப்பில் இன்னும் இளமையில் களை காண்கிறாற்போல் இருக்கிறதே?

வெள்ளிக்கிழமையைத் தவிர, மற்ற நாட்களில் அங்கு யாரும் வரமாட்டார்கள். அவள் அனுமதிப்பதும் இல்லை. பூசாரிச்சி யின் பேட்டி குறித்த நாளில்தான் நடைபெறும் என்பது அனை வருக்கும் தெரியும். ஆனால், இன்று புதன்கிழமை. பண்ணாடி பேசிக்கொண்டிருக்கிறார்! பெரியூட்டுப் பண்ணாடியே தேடிக் கொண்டு வந்திருக்கிறார் என்றால், ஏதோ முக்கியமான விஷயமாகத்தான் இருக்க வேண்டும்! அந்த வழியாகத் தூரத்தில் சென்ற சிலர், அவ்விதம் எண்ணிக்கொண்டு போனார்கள். மாரப்பன் பண்ணையத்து ஆள், சற்று நின்றுகூட கவனித்தான். குடி தண்ணீர் ஊற்றுகிறவள், "நாங்கூட இங்கியே நிக்கறேன். நீ என்ன அப்படி மொறச்சுப் பாத்துக்கிட்டு இருக்கறே!" என்று கடிந்துகொண்டாள்.

பண்ணாடி என்ன விவரத்தை அறிய வந்தார்? ஏன் ஒன்றுமே கேட்காமல் அவள் கூறுவதை மட்டும் செவிமடுத்துக் கொண்டிருக்கிறார்?

மீனாட்சிதான் தெளிவாகச் சொல்கிறாளே! "எங்கெங்கோ சுற்றினேன். கடைசியாக, இந்த மண்ணை மிதிச்சாத்தான் மனக்கொதிப்பு அடங்கும்னு தோணிச்சுது. எனக்கு இந்தப் பக்கம் தானுங்களே? சிறுக்களுஞ்சிக்கு நீங்க வந்ததே இல்லே? ஊர்லே யாரு இருக்காங்க? அப்பனும், அம்மாளும் சின்ன வயசிலே என்னை அனாதையாக்கீட்டு கண்ண மூடிட்டாங்க.

நா அனாதை தானுங்களா? எங்கிருந்தாலும் ராசாத்தியாட்டத் தானுங்க நா இருந்தேன்...” அவள் உதடுகளில் இளநகை. அவரும் லேசாகச் சிரித்தார்.

“எம் பையனைப் பாத்தீங்களே? உங்க கால்மாட்டிலேதானே உளுந்து கெடக்கறான். இப்போ அவன் பொளச்சுக்குவான். மின்னுக்கு வந்திடுவானுங்க” என்றாள்.

“ஆமாம்” என்று அவரிடமிருந்து தாமாக வார்த்தை வெளிப்பட்டது. அங்கமுத்து தங்கமான பையன். அந்த நல்ல இளைஞன், தக்க சமயத்தில் டாக்டரைக் கூட்டி வந்தானே? அது மாத்திரமா? பண்ணாடி பூரண குணம் அடைகிறவரை, குட்டி டாக்டராக, கிட்டத்தில் இருந்து மருந்து கலக்கிக் கொடுத்துக்கொண்டு இருக்கிறானே!

“எனக்கு அது போதுமுங்க, எப்பவோ ஒரு காலத்தில் இந்தப் பாவி இப்படி பண்ணீட்டாளேன்னு நீங்க குமுறி இருப்பீங்க. இண்ணைக்கு இந்தக் கிழவியினாலே ஒரு சின்ன பலன்கூட நடுப் பண்ணாடிக்கு ஏற்பட்டிருக்குதுங்களே? இங்கே வண்டிகளுக்கு சுங்கம் வசூல் பண்ணி அவுங்கதானே எடுத்துக் கறாங்க! உங்களுக்கு அது தெரிஞ்சிருக்குமோ என்னுமோ? எனக்கு ஒரே ஒரு குறையுங்கோ” என்றாள் அவள்.

“அட, உனக்கென்ன குறை?” என்றார் பண்ணாடி.

தொடக்கத்தில் அவளிடம் அவர் கொண்டிருந்த வெறுப்பு கூட, கொஞ்சங் கொஞ்சமாக அவரிடம் இருந்து மறைந்து கொண்டு வந்தது. சொந்தப் புதல்வர்கள் அவர் உள்ளத்தைச் சுக்கு நூறாக்கியதைவிட இவள் என்ன அதிகப்படியாக வதைத்து விட்டாள்?

“நம்ம ஊரு சேரீலே, பையனுக்கு ஒண்ணைப் பாத்து முடிபோட்டு வைச்சிட்டேன்னா, அப்புறம் எனக்குக் கொறையே கெடையாதுங்க” என்றாள் மீனாட்சி, ‘அங்கமுத்துவுக்கு யார்தான் பெண் தரமாட்டார்கள்? டாக்டர் இருக்கிறார். அவர் எண்ணிப் பாத்திருக்கமாட்டாரா? இவள் முன்நின்று கல்யாணம் பண்ணி வைத்தால் என்ன ஆகுமோ?” என்று உள்ளூர நினைத்தார். அப்படி நினைக்கவும் ‘கடகட’வென்று சிரிப்பு வந்துவிட்டது அவருக்கு.

“நீங்க பாட்டுக்குச் சிரிச்சுக்கறீங்க” என்று கூறிவிட்டு மீனாட்சி ஏதோ யோசித்துக்கொண்டிருந்தாள். சிறிது பொறுத்து,

“நம்ம கையிலே ஒண்ணுமே இல்லீங்க! இந்த தேகம்கூட அழிஞ்சு போறதுதானுங்களே! இறைவனிடம் இருக்கற மட்டும் உயிர்கள் என்ன உல்லாசமா இருக்குது! இறைவனை விட்டுப் பிரிந்து ஓர் உடலுக்குள் புகுந்ததும், அந்த உடம்பே ஆனந்தம்னு நெனைச்சுக்குது. கட்டை சுருங்கி மண்ணிலே மடியப்போற நெலை வர்றபோதுதான், மறுபடியும் இறைவனுடைய கருணை அருள் அத்தனையும் ஞாபகத்துக்கு வருதுங்க!” இன்னும் என்னென்னவோ பேசிக்கொண்டு இருந்தாள் பூசாரிச்சி!

அவருக்கு சில விஷயங்கள் விளங்கின! பல விளங்கவில்லை! ஆனால், அர்த்தமாகாவிட்டாலும் – அவர் என்ன பக்தி மார்க்கத்தில் பழக்கப்பட்டவரா – ஒரு சங்கதி – ஒரு சமாசாரம் தெளிவாக அர்த்தமாயிற்று அவருக்கு. இவள் பால்யத்தில் பல பக்திமான்களோடு பழகி இருக்கிறாள். எத்தனையோ பக்த சிகாமணிகள் இவளது பாதார விந்தங்களில் புத்தம் புது மலர்களை வைத்துப் பூஜித்திருக்கிறார்கள்! பக்தியும் காதலும் ஒன்று தானே? காதலை அகற்றிவிட்டுப் பக்தியைக் காண்பது அரிது! ஆண்டாள், ராதை, சதி, சாவித்திரி – அவர்கள் அனைவரும் காதலின் பேருண்மைகள் அல்லவா? பக்தி வெள்ளமும் அவர்கள் உள்ளங்களில் ததும்பி வழிந்துகொண்டு இருந்திருக்கிறது!

இறைவன், உயிர், அருள் – இவற்றில் இருந்து விடுபட்டு சாளைக்குச் செல்ல எழுந்தார் பெரிய பண்ணாடி.

மீனாட்சி, “இன்னொண்ணையும் சொல்லீர்ரனுங்க” என்றாள்.

“என்ன?”

“நம் கண்ணாத்தாளுக்கு எப்பங்கோ கல்யாணம்? நானே ஒரு மாப்பிள்ளை பாக்கட்டும்களா? வெத்தலைக் காம்பு கிள்ற நேரத்திலே பார்த்திடுவேனுங்க!”

மீனாட்சி குரலில் உறுதி தொனித்தது.

“வேலாத்தாளுக்கு மாப்பிள்ளையா?”

“ஆமாங்கிண்ணா!”

அவள் முகத்தையே உற்றுப் பார்த்துக்கொண்டிருந்தார் சற்று நேரம். அப்படி என்ன பார்க்கிறார்? உண்மையாகவே சொல்கிறாளா! முடியுமா அவளால்? ஏன் முடியாது? வெள்ளிக் கிழமைகளில் அவள் சன்னதியில் காத்திருக்கும் பெரும்

கூட்டத்தைப் பார்ப்பவர்களுக்கு, அவள் சக்தி இன்னதென்று விளங்கும். எவ்வளவு மாப்பிள்ளைகள், புது மணப்பெண்கள் அவளுடைய வாழ்த்துதலை எதிர்பார்த்து வரிசையாக வந்து நிற்கிறார்கள்? உனக்கு அந்த இடம், அவளுக்கு இந்த இடம் என்று, பல இடங்களைப் பொருத்திவிட்டு இருக்கிறாள்! பூசாரிச்சியின் முடிச்சுப் பிரம்மன் முடிச்சைவிட, பெரிய முடிச்சு!

பெரியூட்டுக்காரர் என்றும், பெரிய பண்ணாடி என்றும், பேரும் பெருமையும் பெற்றிருக்கும் சாமிக்கவுண்டருடைய அருமைப் புதல்விக்கு – வீடு, வாசல், சொத்து சொகமற்ற – அனாதையென்று அவளே கூறிக்கொள்கிற ஒருத்தி, 'மாப்பிள்ளை பார்க்கட்டுமா?' என்று மனம் கூசாமல் கேட்கிறாள்?

பண்ணாடிக்கு அவள் பேச்சு சுருக்கென்று தைத்தது முதலில். பிறகு, அவரே சமாதானப்படுத்திக்கொண்டார். 'அட, அப்பன் கெடக்கிறான்! கூடப் பொறந்த பொறவிங்கற நெனப்பே இல்லியே பொறந்தவன்மார்களுக்கு! அண்ணன்மார்க விங்கினிச் சுக்கிட்டு நிக்கறப்போ, அன்னி அசலுப் பொம்பிளே அக்கிசாச் சொல்றா பாரு! இது குத்தமா? இதுதாண்டா – புண்ணியத்துக்கு உளுகற மாட்டை, பல்லைப் புடிச்சுப் பதம்பார்த்தானாம்ணு சொல்றதிங்கிறது!'

13

சென்ற வார சுங்க வசூல் சில்லரைகளை எண்ணி வைத்துக்கொண்டு இருந்தான் மாரப்பன். வாரத்திற்கு வாரம் வண்டிகள் அதிகமாத்தான் வந்துகொண்டு இருக்கின்றன. பூசாரிச்சியின் புகழ் நாலா திக்கிலும் பரவி வருகிறது. வண்டிகள் எண்ணிக்கை பெருகாமல் இருக்குமா?

அங்கமுத்துவை சாப்பாட்டிற்கு அழைத்திருந்தான் மாரப்பன். அவனுக்கே சோறு மாமியார் வீட்டில் இருந்துதான் வருகிறது. சுப்பக்காள், தாய்வீட்டிலிருந்து மூன்று மாதம் சென்றுதான் குழந்தையை எடுத்துக்கொண்டு திரும்பி வருவாள். 'பச்சை மண்ணை வச்சுக்கிட்டு ஒருத்தியுமா ஏஞ் சீரழியறே! போனாப் போறது தீபாவாளிக்கப்பறம்!' என்று தாயார் கூறிவிட்டாள். ரங்கம்பாளையம், இரண்டு மைல்தான். தினமும் அங்கிருந்துதான் மாரப்பனுக்கு சோறு கொடுத்து அனுப்புகிறாள் மனைவி. முத்தாயாளும், தன் சின்னத் தங்கையை விட்டு வரமாட்டேன் என்று சொல்லிவிட்டாள். மாரப்பன் ஊருக்குள் இருக்கிற வீட்டிற்குக்கூட இரவு படுக்கைக்குப் போவதில்லை. எல்லாத் தோட்டத்திலும் சாளை உண்டு. இவன் தோட்டத்தில் வசதியான சாளை. கட்டிலும் மெத்தையும் பெரிய

பண்ணாடிக்காகப் போட்டவை. இப்போது தந்தையின் படுக்கையில் தனயன் சுகமாகக் கண்ணயர்கிறான். சிந்தனையைச் சிதறவிட்டால்தானே உறக்கம் வராது. எதிர்பாராத வருமானமும், அவனைத் தேடி வருகிறது. ஒருவேளை அந்த வசூல் குறைந்தால் அவனுக்குத் தூக்கமும் குறையலாம்!

பத்துப் பதினைந்து நாளாக ஒரே இடத்தில் கட்டிப் போட்டது போல் நகராமல் கிடந்ததில் அங்கமுத்துவிற்கு சலிப்பு! அவன் மனத்தில் சலிப்பில்லை. இயற்கையாக துடிப் புள்ளவன். சும்மா இருக்கத் தெரியாது அவனுக்கு. அவன் சோம்பிக் கிடந்ததும் இல்லை. பஞ்சாலைக்குள் பலபேரிடம் வேலை வாங்க – வேலை செய்து பழக்கப்பட்டவன். மாத்திரையும் மருந்தும் கலக்கிக் கொடுத்துவிட்டு, வயிறார வகை வகையாக உண்டுகொண்டே, ஒரே இடத்தில் அவனால் எத்தனை நாளைக்கு உட்கார்ந்திருக்க முடியும்?

ஒரத்தபாளையத்தில் போவதற்கு ஓர் இடமும் கிடையாது. தண்ணீர் இல்லாத ஆற்றுக்குப் போகலாம். திருப்பூரிலும், அதே நொய்யலின் மணல் வெள்ளம்தான்! ஆனால், அங்கே மாலை நேரத்தில் பலர் கூடி இருப்பார்கள்: கலகலப்பாகப் பேசிக் கொண்டு இருப்பார்கள். வாரத்திற்கு நாலு நாள், ஏதாவது கட்சிக் கூட்டங்களாவது நடைபெற்றுக்கொண்டு இருக்கும். அவையெல்லாம் கேட்டுத்தான் அங்கமுத்து பொழுதைப் போக்க வேண்டுமா? டாக்டர் வீட்டில், இருபத்திநாலு மணி நேரமும் செய்ய வேலைகள் குவிந்து கிடக்கும். மருந்துக் கடைக்கு இரண்டு மூணு தரம் போய் வந்தாலும் போதுமே!

காலையில் தோட்டப் பக்கம் காலாற நடக்கச் சென்றான். மாரப்பன் சீக்கிரமாக ஆளை விடுவதில்லை. பேசப் பேச வர முடியுமா? ஆனால், மாரப்பன் உற்சாகமாகத்தானே பேசித் தீர்க்கவேண்டி இருக்கிறது! பூசாரிச்சியின் மகனைப் புளகாங்கிதம் அடையச் செய்யவில்லையென்றால் – அவனை வியாபாரந் தெரிந்த மனிதனாக எப்படி ஏற்றுக்கொள்வது? சுங்க வசூல் பண்ணுகிறவன், அதன் மூலத்தனத்தை மறக்கலாமா? மகிழ்விக்க வேண்டியதுதானே?

அங்கமுத்து பேச்சு வாக்கில், “இந்த நாக்கு காரமாகக் கேக்கு துங்க” என்று விளையாட்டுக்குக் கூறினான். வெறும் விளை யாட்டுத்தானா? இல்லை, திருப்பூரா, நினைப்பு எடுத்தவுடன் பிரியாணி ஓட்டலை நாடுவதற்கு!

மாரப்பன், “மத்தியானமே கோழியும் மொட்டும் பண்ணிர லாம். வந்திரப்பா” என்றான்.

சுப்பக்காளின் தகப்பனார் ஒரு படி மேலே சென்று விட்டார். ஓர் ஆட்டையே போட்டுவிட்டார். கொழுத்த கடா அது!

கறி தினுசுகள் வந்தாச்சு. பெரிய கூடையில் பகாசூரனுக்குப் படைப்பதைப் போல் ஆள் கொண்டு வந்திருக்கிறான்.

"சாளைக்குள்ளே கூடையை எறக்கி வெச்சிட்டு நல்ல எலையா ரண்டு அறுத்துக்கிட்டு வா" என்றான் மாரப்பன்.

இலையும் செம்பில் தண்ணீரும் கொண்டுவந்து, இவர்கள் வருகைக்காக ஆள்காரன் காத்துக்கொண்டு இருந்தான்.

மாரப்பன் கண்கள், தோட்டத்து வேலியோரம் என்னவோ தேடிக்கொண்டிருந்தன. யாராவது நங்கை கொழுந்தி அந்தப் பக்கமாகத் தட்டுபட மாட்டார்களா எனத் துளாவினான்! எத்தனையோ பேர் வருவார்கள். நாச்சக்காள் வெங்காயத்துக்காக சொளமாடிக்கொண்டிருப்பாள். கத்திரிப் பிஞ்சு, பச்சை மிளகாய்க்காக வெங்காத்தா ஊசலாடுவாள். கைப் பையனுக்குத் தட்டக்காய் பறித்துக்கொண்டு போக – இப்போது சுப்பக்காளும் அங்கு இல்லாததால் நொடிக்கு நூறுதரம் வருவாளே காளியாத்தா. 'இந்த ஆள்காரனுக்கு சொம்பு எடுத்து வைக்கவே கை வணங்காதே!' என்று கவலைப்பட்டுக்கொண்டு இருந்தான் மாரப்பன்.

"என்னுங்க, ஒரு கை பாக்கலாமுங்களா?" என்றான் அங்கமுத்து. பசியும் அதிகந்தான். கறி வகைகளின் கெட்ட குணம் ஆற ஆற சுவை குறைந்துவிடும். அங்கமுத்துவுக்கு அந்த விவரம் தெரியும். அதனால் அவன் அவசரப்பட்டான்! அவர்கள் எழுந்திருக்கவும் 'கண்டேன் கண்டேன்' என்று ஒருத்திக்கு இருவராக வெங்கக்காளும் காளியாத்தாளும் வந்து சேர்ந்தார்கள்.

"அக்கா, நல்ல சமயத்துக்கு வந்தீங்க" என்றான் மாரப்பன்.

வெங்கக்கா சாளைக்குள் நுழைகையில் காகம் இடப்பக்கத்தி லிருந்து பறந்து செல்வதைக் கண்டு காளியாத்தாள், "அக்கா! நல்ல சயனம் ஆகுது!" என்று முன்கூட்டியே சொல்லி இருந்தாள். அது சரியாகிவிட்டதே!

இருவரும் திருப்தியாக சாப்பிட்டார்கள். தயிர் போட்டுக் கொள்ளக்கூட அங்கமுத்துவின் வயிற்றில் இடமில்லை!

பூவரச மரத்து நிழலுக்கு மெள்ள நடந்து வந்து உட்கார்ந் தார்கள்.

"நடக்கக்கூட முடியலீங்க! நீங்க ஒரே நாளில் இத்தனை தினுசும் செஞ்சிட்டீங்களே? தலைக்கறி – இங்கே வெட்டத்

தெரியாட்டியும் – நொறுக்கெலும்பு கெடந்தாலும், பாகம் புதுசுங்க. நான் இப்படி எங்கியும் தின்னதில்லீங்கோ" என்றான் அங்கமுத்து.

"இன்னொரு நாளைக்கு எங்க மாமனார் ஊருக்கே கூட்டீட்டுப் போறேன். என் ஊட்டுக்காரிகூட உன்னை கூட்டி யாரச் சொல்லுச்சு தம்பி" என்றான்.

காளியாத்தா, வெற்றிலை பாக்கைத் தேடி அலைந்து கொண்டு இருந்தாள். 'வெற்றிலைப் பையை பெரிய பண்ணாடி சாளைச் சட்டத்தில் ஓலையருகே செருகி இருப்பார். மாரப்பன் மடியிலேயே வைத்திருப்பானோ?"

"அக்கா என்னுமோ தொளாவறாப்பலே இருக்குதே?" என்றான் மாரப்பன்.

"இங்கிருக்குது அக்கோ" என்று குரல் கொடுத்தாள் வெங்கக்கா. சாடை செய்திருக்கிறாள். அவர்களும் சாப்பிட்டு சோறும் கறியும் மீதமாகக் கிடந்தன. ஆள்காரனாலும் மூய்க்க முடியாது. வயிறார உண்டதே போதும். 'வெத்தலைச் சருகும் போடாமே இந்த பொம்பிளைக போக மாட்டாங்க போலிருக்குதே!' என்று அந்த மூன்றாவது மனிதன் நினைத்துக் கொள்வானோ என்கிற வெட்கம் வெங்கக்காவுக்கு!

அங்கமுத்து, கீழே விழுந்து கிடந்த பூவரசங் காய்களை எடுத்து, ஐந்தாங்கல் ஆடிக்கொண்டு இருந்தான். கிராமத்து விளையாட்டுகள் சிலதும் அவன் கற்றுக்கொண்டு இருந்தான். பல்லாங்குழிகூட ஆடப் பழகிக்கொண்டானே!

வெற்றிலை வாய் நிறையப் போட்டுக்கொண்ட பிறகு புகை யிலையும் ஒரு துண்டு காரமாக கடைவாய்க்குள் அடக்கிக் கொண்ட பின்னர் – இரண்டு வார்த்தை பேசாமல் காளியாத்தா வால் அங்கிருந்து நகர முடியுமா?

"கொளந்தை நல்லா இருக்குதுங்களா? நங்கை எப்ப வருதுங்க?" என்றாள். சுப்பக்காள் வருகையில், இந்தப் பெண் களுக்கு மகிழ்ச்சி இல்லை. அவள் ஆறு மாதம் கழித்து வந்தாலும் நல்லதுதான். குப்பையில் கொட்டுகிற வெங்காயத்தாளை ஒரு பிடி எடுத்தாலும், பண்டம் மேய்க்கிற பையனைத் திட்டுகிற மாதிரி நாணயம் பேசுவாள். ஆனால், அவளுடைய கணவனிடம் அவளைப் பற்றித்தானே கேட்க வேண்டியிருக்கிறது!

"பெரிய ஐயனுக்கு எப்படி இருக்குதுங்கோ?" வெங்கக் காளின் கேள்வி இது. மாரப்பன் வேறு பக்கம் முகத்தைத்

திருப்பிக் கொண்டான். சோற்றைத் தின்றுவிட்டு, வழியைப் பார்த்துக்கொண்டு போகாமல் இதெல்லாம் இவர்களை யார் விசாரிக்கச் சொன்னது? அவன், தன் எண்ணத்தை எவ்வாறு வெளிப்படுத்துவான்?

அங்கமுத்து குறிப்பறிந்து, "நல்லா ஆயிட்டுதுங்க" என்றான்.

பெரிய பண்ணாடி பேச்சு வரவே, "வேலாத்தா, சோறு தண்ணி நல்லா ஆக்கறாளா? இங்கே வெளையாடிக்கிட்டுத் திரிஞ்ச புள்ளை ஆச்சே" என்று வெகு பிரியத்தோடு வினவி னாள் காளியாத்தா.

மாரப்பனுக்கு அதுவும் வேண்டாத பேச்சுத்தான். அங்க முத்துவின் முன்னிலையில், தங்கையின் சமையலைக் குறித்து அவன் ஒன்றும் கூற முடியாமல் இருக்கிறான். சங்கடமாக இருந்தது அவனுக்கு.

லாடங்கட்டிய மிதியடிகளின் சத்தம், அரை நொடியில் அவனுடைய சங்கடத்தைப் போக்கிவிட்டது. ராசிபாளையம் மணியக்காரருடைய செருப்புச் சத்தம் அல்லவா அது? அவர் வரும் பின்னே லாட ஓசை வரும் முன்னே! காளியாத்தாளும் வெங்கக்காளும், அவருக்கு முறைமைக்காரிகள்! அவர் எதிரில் நிற்பார்களா? வேலாத்தாளின் நளபாகத்தை இன்னொரு நாளைக்குக் கேட்டுக்கொள்வார்கள்!

"மாப்பிள்ளெ!" என்றார் மணியக்காரர். அந்த அன்பழைப்பில் தான் என்ன ஆனந்தம்! என்ன அட்டகாசம்!

"மாமன் வந்திட்டாங்க!" என்று கூறி, மரியாதைக்காக மாரப்பன் எழுந்திருந்தான்.

"உக்காருங்க மாப்பிள்ளை! என்னுமோ சமுக்காளம் விரிச்சு ஆசாரத்தில் உக்காந்திருக்கறாப்பலேயும், மாமனைக் கண்டு மரியாதைக் கும்பிடு போடற கணக்கா எந்திரிக்கறீங்க. நெழல்லே சும்மா உக்காருங்க" என்றார். அருகில் இருந்த அங்கமுத்துவை அப்போதுதான் பார்த்தார். உடனே மணியக்காரர், "இந்தத் தம்பி எப்ப வந்தது?" என்றார்.

"ஏனுங்க மாமா? அங்கமுத்தை உங்களுக்கு மிந்தியே தெரியுமிங்களா?" என்றான், சற்று ஆச்சரியத்துடன் மாரப்பன்.

"நல்லா கேட்டீங்க மாப்பிளே! ஆருக்குத் தெரியாதிருக்குது தம்பியே? நம்ம குட்டீணன் பையன் செகப்பண்ணனைத் திருப்பூரிலே போய்க் கேட்டுப் பாருங்கோ! இப்ப செகப்பான்

பண்ணையும் மீறிப் போச்சுங்கோ! கஞ்சிக்குச் செத்து மடிஞ் சானுங்க இங்கே. இண்ணைக்கு என்னடாண்ணா, புருசனும் பொண்டாட்டியும், மில்லுக்குப் போறாங்க. ஊட்டுக்கு மின்னாலே பொட்டிக்கடை. பொறந்தவளை உக்காத்தி வெச்சி ருக்கறான் கடையிலே! கிட்டத்திலே டீக்கடையும் ஒன்னுங்க மாப்பிளெ! பொழுதுக்கும் ரேடியோப் பாடிக்கிட்டே இருக்கு துங்கோ! மச்சினன் டீக்கடை நடத்தறான், ஆளு எப்படி இருக்கான் தெரியுமிங்களா? கன்னம் கின்னமெல்லாம் 'சுறுசுறு'ன்னு சதை 'கடும்பு' தள்ளுது போங்க! தம்பி அங்கமுத்து பேரைச் சொல்லி கையெடுத்துக் கும்பிடறான். 'நல்லா இரப்பா, பொளச்சுப் போப்பா'ன்னு சொல்லீட்டு வந்தேன். என்ன மாப்பிளெ சொன்னே? எதுக்குச் சொல்ல வந்தனுங்க இதை? அட எழவே! நெனப்புக்கு வந்திட்டுதுங்க! தம்பி வெகு பேத்துக்கு ஒவகாரம் செஞ்சிருக்குது. நல்ல மனிசரை ஏய்யா நாலு பேருக்குத் தெரியாது, துரியோதனங்க கூட்டத்தையும்தான் எல்லாருக்கும் தெரிஞ்சிரிக்குது! சின்னமாப்பிளெ எங்கீங்க?" என்றார்.

தன்னைப் பற்றிய பாராட்டைத் தலை நிமிராமல் அங்கமுத்து கேட்டுக்கொண்டிருந்தான். பேசிக்கொண்டிருக்கும் போது எழுந்து செல்வது சரியல்ல. ஆனால், உட்கார்ந்திருப்பதும் உசிதமல்ல. மணியக்காரர், சம்பந்தா சம்பந்தமின்றியும், தன் பெயரை 'இழுப்பார்' என்று அவனுக்கு தோன்றிற்று.

அவன் எழுந்திருக்க முயல்வது, எழுந்த அந்த இடத்தி லிருந்து அப்பாற் சென்றுவிடுவது – ஒரு விதத்தில் நல்லதாகப் பட்டது மாரப்பனுக்கு. முக்கியமான காரியம் இல்லாமல், மணியக்காரர் தேடிக்கொண்டு வந்திருக்கமாட்டார்! அந்த முக்கியமான காரியம் – குடும்ப விஷயமாகத்தான் இருக்க வேண்டும். அவற்றை அங்கமுத்து கேட்கலாமா? வேட்டியில் ஒட்டியிருக்கும் மண்ணைத் தட்டிவிடுவதிலிருந்தும், தலையைக் கையால் கோதிவிட்டுக்கொண்டு அவர்கள் இருவரையும் அங்கமுத்து பார்ப்பதில் இருந்தும் 'புறப்படப் போகிறான்' என்பதை புரிந்த மணியக்காரர், "இரு தம்பீ! பெரிய பண்ணாடி அசந்து தூங்கிக்கிட்டு இருக்காரு. இப்ப அங்க போய்த்தான் நீ என்ன செய்யப் போறே?" என்று உட்காரச் செய்துவிட்டார்.

"இங்கேதான் செய்யறதுக்கு என்ன இருக்குதிங்க?" என்றான் சிரித்துக்கொண்டு.

"நாங்க பேசறதைக் கேளு!"

“சொந்த விசயமாப் பேசுவீங்க. நா கொஞ்சம் தூங்கலாமேன்னு பார்த்தேன்.”

மாரப்பன் சட்டென்று, “சாளைக்குள்ளே பாய் விரிச்சி ருக்குது தம்பி” என்றான். அங்கமுத்து அப்பாற் சென்று விட்டால், மாரப்பனுக்குப் ‘பாரம்’ குறைந்தாற் போலிருக்கும்!”

“ஆளைத் தாட்டறதிலேதானே இருக்கீங்க அண்ணனும் தம்பியும்” என்றார் மணியக்காரர். அவர் கண்களில் குறும்பு! சிரிப்பில் குறும்பு! மீசையையும் குறும்பாக ஒதுக்கிவிட்டு கொண்டிருந்தார்.

“மாமன் அவுங்க எப்பவும் இப்படித்தான் பேசுவாங்க!”

“மாப்பிள்ளைகளும் இப்படித்தான் ஏச்சுக்கிட்டே இருப் பாங்க!”

“தம்பி! அவுங்க சொல்றதை நீ நம்பினா, தலைக்குக் கல்தான்!” என்றான் மாரப்பன். எங்கேயோ பார்த்துக்கொண்டி ருந்த அங்கமுத்துவிடம் மீண்டும் மணியக்காரர் பேசுவதற்கு முன் மாரப்பன், “ஆளைத் தூக்கிக் கனம் பாக்கறதிலே, எங்க மாமன் இருக்காங்களே அதை என்னின்னு சொல்றது போ” என்றான் விளையாட்டாக.

“கேட்டயா தம்பி கதையை? அதுக்குத்தான் நீயும் கிட்டத் திலே இருன்னேன். சாச்சிக்கு எப்பவும் ஓர் ஆள் இருக்கோணும். பொய்ச் சாச்சிக்கின்னா ஒன்பது பேர் வேணும், அதுக நவக்கரகம் மாதிரி வக்கரிச்சுக்கும் பாருங்க!” என்றார் மணியக் காரர். எதிர் வாதத்தில் எப்போதும் அவர் இளைத்தவர் அல்ல!

மாரப்பன் தலைசுற்றக் காரணம் என்ன? அவன் மயங்க வேண்டிய அவசியமே கிடையாது. மூன்று தொழிற்சங்கத் தோழர்களோடும் உறவாடி வருகின்றவன் அங்கமுத்து. ஒருவரைப் பற்றி இன்னொருவர் கூறுவதை, அது நல்லதாக இருந்தாலும் கெட்டதாக இருந்தாலும், அப்படியே ஏற்றுக்கொள்கிற சுபாவ முள்ளவன் அல்லவே? தன் சொந்த அனுபவத்தைக்கொண்டே எந்த விஷயத்தையும் தீர்மானிக்கின்றவன். இங்கேயும் – இந்தச் சிற்றூரிலும் மூன்று முரண்பட்டு நிற்கும் இடங்களிலே பழகிக் கொண்டிருக்கிறான். மும்முனை அன்புத் தாக்குதல்களைச் சமாளித்துக்கொண்டிருக்கிறான். வந்து சேர்ந்த இரண்டொரு நாளிலே பெரிய பண்ணாடி வீட்டு விவரங்களை அவன் தானாகக் கேட்காவிட்டாலும், வலுக்கட்டாயமாக அவனிடம் பிறர் சொல்லித் தீர்த்தார்கள். அப்படி இருந்தும், மாரப்பனோடு இன்று விருந்துண்ண அவன் வரவில்லையா?

மணியக்காரர் கவடின்றிப் பேசுவார். மாரப்பனுடைய பூர்வோத்திரத்தை – இடைக்கால சரிதத்தை, நிகழ்கால நாடகத்தை –அரங்கேற்ற ஆரம்பித்தால் என்ன செய்வது. எப்படி நிறுத்துவது? அதுதான் கவலை மாரப்பனுக்கு. அந்த விவரங் களில் சுவையில்லை. தரம் கிடையாது! மட்டமான அந்தச் சங்கதிகளைக் கேட்டுவிட்டுப் பின்னர் மேலான அபிப்பிராயம் எவ்விதம் அங்கமுத்துவுக்கு ஏற்படும்? அங்கமுத்துவின் பார்வையில் அவன் கீழானவனாகப் பட்டால், பூசாரிச்சியின் சலுகைகள் தொடர்ந்து கிட்டுவதில் இடையூறு உண்டாகாதா?

“மாப்பிள்ளைக்கு நெனப்பு எங்கியோ இருக்குதா?” என்றார் மணியக்காரர்.

திடுக்கிட்டு விழித்தவன் போல், “என்னுங்க மாமா?” என்றான் மாரப்பன்.

“இதைத்தான் சொன்னனுங்க?”

“எதையிங்க?”

அங்கமுத்து சிரித்துக்கொண்டே எழுந்திருந்தான்.

மணியக்காரர், “தம்பி கண்ணைப் பார்த்தாலே தெரியுதே! சாளைக்குள்ளே போயி சித்தெ படப்பா” என்றார்.

அவன் தூங்கப் போய்விட்டான். படுத்தவுடன் தூங்கியும் விட்டான். கறி விருந்து பெரு விருந்து அல்லவா?” ‘அடித்து’ப் போட்ட மாடுபோல் குறட்டைவிட்டுத் தூங்கத் தொடங்கினான். அவனுடைய குறட்டைச் சத்தம் அவர்கள் காதிற்கும் கேட்டது.

“பாருங்க மாப்பிளெ! தூக்கமிண்ணா இப்படீல்லய்யா வரோணும்! நம்ம பெரிய பண்ணாடி நல்லாத் தூங்கி எத்தனை நாள் ஆச்சுத் தெரியுமா? அட, நீங்க கட்டிக் காத்துக்கிட்டுத் தலைமேட்டிலே நிக்காட்டிப் போகுது. ஓர் எட்டுப் போய் பாத்திட்டு வந்தா தேஞ்சா போயிருவீங்க?” அவர் நிமிர்ந்து நோக்கினார். தலையைத் தொங்கப் போட்டு உட்கார்ந்திருந்தான் மாரப்பன். அவன் விரல்கள் மண்ணைக் கிளறிக் கொண்டி ருந்தன.

“மாப்பிளே! ராவணானாட்ட நெலத்தைக் கீறாதீங்க” என்றார். ‘சடக்’கென்று விரலை மேலே எடுத்துக்கொண்டு, அவர் முகத்தைப் பார்த்தான்.

மணியக்காரர் கோபிப்பவர்போல், “சின்னப் புள்ளை களுக்காட்ட படிச்சுப் படிச்சு எத்தனை ‘விசுக்கா’த்தான் சொல்றதோ உங்க ரண்டு பேருக்கும்!” என்றார்.

தம்பி பழனியப்பன் கிட்டத்தில் இல்லையென்றாலும், அவர் இருவருக்கும் சேர்த்தேதான் எதையும் கூறுவார்.

"மறதி சாஸ்தீங்கோ" என்றான் மாரப்பன்.

"இருக்குமய்யா இருக்கும்! வெங்காயம் விக்கற வெலைக்கி மறதி வராமே என்ன சாமி பண்ணும்? எல்லாரையும் மறந்திர லாம். ஐயனைத்தான் ஒரேயடியா மறந்தாச்சே! ஆனா, கூடப் பொறந்த பொறப்பை எப்படீங்க மாப்பிளே மறக்கறது? அந்தக் கணக்கய்யர் சித்தெ என்னைச் சும்மா இருக்க உடறாரா? கொடைஞ்சிக்கிட்டே இருக்காரு. வேலாத்தாளுக்கு மாப்பிள்ளே பாத்தாச்சு. அந்த நகைகளை வாங்கியாந்து குடுங்க'ன்னு உசிரை எடுக்கறாரு. நீங்க ரண்டு பேரும் கெட்டியா பூட்டி வெச்சுக் கிட்டே இருக்கீங்க" என்றார்.

மாரப்பன் அமைதியாகக் கேட்டுக்கொண்டு இருந்தான். வாய் திறக்கவில்லை.

"என்ன மாப்பிளே மென்னு முழுங்கறீங்க?"

"தம்பிகிட்டேயும் சொல்லீட்டுக் குடுத்தர்ரனுங்கோ!"

"சின்ன மாப்பிள்ளைகிட்டே யாரு சொல்றது?"

"நீங்களே சொல்லீருங்க."

மணியக்காரருக்கு சற்று கோபம்கூட வந்துவிட்டது. நம்ம கவுண்டமாரு சங்கதிக எனக்குப் புதுசுங்களா மாப்பிளே? இல்லே நாஞ் சீமையிலே இருந்து குதிச்சிட்டவனா? அண்ணனைக் கேட்டா தம்பியைக் கேளுங்கறது, தம்பியைக் கேட்டா அவன் அண்ணனைக் கை காட்டி உட்டிர்ரது. கடைசிக்கு ரண்டு பேர்த்தையும் எதிர் நிறுத்திக் கேட்டா முழிக்கிறது! உங்க வாசலுக்கு வாரவன் மசயனாத்தா இருக்கோணும்" என்றார். ஒவ்வொரு வார்த்தையிலும் சூடு தெறித்தது.

"மாமன் அவுங்க ரகளை ரச்சைக் கிண்ணே வந்திருக்காங்க. செரீங்க மாமா..." என்று கூறி நிறுத்தினான். அவனுடைய நா குழறுகிறதா? அல்லது வார்த்தை தடுமாறுகிறதா? சற்றுப் பொறுத்து ஆவேசத்தோடு உறுதியான குரலில், "நா குறுக்கே நிக்கிலீங்கோ. உண்ணி நா 'மக்கிளிச்ச'ன்னா உங்க கால்லே இருக்கறதைக் கழட்டி..."

மாரப்பன் முடிக்குமுன் மணியக்காரர், "மாப்பிள்ளே!" என்று பதட்டத்தோடு எழுந்து, அவன் கைகளைப் பிடித்துக் கொண்டார்.

பிறகு நிதானமாக, "காலம் போயிருமுங்க! ஆனா, சொல்லு நிக்கிமிங்களே! இல்லீங்களா?" என்றார். மாரப்பன் ரோமக் கால்கள் இன்னும் சிலிர்த்துக்கொண்டிருந்தன.

மணியக்காரருக்கு அடிநாளில் இருந்தே, அவனை வழிக்குக் கொண்டு வந்துவிடலாம்; எதற்கும் இணங்கச் செய்யலாம் என்ற நம்பிக்கை இருந்தது. ஆனால், அவனைச் சம்மதிக்கச் செய்து விட்டால் போதுமா? அவன் தம்பி அங்கதன் - அவன்தான் பழனியப்பன் படிந்து வரவேண்டாமா? திமிறிக்கொண்டு துள்ளினால்? என்ன குதி குதித்தாலும் பழனியப்பன் கொட்டத்தை அடக்கவும் தம்மிடம் தயாராக ஒரு கதாயுதத்தை வைத்திருந்தார். துரியோதனங் கூட்டத்தை வீழ்த்த கதாயுதம் தேவைதான்! ஆனால், அதன் பிரயோகத்திற்குப் பழனியப்பன் பணிவானா?

14

கொஞ்ச நாளாகப் பழனியப்பனை எங்குமே காணோம். ஊரிலும் இல்லை. ஊத்துக்குளி மாமனார் வீட்டிற்கும் வருவதில்லை. எங்கே போய்விட்டான்?

செல்லாயா, கணவனை எதிர்பார்த்துக்கொண்டு இருந்தாள். ஓரத்தப்பாளையத்திலிருந்து அவளுக்குத் தகவல்கள் அவ்வப் போது வந்து கொண்டுதான் இருந்தன. உள்ளூரில் இருக்கையில் மாமனார் புதுக்குடித்தன நிலவரத்தை யாராவது அடிக்கடி சொல்லிக்கொண்டு இருந்தார்கள். அப்படி சொல்லாவிட்டாலும், சில பெண்களுக்குத் தலையே வெடித்துவிடும்! செல்லாயாளும் இரண்டொருவரை –அந்தரங்கமாகத் தனக்கு வேண்டியவர் களை– அந்தக் காரியத்தில் இறங்கி வேலை செய்யச் சொல்லி இருந்தாள். கவுரவ நியமனந்தான்! ஆனால், அற்பப் பலன்களை, சலுகைகளை, இவளிடமிருந்து அந்தத் தோழியர் எதிர்பார்த் தாலும், இவள் தட்டிக் கழிப்பதற்கு இல்லைதான்! முக்கியமாக 'பெரிய பண்ணாடி சந்தோஷமாக இருக்கிறாரா?' என்பது, அவள் அறிந்துகொள்ள வேண்டியவற்றில் முக்கிய ஒன்று!

வீட்டைப் பிரிந்து, பேரன் பேத்திகளைப் பிரிந்து, இந்த அருமை மருமகள் இருவரையும் பிரிந்து, இரண்டு புத்திரர்களின் 'முகாலோபன'மே கூடாதென்று போய்விட்டவரின் முகத்தில், 'சந்தோஷம்' தாண்டவமாடுதா? 'அவர் சோர்ந்து போய், சுருண்டு கிடக்கிறார்' என்ற சேதியை அவள் கேட்க விரும்பவில்லை. ஏன்? சிரித்த முகத்தோடு பண்ணாடி எப்போதும் போல் இருக்கிறார் என்றால், 'பாத்தீங்களா? இதுக்குத்தா பிரிஞ்சு போனாங்க!' என்று கணவனிடம் இடித்துக் காட்டலாம். மருமகள் விருப்பப்படியே விவரங்கள் வந்தன. 'அவருக்கென்னுங்க, நல்லாத்தா இருக்காரு; வேலாத்தாளும் குதிரைக் குட்டியாட்ட திரிஞ்சுக்கிட்டு இருக்கா.'

செல்லாயா உள்ளுக்குள் புழுங்கினாள். உண்மையில், பெரிய பண்ணாடி மகிழ்ச்சியோடு இருந்தாரா? ஆனந்தத்தின் 'ஊற்றுக் கண்'களையே இவர்கள் அடைத்துவிட்டார்களே? மகளுக்காக, வேலாத்தாள் வருந்தக்கூடாதே என்பதற்காக, துயரத்திற்கு இடம் தராமல் இருந்தார்!

மாரப்பனுடைய மாமனாரும் மாமியாரும், பண்ணாடிச் சம்பந்தி 'சங்கட்டம்' கிடப்பதைப் பார்த்து வந்தார்கள் என்பதைக் கேள்விப்பட்டதில் இருந்து, செல்லாயாளுக்கு ஒரே அங்கலாய்ப்பு! தன் வீட்டில் இருந்து யாராவது செல்ல வேண்டாமா? ஊரில் உள்ளவர்கள் என்ன சொல்வார்கள்? 'மச்சாண்டார் பொண்டாட்டிக்கு இருக்கிற அக்கறை, கொழுந்தனார் பொண்டாட்டிக்கு இல்லையே?' என்று பேசமாட்டார்களா?

சுப்பக்காளுக்கும் செல்லாயாளுக்கும், மாமனாரிடம் சம பக்தி தான்! அவர் இருந்தாலும் போனாலும், இரண்டுமே அவர்களுக்கு ஒன்றுதான்! ஆனால், செல்லாயா வீட்டுக்குச் சேராத ஒரு பெருமை சுப்பக்காள் வீட்டை அடைவது, பொறுத்துக்கொள்ளக்கூடிய விஷயமா என்ன?

ஒரத்தப்பாளையத்துக்கு அவள் சீக்கிரமாகத் திரும்பிப் போகாமல் இருந்ததின் காரணம், 'மாமனாரும் மகளும் ஏனாத்தா தனியாகப் போயிட்டாங்க?' என்ற சரம்சரமான கேள்விகளின் சூடு ஆறட்டும் என்கிற நோக்கம். இப்போது சூட்டோடு சூடு பன்மடங்காக அது ஏறிக்கொண்டது. 'டாக்டரு வந்தே ஊசி போட்டிருக்கிறாராம். இப்பவோ பொறகோன்னு இல்லைன்னா வருவாரா டாக்டரு?'

இன்னும் கொஞ்ச நாளைக்குத் தாய்வீட்டிலேயே இருக்கலாம். “ஏம்மா, நீதான் போயி பாத்திட்டு வாரயா?” என்றாள் செல்லாயா.

“எனக்கும் போகணும்னுதா இருக்குது. அப்படியே சாமி ஆடறவளையும் பாத்திட்டு, இந்தச் சனியன் இடுப்பு நோக்காடு எப்ப நல்லாகுமின்னு கேட்டுக்கிட்டு வரலாம். எதுக்கும் உங்க ஊட்டுக்காரரைக் காணமே’ என்றாள் தாயார்.

“அதுதாம் பாரு” என்றாள் மகள். அவளுடைய முகம் சுண்டிவிட்டது.

“பூசாரிச்சியை பாக்கிற கூட்டம் தேர்க்கடையாட்ட வந்துக் கிட்டே இருக்குதாம். நேத்து வாரம் இங்கத்த வண்டிக பத்து இருவதுக்கும் மேலே போச்சாமுல்லோ...”

“அப்படி போகாமயா, எம்பதிண்ணு நூறிண்ணு வசூல் ஆகிகிட்டு இருக்குது?”

தாயார் ஆச்சரியத்தோடு, “ஆர்லா அதை வசூலு பண்றாங்க?” என்றாள்.

“என்னம்மா இது? எங்க மச்சாண்டாருதானுங்கிறே” என்றாள்.

“அல்லே! நாசமத்தவங்களா! உங்க பண்ணாடிக்கும் கூட்டு இருக்குமில்லோ?” என்றாள். மேலும் பெருத்த ஆச்சரியத்துடன் தாய்.

செல்லாயா அலுப்போடு, “கூட்டுமில்லை, சாட்டுமில்லை!” என்றாள்.

தாயாருக்கு ஆத்திரம் பொத்துக்கொண்டு பீறிட்டது. “அவுங்க வந்தா – நா மாப்பிளக் கவுண்டருக்கிட்டே இதெக் கேக்காமே உடமாட்டேன்!’ என்றாள் உறுதியுடன்.

மாப்பிள்ளை பழனியப்பன், மாமியார் முன் தோன்றி தரிசனம் அளிக்கும் வாய்ப்பு, அண்மையில் காணோமே! ஏனென்றால், பாலதுளுவு வேலாங்காட்டுச் சிறைக்குள் அல்லவா அவன் சிறைப்பட்டு இருக்கிறான்?

பாலதுளுவிலிருந்து ஒரு மைல் தள்ளி, அடர்த்தியாக பூதாகாரமாக கவிழ்ந்திருந்தது அந்த வேலாங்காடு. எங்கு பார்த் தாலும் இலந்தை மரங்களும், கருவேல மரங்களும், வேம்பும்,

புங்க மரங்களும், முட்புதர்களும் மண்டிக் கிடந்தன. கால்நடைகளையும் இடறச் செய்யும் பாறைக் கற்களும், ஆழக் குழிகளும்! மேய்ச்சலுக்கு புல்லா, பூண்டா? நாயுறுஞ்சி விதைதான் துணிகளில் ஒட்டிக்கொண்டு போக மறுக்கும்! போதாததிற்கு ஓரங்களில் அச்சத்தை அதிகரிக்க பனைமரங்களின் அணி! அங்கே நுழைபவன் தைரியசாலிதான்!

யாரும் செல்லாத – செல்ல விரும்பாத – அந்த இருண்ட காட்டிற்குள்ளே, ஒண்டிக் குடிசையில் ஒண்டியாக, பல ஆண்டுகளாக வசித்து வருகிறான் மாசாணம். அவனுக்குச் சொந்தமான ஒரு பனந்தோப்பையும் குத்தகைக்கு விட்டிருந்தான். பொழுதெல்லாம் கட்டுப்பானைச் சாராயத்தின் அருளிலே பொழுதைப் போக்கிவிடுகிறான். சில சமயம் பசங்கள் அவனைக் காண, களிக்க வருவார்கள். அவனும் வேடிக்கையாகப் பேசுவான். சிரிப்பான். தராதரம் அறிந்து குடிப்பதற்கும் கொடுப்பான். ஆம், பாத்திரம் அறிந்துதானே பிச்சை போட வேண்டி இருக்கிறது! பெரிய பெரிய போக்கிரிகளும் வருவார்கள். ஆனால், போலீஸ் தன்னைத் தேடி வரும்படி அவன் இதுவரை காரியம் எதுவும் பண்ணிக்கொண்டதில்லை. பிரபல டாக்டர்களைப் போல் ஆலோசனைதான், அங்கே அவன் முன்னிலையில்! பல ஆலோசனைகள் அவன் எதிரில் நடந்திருக்கின்றன! அதன் விளைவுகளைப் பற்றி ஆராய வேண்டியதில்லை. இங்கே மாசாணத்தின் கட்டில் மேல் உட்கார்ந்துகொண்டு பழனியப்பன் என்ன செய்கிறான்? கடோத்கஜன் போன்ற மாசாணத்தின் உருவம் கூனிக் குறுகிப் பனந்தடுக்கில் குந்தியிருப்பானேன்?

மாசாணம் பங்காளி. வயதில் சின்னவன். அண்ணன் பழனியப்பனுக்கு அப்படி மரியாதை செலுத்துகிறான்!

பழனியப்பன், பத்துப் பனிரண்டு நாட்களாக அந்த இடத்திலேயே அவனோடு தங்கி இருக்கிறான். எங்கும் வெளியே போவதில்லை. உணவு நேரத்திற்கு உணவு வருகிறது. தூங்கும் நேரத்திற்கு தூக்கம் வருகிறது! சில சமயம் தூக்கம் வர மறுக்கிறது!

கருக்கு அருவாள் ஆட்கள், கைத்தடி ஆட்கள், முண்டாசுக்காரர்கள், முறுக்கு மீசைக்காரர்கள் எல்லோருமே வருகிறார்கள். ஆனால், பழனியப்பன் வந்த காரியம் மட்டும் இன்னும் கைகூடவில்லையே?

“ஒருக்கா ஊருக்குத்தான் போய்ட்டு வாரனே” என்கிறான் பழனியப்பன்.

“இருங்கண்ணா, நல்ல சேதியைக் கேட்டுக்கிட்டே போலாமுங்க” என்கிறான் மாசாணம்.

என்ன அந்த நல்ல சேதி? எதை எதிர்பார்த்துக் கேட்கப் பழனியப்பன் காத்திருக்கிறான் அங்கே?

பெரிய பண்ணாடி, பிள்ளைகளோடு பந்தத்தை அறுத்துக் கொண்டு போய்விட்டாலும் – அவர், அலட்சியமாக இவர்கள் இருக்கும் திக்கையே ஏறிட்டு நோக்காவிட்டாலும் – புத்திரர்கள் அங்கே நடக்கிற காரியங்களைக் கேட்டுக்கொண்டும் கவனித்துக் கொண்டும் இருந்தார்கள். நோய், பெரியவரை வாட்டிக்கொண்டு இருந்தது. வலியால் அவதியுற்றார். டாக்டர் வந்தார். குணம் கண்டது. அதுவரை சரி. பழனியப்பன் அமைதியாகக் கேட்டுக் கொண்டான். கேளாவிட்டாலும், மற்றவர்கள் சொல்லிவிட்டுப் போகிறார்கள். ‘ஏன் போய்ப் பார்க்கவில்லை?’ என்று இப்போது அவனை எவரும் விசாரிப்பதில்லை. ஆனால், தந்தையின் பக்கத்தில் இன்னொரு வாலிபன் இருக்கிறானாமே? அவனுக்கு இன்னும் என்ன வேலை அங்கே. புது மாப்பிள்ளைக்குப் போல அவனுக்கு உபசாரங்கள் நடக்கிறதாமே? இந்தக் கேள்விகள் அவனுக்குள் எழுந்து அவனையே தின்றுகொண்டிருந்தன! பெண்கள் பெரியவர் விஷயமாக உளவுக்கு ஆள் நியமித்தது போல், அவனும் இரண்டோர் ஆட்களை நோட்டம் பார்க்க அவ்வப்போது அனுப்பிக்கொண்டுதான் இருந்தான். ஏதோ தவறு நடக்கும் என்ற கருத்தில் அல்ல. ‘என்ன அது?’ என்று அறிந்துகொள்ள வேண்டும் என்ற ஆர்வத்தால்! ஆனால், அந்த ஆர்வத்தை அவர்கள் தரும் செய்திகள் அணைத்தன! அது மாத்திரமா? நெஞ்சில் அனலைக் குழைத்தன!

‘வேலாத்தாளே அவனுக்குச் சோறு போட்டுது. நான் கண்ணாலே பார்த்தேன்’ என்பதில் இருந்து, ‘இண்ணைக்கு பண்ணாடிகூட காட்டுக்குள்ளே நின்னாருங்கோ. சாளையிலே தங்கச்சியும் அந்தப் பையனும் சிரிச்சிப் பேசிக்கிட்டு இருந்தாங்க’ என்பது வரை, பழனியப்பன் காதாரக் கேட்டான். அவன் கேள்விப்பட்ட முழு விவரங்களில் இருந்து வடித்தெடுத்து, இவற்றை மட்டும் மனம் உள்ளுக்குள்ளே பத்திரப்படுத்திக் கொண்டது. சரி, இன்னும் என்ன கேள்விப்பட வேண்டும்? தங்கையின் கூந்தலிலே மலர் சூடினான். இருவரும் சுற்றுலாப் புறப்பட்டார்கள்! என்ற சமாசாரமும் அவன் செவியில் விழ வேண்டுமா?

பழனியப்பன் பல கோணங்களில் சிந்தனையைப் பறக்க விட்டான். ‘பெரியவருக்கு இதெல்லாம் தெரியாது. தெரிய

நியாயமில்லை! தவிர, அவர் எல்லோரையும் நம்பிவிடுகிறவர் – வேலாத்தாளுக்குத்தான் என்ன தெரியும்? ஆனால், தக்க பாது காப்போடு வீட்டிலே எல்லாருடனும் தங்கை இருந்திருந்தால், இம்மாதிரி நேர்ந்திருக்குமா? இப்போது என்ன செய்வது? இந்த இளைஞனை அங்கிருந்து அகற்ற வேண்டும். அவன் இந்தப் பக்கமே தலைகாட்டாமல் இருக்கச் செய்ய வழி என்ன? அந்தக் காரியத்தைச் செய்து முடிக்காவிட்டால் தலை 'படார்' என்று வெடித்துவிடும் போல் இருக்கிறதே அவனுக்கு!'

பழனியப்பன் குழப்பத்தோடு ஊத்துக்குளிக்கு வந்தான். குழந்தைகள் ராம, லட்சுமணர்களுக்கு, வெங்கமேட்டில் இருந்து கை முறுக்கு, கார முறுக்கு வழக்கமாக வாங்கி வருவான். அதைக்கூட மறந்துவிட்டான். மனைவியிடமும் சரியாகப் பேச வில்லை. அவன் அதிகக் குழப்பத்தோடு பாலதுளுவுக்குப் புறப் பட்டான். முதலிலேயே மாசாணத்தைச் சந்தித்து, இரண்டு மூணு பசங்களைத் தன்னோடு கூட்டிச் செல்லலாம் என்பது அவன் திட்டம். கலகத்திற்கு – அடித்து மிரட்டுவதற்கு – தானே முன்நிற்பதா என்ற சஞ்சலம்!

ஆனால், மாசாணம் யோசனை கூறினான். 'நீங்க வெளியே தலைகாட்டக் கூடாதுங்க அண்ணா. நீங்க சம்பந்தப்பட்ட தாகவே ஆருக்கும் தெரியப்படாது. பெரிய ஊதா ஊதினா, அந்தப் பையன் திருப்பூர் போயி திரும்பிப் பாக்கோணும். இங்ககூட இந்த ஆளுககிட்டே, எதுக்காக அவனை முடுக் கறோம்ங்கறதைச் சொல்லப்படாதுங்க! விரோதமிண்ணா எவ்ளவோ காரியத்துக்குக்கா விரோதமுங்க; என்ன ஏதின்னு இவங்க உங்களைக் கேக்கறாங்க' என்றான்.

ஊத்துக்குளி, பாலதுளுவு, தளாபாளையம் பகுதிகளில் உள்ள குளங்களில் தண்ணீர் வற்றிவிடுகிறபோது, வயல்களில் அவர்களுக்கு வேலை ஏது? உழவு வந்தனை செய்யாத காலங் களில், கலகத்திற்கு வணக்கம் செலுத்துவார்கள். கவுண்டர் களுடைய ரகளை ரச்சைகளில் எப்போதுமே அவர்களுக்குப் பங்குண்டு. பள்ளர்கள் அப்பிச்சி, அப்பிச்சி என்று உரிமை கொண்டாடிக்கொண்டு, குடிபோதையில் அவர்களுடைய தோள்மேல் தோள் கைபோட்டுக்கொண்டும் செல்வார்கள். இன்றைக்கு இருக்கும் கட்சியிலேயே என்றைக்கும் இருக்க வேண்டும் என்ற நியதி இல்லை. அரசியலில்தான் கட்சிமாறு விசித்திரங்கள் என்றல்ல – அடிதடிகளிலும் கட்சி மாறல்கள் சர்வ சாதாரணம்!

வீரம் மிக்க இப் பரம்பரையில், இன்றைக்கும் பள்ளி எதற்கும் சளைத்தவள் அல்ல என்பதை நிரூபித்துக்கொண்டு வருகிறாள். தளாபாளையம் பூச்சக்காட்டுப் பெரியசாமி, தன்னிடம் காவலுக்கு இருந்த பள்ளன், கருதுகளைக் காணாமல் கொய்து சென்றுவிட்டான் என்று போலீசில் புகார் பண்ணினான். மூணு மாதம் பள்ளனை அதற்காக உள்ளே தள்ளிவிட்டார்கள். பள்ளச்சி என்ன செய்தாள்? பூச்சக் காட்டான் வீட்டு வாசலுக்கே வந்துவிட்டாள். ‘பொறு மாப்பிள்ளே! பொறு பொறு! உங்க நல்ல பாட்டன் வந்ததும் கையை முறிக்கச் சொல்றேன். அதுக் கோர் ஆறு மாதம்!’ என்று முழங்கினாள். கண்ணகி வடி வெடுத்துக் கனலை உமிழ்ந்தாள்!

ஒரு காரியத்தில், முழு மூச்சுடன் இறங்கிவிட்டால் பள்ளனுக்கு உயிர் அற்பம்! தன் எதிரில் நிற்கும் இரு பள்ளர் களையும் ஏற இறங்க ஒரு முறை பார்த்தான். பழனியப்பன். பருத்த வடிவத்தானும் பனைமரம் போல் வளர்ந்தவனும், காமனும் வீமனுமாக அடக்கத்துடன் நின்றார்கள். மாசாணத்திடமா அவர்கள் தங்களுடைய வல்லமையைக் காட்டுவார்கள்!

அரைமொடாக் கள்ளும் தீர்ந்தது. பானம் அடித்தட்டியதும் மாசாணம் பேசத் தொடங்கினான்.

குடிவெறியில் உளறுவார்களோ என்று முதலில் பழனியப்பன் எண்ணினான். அவர்கள் வயிறு என்ன மாட்டுத் தாளியா? எவ்வளவு கொட்டிக்கொண்டாலும் முன்னினும் பன்மடங்கு சாந்தமுடன் காண்கிறார்களே!

“ஆள் சிக்கினானா?” என்றான் மாசாணம்.

“குறி வெச்சிட்டமுங்க. உண்ணி எலும்பைப் பதம் பாக் காமயா உட்டறப் போறோம்” என்று கூறி, பூரா விவரத்தையும் விவரித்தார்கள்.

ஒரத்தபாளையத்தில் இரண்டு நாள் அலைந்து திரிந்திருக் கிறார்கள் அவர்கள் இருவரும். பண்ணாடி சாளையில் பண்ணாடியையே காணோமே! வெள்ளிக்கிழமை கட்டாயம் பூசாரிச்சி குடிசைக்கு வந்தே தீருவான் என்று கூறினார்கள். ஆனால், வரவில்லை. கணக்கய்யர் இவர்களைப் பார்த்து, ‘என்ன சங்கதி?’ என்று துருவி இருக்கிறார். கடைக்கார பொன்னப்பனுக்கும் சந்தேகம். அய்யரிடம், “மாடு காணாமப் போயிட்டுதுங்க, புதுசு, காங்கயம் சந்தையிலே வாங்கினது. மாட்டுக்காரனைத் தேடிக்கிட்டு படியூருக்கே போயிட்டுதாக்கும் என்று மாட்டைத் தேடி வந்தோம்” என்று சொல்லி

இருக்கிறார்கள். பொன்னப்பனிடம், 'சாமிகேக்க வந்தோம்' என்று சொல்லி இருக்கிறார்கள். மாரப்பனும், 'பள்ளப்பசங்க ஏதடா நடமாடறாங்க?' என்று பண்ணயத்து ஆளிடம் கேட்டிருக்கிறான். ஆள்காரனிடம், 'சின்னப் பண்ணாடியைப் பார்க்கலாமுன்னு வந்தோம்' என்று சரடுவிட்டிருக்கிறார்கள். கடைசியில், திருப்பூர் டாக்டர் வீட்டுக்கே போய்விட்டார்கள். நர்சிங் ஹோமுக்குள்ளேயும் வீட்டிற்கு உள்ளேயும் செல்ல முடியுமா? 'உடம்புக்கு என்ன?' என்று கேட்கிறபடியா இருக்கிறது அவர்களுடைய உடம்புகள்? கடப்பைக் கல்தான். வச்சிரம் போல் இருக்கிற ஆசாமிகள் என்ன சொல்வார்கள்? 'சுறுசுறு'வென்ற அவர்களது தோற்றமும், இடுப்புச் சிறுவேட்டி மடித்த கோவணமும், தலையில் பாலகாட்டுத் துண்டின் கட்டையும் கண்டால் – டாக்டருக்கு மட்டுமல்ல – நர்சு களுக்கும், காவலாளிகளுக்குமே ஐயப்பாடு தோன்றிவிடும்.

கட்டடக் கூலிவேலை ஆட்களைப் போல், எதிரில் உள்ள மரத்தடியில் உட்கார்ந்துகொண்டார்கள். ஒரு கட்டு பீடிக்கு ஆறு தரம் வெற்றிலை பாக்குக் கடைக்குப் போய், அங்கமுத்துவை – அவன் பெயரைத்தான் மறக்காமல் இருக்க உருப்போட்டுக் கொண்டே சென்றிருக்கிறார்களே – கேட்டார்கள். அவனும், டாக்டரம்மாளும், வேலாத்தாளும் பிளஷர் காரில் ஏறும்போது இவர்களே பார்த்தும் விட்டார்கள்! வேலாத்தாளை கனாக் கண்டதும்போல் அவர்களில் ஒருவனுக்கு நினைவு இருக்கிறது! நாலைந்து ஆண்டுக்கு முன் பாலதுளுவு சின்னப்பாட்டன் வீட்டுக்கு வந்திருக்கிறாள். ஆனால், காகிதப் பூக்களிடையே – அங்கே பிரகாசமான விளக்கு வெளிச்சத்தில் தாமரைப் பூவைப் போன்ற அவளை – இனம் கண்டுகொள்வதில் சிரமம் உண்டாக வில்லை. வெற்றிலை பாக்குக் கடைக்காரன், "அட, அவன் தானப்பா அங்கமுத்து. அவனைத் தெரிஞ்சுக்காமே இங்கே யாரு இருப்பாங்க? டாக்டரின் செல்லப்பிள்ளையாச்சே! அவனைப் பாக்கறதின்னா அவங்க சினிமாவில் இருந்து திரும்பி வந்ததுக் கப்புறம் பாருங்கப்பா' என்றான். மேற்கொண்டு திருப்பூரில் தங்கி இருந்து காரியத்தை முடிக்க முடியவில்லை! காசு தீர்ந்துவிட்டது. துணிகளும் புழுதி படிந்துவிட்டன. திரும்பி விட்டார்கள்.

பழனியப்பன் உள்ளுக்குள்ளே, புதிதாக ஒரு ரம்பம் உருப்பு களை அறுக்கத் தொடங்கிற்று! தன் தங்கை அவனோடு சினிமாவுக்குகூட போயிருக்கிறாள்! தனிமையில் ஏதேது பேசி இருப்பார்களோ? அதற்குமேல் கற்பனை ஓடவில்லை. தீக் கொழுந்துகள் இதயத்தைத் தீய்த்தன. உட்கார்ந்திருக்க முடிய வில்லை.

“நானும் ஒருக்கா பாத்திட்டு வாரேன்” என்று கிளம்பி விட்டான்.

மாசாணம், ஒரு மைலுக்கு கூடவே வந்து வழி அனுப்பி னான். அவன் அழமாட்டாக் குறையாக, “தகிரீமா நீங்க போங் கண்ணா. ஆளையும் பாத்தாச்சு! நிமிளங்கூட்டம் நம்ம பசங்க அவன் கடகெலும்பை எண்ணி எடுத்திருவாங்க” என்று ஆறுதல் கூறினான்.

பழனியப்பன் நள்ளிரவில் கதவைத் தட்டினான். அசந்து தூங்கிக்கொண்டு இருந்த மனைவி செல்லாயா, “நீங்கதானா?” என்று கேட்டுக்கொண்டே கதவைத் திறந்துவிட்டாள்.

“ரண்டு ரண்டு தட்டாத் தட்டறப்பவே நீங்கதான்னு தெரிஞ்சு போச்சுங்க” என்றாள் மனைவி. கணவனின் முகத்தைப் பார்த்ததும், ‘அந்த மங்கிய ஒளியிலும் பேயறைந்த மாதிரி நின்றுகொண்டு இருக்கிறானே! ஏதோ வாசம் வேறு!’ என்று நினைத்தாள்.

“ஏனுங்க! இது எத்தனை நாளாங்க?” என்றாள். அவள் திகைத்து விட்டாள். சாராய நாற்றம் ‘குப்’பென்று அவனிடம் இருந்து அடித்துக்கொண்டு இருந்தது.

“நல்லாதாஞ் சொல்லித் தொலைக்கறதுக்கு என்ன?”

“குடிச்ச மனிசங்கிட்டே எந்த வெள்ளாடிச்சிதா வாய் குடுப்பா?”

அவனுக்கு விஷயம் விளங்கிற்று. மாசாணத்தின் மேல்துண்டை, அவசரத்தில் இவன் தூக்கிப் போட்டுக்கொண்டு வந்துவிட்டான். அவன் விரலால்கூட கள்ளைத் தொட மாட்டான்.

பெரிய பண்ணாடியே மருகிக் குமைந்துகொண்டது, அப்போது அவனுடைய ஞாபகத்திற்கு வந்தது. ‘கள்ளுத் தண்ணி குடிச்சிட்டு இவங்க புத்திகெட்டுத் திரிஞ்சாலும் எனக்கு இத்தனை துக்கம் வராதாயா!’ என்று தாயாரிடம் சொல்லி அயர்வார்.

கள்ளும் சாராயமும் இன்றியே புதல்வர்கள் எந்த நேரமும் கள்வெறி கொண்டது, பெரியவரைச் சீரழித்துக்கொண்டிருந்தது.

இவ்வளவு நாள் பழகியும் மனைவிகூடக் குடித்திருப்பதாக நினைக்கிறாளே!

“எந்த நாய் துண்டையோ எடுத்துப் போட்டுக்கிட்டு வந்திருக்கிறேன்” என்றான்.

“நாய்ச் சாவகாசம் எதுக்கிங்க?”

“செரி, செரி. ஒரு வேட்டியும் துண்டையும் எடுத்தா. நா இப்பவே நம்ம ஊருக்குப் போகோணும்.”

“நாங்கெல்லாம் எப்ப வாரது? இந்த பசங்க ரயில் கரிக்குள் ளேயே பொளுதிக்கும் படுத்துப் பெரண்டுக்கிட்டு இருக்கு துங்கோ” என்றாள் மனைவி.

“நேரமில்லீன்னு சொன்னா? சட்டுன்னு எடுத்தா” அவனுக்குக் கோபம் மூக்கிற்குமேல் வந்தது!

உடைகளை மாற்றிக்கொண்டதும், வெகு வேகமாக ஓரத்த பாளையத்தை நோக்கி அவன் நடக்கலானான். மனத்தோடு அவன் கால்கள் போட்டியிட்டன!

15

ராசிபாளையம் மணியக்காரர், தினசரி பிள்ளையார் கோவிலுக்குப் போய்விட்டு வந்த பின்னரே, காலை ஆகாரத்தைக் கையால் தொடுவார். சுத்தமாக எழுந்திருக்க முடியாத நிலைமை, காய்ச்சல், சளி என்று படுத்துவிட்டால் மாத்திரம் என்னமோ நிச்சயமாகச் சொல்ல முடியாது. மற்ற நாட்களில் பிள்ளையாரைத் தொழாது அன்னத்தைத் தீண்டமாட்டார்!

கடன்காரன் போல் விடிவதற்குமுன்பே அமீனா வந்தான். “உக்காரப்பா போகலாம்” என்றார். அவர் மனதிற்குள்ளாகவே, ‘அந்தப் பஞ்சாயத்தில் தலையிட்டிருக்கக்கூடாது. பழனியப்பன் சமாசாரமே இப்படித்தான். சொந்த சங்கதி கேட்கவே, ஆளைக் கண்ணில் காணோமே? அமீனாவும் வந்திருக்கிறான் என்றால் இனித் தட்டுப்படவா போகிறான்?’ என்று எண்ணிக்கொண்டார். பக்கத்துக் காட்டுக்கு ஜப்திக்காக வந்தபோது பழனியப்பன் அமீனாவை மிரட்டி இருந்தான். மிரட்டலோடு கீழே தள்ளியும் விட்டான். அடி கிடையாது. ஆனால், அமீனா ‘டாக்டர் சர்டிபி கேட்டுக்காகப் போகிறேன்’ என்று குதித்தான். ‘கேஸ்கீஸ், ஒரு எழவும் வாண்டாம், ராசியாப் போங்க’ என்றார் மணியக்காரர். பஞ்சாயத்தார் சொன்னபடி காங்கயத்திற்குப் பழனியப்பன்

போக வேண்டாமா? மூன்று வாரம் பொறுத்துப் பார்த்துவிட்டு மணியக்காரரிடமே முறையிட வந்திருந்தான் அமீனா. தலையாரியோடு கோயிலுக்குப் போகும்போது, பெரிய சத்தம் போடும்படி நேர்ந்துவிட்டது. தலையாரி, காகிதங்களைத் தலை கீழாக மாற்றிப்போட்டு, ஸ்டாம்பு ஒட்டுமுன்பே ஒரு ரசீதையும் வைத்து, கவரை ஒட்டி அனுப்பி இருக்கிறான். ஜமாபந்தியில் தாசில்தார், "என்ன மணியக்காரரே! ராசிபாளையம்ணா நல்ல பேரு. மத்த ஊரு மணியக்காரர்களுக்கு இல்லாத மரியாதை குடிபடைக்கிட்டேயும் உங்களுக்கு! ஆனா காகிதங்கள்தான் உங்க சொன்னபடி கேக்கமாட்டேங்குது" என்றார். வேடிக்கையாக தாசில்தார் அப்படிச் சொன்னாலும் ஏழெட்டு ஊர் மணியக் காரர்கள் அதைக் கேட்டுக்கொண்டு இருந்தார்களே? சிலர் சிரித்ததையும் அவர் பார்த்தார். தலையாரியைத் திட்டாமல் அவர் எப்படிச் சும்மா இருப்பார்?

அமீனாவையும் அவர் கூட்டிக்கொண்டு பெரிய பண்ணாடியின் கோம்பக் காட்டிற்கு புறப்பட்ட சமயம், சின்னக்காள் ஐந்தாறு பெண்களோடு அவரை வழிமறிப்பவள் போல் இட்டேறிக்குள் நின்றுகொண்டிருந்தாள். அவர்களில் இரண்டொருத்தி வெள்ளைச் சேலைக்காரிகள்!

"என்னய்யா! சயனம் தங்கமாட்ட ஆகுதா?" என்றார் மணியக்காரர் அமீனாவிடம்.

"நாம என்ன ஜப்திக்கா போறமுங்க?" என்றான் அமீனா. அவனுக்கு பழைய ஞாபகம்!

சின்னக்கா சில்வண்டுபோல் அடித்தொண்டையில் எங்கிருந்தாலும் வறட்டுக் கத்துக் கத்திக்கொண்டு இருப்பாள். கோயில், குளம், பூசை வேளைகளில் அவள் பக்கத்தில் இருப்பவர்களுக்குப் பயமாக இருக்கும். 'வீல் வீல்' என்று சமய சந்தர்ப்பம் தெரியாமல் உரக்கப் பேசினால் நன்றாகவா இருக்கும்?

அவள் மகன் திருப்பூரில் பனியன் கம்பெனியில் வேலை பார்க்கிறானாம். பணமும் மாதா மாதம் ஒழுங்காகத் தாய்க்கு அனுப்பி வைக்கிறான். இவளும் போக வர இருக்கிறாள். அதனால், "எங்கிட்டே, மணியாரராக இருந்தாலும் ஆராக இருந்தாலும் செரியாச் சொல்லித்தான் ஆகோணும்" என்று கூட இருக்கும் பெண்களுக்கு ஊக்கமளித்துக்கொண்டு இருந்தாள்.

எதற்காக மணியக்காரர் அவளுக்குப் பதில் அளிக்க வேண்டும்? அவர் சரியாகச் சொல்லித் தீர்க்க வேண்டிய அந்த விஷயம் என்ன?

'எல்லாளும் ஆடினாப் போலே தில்லாளும் ஆடினாளாம்!' என்ற கதையாக எங்கெங்கோ எந்தெந்தோ ஊர்களில் 'பரிசுச் சீட்டுகள்' போடுவதைப் போல், குலுக்குவதைப் போல், அவரும் இங்கே ஒரு 'சீட்டுக் குலுக்கு' நடத்தினார்! அவருக்கு தொடக்கத் திலேயே அதில் விருப்பமில்லை. ஆனால், அங்கமுத்து கட்டாயப் படுத்தினான். வேலாத்தாளும் 'தூபம்' போட்டாள். 'எங்க மாமன் அவுங்க எப்பவு இப்படித்தா. நவ்வாலணா குடுக்கறதிலே ஆருக்கு என்ன கொறைஞ்சி போயிருது?' என்றாள்.

பூசாரிச்சி காட்டுக்கு 'சாமி கேட்க' வருகிறவர்களிடம் தலைக்கு நாலணா, எட்டணாப் போடச் சொல்வது – கிடைக்கும் பணத்தில் இருந்து ஒரு பெரிய அண்டா, செப்புக் குடம், மோதிரம் ஆகிய மூன்று பொருட்களும் வாங்குவது – பணம் தந்தவர்கள் பெயரைச் சிறு சீட்டுகளில் எழுதிப் பாத்திரத்தில் போட்டு மாரியம்மன் சன்னதியில் குழந்தையை விட்டு எடுக்கச் செய்வது, அதிர்ஷ்டம் விழுந்தவர்களுக்கு ஆளுக்கு ஒன்றாக அவற்றைக் கொடுத்துவிடுவது. இதுதான் அந்த யோசனை, திட்டம் எல்லாம்! காரியம் கனகச்சிதமாக நடந்தது. எதிர்பார்த்ததிற்கு அதிகமாகவே வசூல் ஆயிற்று. 'இப்படி அதிகமா வசூலானால் அங்கெல்லாம் முகாமையாக சீட்டு நடத்தற ஆளே அதை வைச்சுக்குவாருங்க. நிபந்தனை களிலே அதுவும் ஒண்ணு' என்று அங்கமுத்து கூறினான். 'துக்கெரகம்! அந்தப் பணம் நமக்கு எதுக்கு?' என்று மணியக் காரர் சொல்லிவிட்டார்.

இப்போது, அண்டா அதிர்ஷ்டம் குப்புமூப்பனுக்கும் அடித்துவிட்டது. இனி, பகலிலும் பாட்டும் கொட்டாவியும் கேட்கத் தொடங்கிவிடும்! மாதாரிக்கு செப்புக் குடம்! அட, மண் குடத்தையே அவன் பெண்டாட்டி தூக்கிக்கொண்டு காடு காடாக அலைகிறாள். 'எந்தத் தோட்டத்தில் கிணறு இறைக்கும்? குடிக்க நாலு 'சொம்பு' தண்ணீர் வாய்க்காலில் 'மோந்துக்கறது'க்கு எந்த மகராசன் மனமிளகுவானோ' வென்று தவியாய்த் தவிக்கிறாள் மாதாரி. அந்த செப்புக் குடத்தை என்ன செய்வான்? 'ஒண்ணுக்குப் பாதியாக விக்கறான்' என்று சீட்டுக் குலுக்கியதுமே பேச்சு அடிபட்டது. ஆனால், வேலாத்தாளுக்கு 'மோதிரம் பரிசு' என்று கேட்கத்தான் சிவ்வக்காளுக்குப் பொறுக்கவில்லை.

“இப்படி மோசமெல்லாம் நடந்ததின்னா, அங்கெல்லாம் பிள்ளைப்பூச்சியாட்ட இருக்கமாட்டாங்க. சிங்கநல்லூரில் கூத்தாண்டி பண்டிகையப்போ, ஊட்டுக்கு ஊடு சீட்டுக் குலுக்கு வாங்க. சைக்கிளு, ரேடியோ, வெள்ளிக்குத்து வெளக்கு, தம்ளர்க – இன்னும் ஆளுப்பாளுக அதெல்லாம் நா நெனச்சுக் கிட்டா இருக்கற?” என்றாள் சிவ்வக்கா. அவள் தூண்டுதலுக்குச் சிலர் இணங்கினார்கள். மறு குலுக்கல் நடத்த மணியக்காரரைக் கண்டு பேச வந்திருக்கிறார்கள்! மறுதேர்தலுக்கு கட்டளைகள் பிறப்பதில்லையா, அம்மாதிரி! சரியான ஜனநாயகம்! உரிமைக்குரல் ஒரத்தபாளையத்திலும் ஒலிக்கக் கூடாதா என்ன?

சிவ்வக்காள் கோஷ்டியை ஒரு காட்டுக்கத்துக் கத்திப் பறந்தோடச் செய்தார் மணியக்காரர். “இதுக்குத் தாண்டா நா எந்தக் கருமாந்தரத்துக்கும் போறதில்லீங்கறது!”

தலையாரியும் தலையை ஆட்டினான். அமீனா வியப்போடு, “மணியக்காரருக்கு கோவம் வந்து இண்ணைக்குத் தாம் பார்த்தேன்” என்றான்.

“மிச்ச வேடிக்கையும் பாரய்யா?” என்று தோட்டத்திற்கு அழைத்துச் சென்றார் மணியக்காரர்.

மாரப்பன், ஆனந்தமாக பூவரச மரத்து நிழலில் படுத்துக் கொண்டிருந்தான். போன வாரம் வசூலான வண்டிப் பணத்தை துட்டுப் பைக்குள் கட்டிப்போட்டிருந்தான். பை தலைக்குப் பக்கத்தில் இருந்தது.

“சாமி மொகம் முளுச்சா இப்படீல்ல ஐயா மொகம் முளிக்கோணும்” என்று சொல்லிக்கொண்டே மணியக்காரர், அமீனா தலையாரியோடு மர நிழலுக்கு வந்தார். அன்றைக்கு அவர் லாடச் செருப்புச் சத்தம்கூட, மாரப்பனுக்குக் கேட்க வில்லை. நல்ல மிதப்பில் இருந்தான் அவன்.

இவர்களைப் பார்த்ததும், ‘தடபுட’ வென்று எழுந்து, “வாங்க மாமா” என்றான்.

மணியக்காரர், பெரிய வீட்டின் எதிரில் நின்று கொண்டி ருக்கிற ஆளையே உற்றுப் பார்த்துக்கொண்டு இருந்தார்.

“யார்ரா சின்ன மாப்பிள்ளையா?” என்றார் தலையாரிடம்.

“ஆமாங்க அவுங்களேதான்” என்று தலையாரி உறுதிப்படுத் தினான்.

“அவன் ஊரிலே இல்லீங்களே?” என்றான் மாரப்பன்.

“பெரிய மாப்பிள்ளைக்கு கண்ணிலே படலம்மாட்ட இருக்குது” என்றார் மணியக்காரர் சிரித்துக்கொண்டு.

தலையாரி வேகமாகச் சென்றுவிட்டான். கொஞ்ச நேரத்தில், அப்போதுதான் வெளியே புறப்பட்டுக்கொண்டிருந்த பழனியப்பனைக் கூட்டிக்கொண்டு வந்தான். மணியக்காரர் அழைப்பை உதாசீனம் செய்ய முடியுமா?

பழனியப்பனைப் பார்த்தவுடனே, அவன் சற்று இளைத் திருப்பதாக தோன்றிற்று அவருக்கு. உதடுகள் வெடித்திருந்தன!

“சின்ன மாப்பிளே, ஏன் வாய்வறண்டு திரியறாப்பலே இருக்குது? ஒதடெல்லாம் ஏய்யா வெடிச்சுக் கெடக்குது?” என்றார். பிறகு தலையாரியிடம், “அடெ, மரமேறி இருக்கா னான்னு பாரப்பா. எளனி போட்டாறச் சொல்லு” என்றார்.

ஊரில் இருந்து கிளம்பும்போதே, அமீனாவுக்காக இளநீர் அபிஷேகம் செய்வதென்று எண்ணி இருந்தார். வெகுநாளாக அவன் காட்டுக் கம்பு கேட்டுக்கொண்டிருந்தான். ‘வெய்யில்லே சுத்தறதுக்கு, கம்மஞ் சோத்துப் புளி தண்ணி ஆராட்டத்துக்குக் குடிச்சா மாம்பழமாட்ட இருக்குமுங்கோ’ என்று அமீனா மணியக்காரரிடம் நச்சரிப்பான். ‘இன்றைக்கு அந்த வரத்தையும் அருளி விடுவது!’ என்று அவர் கருதியிருந்தார்.

“என்னுங்க பெரிய மாப்பிளே! காட்டுக் கம்பு இருந்தா ஒரு சாக்குப் போட்டு உடுங்கோ. அட நீ போப்பா, போயித் தூக்கியா” என்று ஆணையிட்டு விட்டார்.

மாரப்பன், வாய்ப்பேச்சு வாயிலிருக்க, அங்கிருந்து எழுந்தான். தலையாரி பின்தொடர்ந்தான்.

மணியக்காரரிடம் எவ்வளவோ கட்டுக்கடங்கி இதுவரை பழனியப்பன் நடந்து வந்திருக்கிறான். இன்னும் அந்த மதிப்பில் எள்ளத்தனையும் மாற்றுக் குறையவில்லை. பல சிக்கல்களைத் தீர்த்துவிட்டிருக்கிறார். சிரமமான வேளைகளில் கை கொடுத் திருக்கிறார். இன்றைக்கும், அமீனாத் தொந்தரவை நீக்கத்தானே அவனையே நேரில் அழைத்து வந்திருக்கிறார்?

தங்கள் சொந்த விஷயத்தில், அவர் எவ்வளவு தூரம் செல்ல முடியுமோ அவ்வளவு தூரம் சென்று பார்த்தார். அதற்கு மேல் அவரால் போக முடியவில்லை. பண்ணாடியை யாரும் மாற்ற முடியாது. நான்தான் எதுக்காக மாறுகிறேன்? என்று பழனியப்பன் தனக்குள் நினைத்துக்கொண்டான்.

இளநீர் குடித்ததும் மணியக்காரர், தொண்டையைத் தீட்டிக்கொண்டார். பழனியப்பன் உதடுகளை துடைத்துவிட்டுக் கொண்டான். குளிர்ச்சியாக குடிக்கவும், அவன் முகம்கூட களை கட்டிற்று!

“மாப்பிளே! மனுசன் எதுக்காகப் பொய் பேசறான்?” என்று திடீரெனக் கேட்டார் மணியக்காரர்.

அவரிடம் இருந்து இதர நியாயங்கள் புறப்படும் என்று அவன் எதிர்பார்த்தான்.

சிரித்துக்கொண்டே, அவர் மேலும் ஏதாவது சொல்வார் என அவன் காத்திருந்தான்.

“மாப்பிள்ளையைப் பொய் பேசப் பண்ணோணும்னு எனக்கு ஆசை இல்லீங்கோ. பத்து நாளா எங்கே போயிட்டீங்க? என்ன பண்ணிக்கிட்டு இருந்தீங்க? காரியம் பலிச்சுதா? அப்டி இப்படீன்னு நா கேக்கப் போய், நீங்களும் ஒவ்வொரு பொய்யாப் பேசறதைக் கேக்கறதுங்களா நானும்?” என்றார் மணியக்காரர்.

“என்னுங்க மாமா, தட்டுக்கறயாங் கட்டறீங்க?” என்றான் பழனியப்பன்.

“இது கம்பத்தைச் சுத்தி சலங்கை கட்டிக்கிட்டு ஆடற ஆட்டமல்லங்க. ஊட்டுக்குள்றயே குதிக்கிற குதிப்புங்க” என்றார் தலையை ஆட்டிக்கொண்டு.

“பள்ளப் பசங்களை நொளவு பாக்க உட்டீங்களே? என்னத் தைக் கண்டு புடிச்சாங்க? இவன் எங்கடா என்னமோ ஔர்றா னேன்னு நெனைக்காதீங்க. அரசனா மலை அடிவாரத்திலே சாராயம் காச்சற எடத்திலே, அவுங்களுக்கு வேலை. கெடாய் வெட்டற பக்கத்தில், கருப்பராயங்கோயில்லே, அந்தப் பசங்களைப் பாத்தா, செரிதாண்ட்டு நா போயிருவேன். இங்கே நம்ம பூசாரிச்சி காட்டுக்கு அவனுக வந்தாங்கிண்ணா – என்ன மாப்பிள்ளே, நா இந்தக் காலத்து ஆளா? செரி, இருக்கட்டய்யா. அவனை – அங்கமுத்தானை – அடிச்சு மெரட்டினா ஓடிப் போயிருவானா? பூசாரிச்சி குடிசைக்கு தீ வெச்ச மாத்திரத்திலே எல்லாம் சாம்பலாப் போயிருமா? ‘ஆர்ரா பண்ணினவன்?’ன்னு தட்டிக் கேக்க ஆளில்லையா? நீங்கதா கொம்பனா? போலீஸ் கீலீஸ் ஒண்ணுமே கிடையாது! அடச் செரித்தான். தப்பிச்சுக்கறீங் கன்னு வெச்சிக்கிங்கோ, பெரிய பண்ணாடிக்கும் உங்களுக்கும் மனசு ஒத்துக்கில்லே! புள்ளை என்ன பாவத்தைப் பண்ணிச்சு? நீங்களே அதுந் தலையிலே பழியைப் போட்டிருவீங்க போல இருக்குதே? எவனாச்சும் கேட்டாச் சிரிக்கமாட்டான்?” என்றார் மணியக்காரர்.

அவர் பொரிந்து தள்ளிக்கொண்டிருந்தார். அவனிடம் இருந்து வார்த்தைகள் வெளிவரவில்லை.

உறுதியோடு அழுத்தமாக மணியக்காரர், அவனிடம் ஒரு கேள்வியைக் கேட்டார். "நீ செரியான காணியாளக் கவுண்ட னுக்குப் பொறந்திருந்தா ஒரு காரியத்தைப் பண்ணணும்." அவர் முகத்தில் ரத்தம் பரவுவது போல் இருந்தது.

"செரி, சொல்லுங்கோ."

மணியக்காரர் ரொம்பவும் அலட்சியமாக, "நகை நட்டுக் கெடக்குதையா! நீங்களே வெச்சப் பிழையுங்கோ! இந்தப் பூமிகூட கலார் ஆகாத பூமி. நாளைக்கே, எம் பங்கு இதிலே இருக்குதல்லோன்னு, பண்ணாடியே வந்து இங்கே தகராறுக்கு நிக்கலாம். உங்க ரண்டு பேருக்கும் குடுத்தாச்சு. துப்பின தம்பளத்தை அவர் வாயிலே எடுத்துப் போடமாட்டாரு. அது வேற சங்கதி. ஆனா, கேளுங்க அடக்கிப் போடலாம். ஆனா, இருவது மொரட்டு ஆளுக சேர்ந்தாலும், ஒரு காளையை அடக்க முடியாதுங்கறது உங்களுக்குத் தெரியுமா? பெரிய பண்ணாடிக்கு ஒண்ணும் தெரியாதின்னு நெனக்காதீங்க. சுழி சுத்தமா இருக்குதான்னு, மாட்டைப் பாத்ததும் கண்டுக்குவாரு. இது வண்டிக்கு வருமா? ஏத்துக்கு ஆகுமா? ஒழவுக்குப் பூட்டலா மான்னு, கொம்பைப் பாத்ததும் சொல்லிப் போடுவாரு. அவரை நீங்க மறந்திருங்க ஐயா. உங்களையும் அவரு மறந்திட்டாரு. ஆனா மாப்பிளே, வேலாத்தா உங்க பொறவி இல்லே? காப்புங் கன்னியும் கழிஞ்சு எவனாச்சும் கையிலே அதைப் புடிச்சுக்குடுக்க வேண்டாமா? பள்ளத் தெருவிலியா மாப்பிளே தேடிக்கிட்டு இருந்தீங்க?" என்றார்.

"எப்படீங்க மாமா இதெல்லாம் தெரிஞ்சிது உங்களுக்கு?" என்றான் பழனியப்பன். பள்ளர் நேசம் பகிரங்கம் ஆனது அவனுக்குப் பேராச்சரியமாயிருந்தது.

"இருங்க, வெத்தலையைப் போட்டுக்கிட்டுச் சொல்றேன்?" என்றார் மணியக்காரர். அவர் கொடுத்த மருந்து வேலை செய்யத் தொடங்கிவிட்டது.

பழனியப்பன் உள்மனம் மெல்ல, 'மாடு மனை போனால் என்ன? சகோதரியின் குறுநகையே போதும்' என்று சிந்து பாடிக்கொண்டு இருந்தது. கொலைக்களத்தில் இருந்து திருமண மண்டபத்திற்குள் நுழைந்துவிட்டான்! அங்கேயும் அவனுக்கு சிறு தடை! சிறிய தடையா அது? காலே இடறும்போல் தோன்றுகிறதே!

"நாங்க மாப்பிள்ளே பாத்தா, ஐயன் சம்மதிக்க வாண்டா முங்களா?" என்றான் தயங்கிக்கொண்டே.

மணியக்காரர் உற்சாகமாக வெற்றிலையை மென்று கொண்டே, 'பெரிய பண்ணாடி தடுத்தாலும் அது நிக்காது. நீங்க கொண்டாங்கய்யா மாப்பிள்ளையை... நா மின்னுக்கு நிக்கறேன். மணப்பொண்ண மணவறைக்கு நாங் கூட்டியாரேன். உங்களுக்கு எதுக்கய்யா அந்தக் கவலை?" என்றார்.

16

அடுத்த நாளே வருவதாகச் சொல்லிவிட்டுப் போன அங்கமுத்து, ஐந்தாறு நாட்களாகியும் திரும்பி வரவில்லை. எப்போது வருவான் என்பதும் தெரியவில்லை. வெள்ளிக் கிழமையும் வந்தது. ஆனால், அவனைக் காணோமே! யாரிடம் விசாரிப்பதென்று யோசித்துக்கொண்டு இருந்தாள் வேலாத்தாள்.

அவன் வருகையை எதிர்பார்த்து, ஓர் இளம் உள்ளம் சஞ்சலத்தால் துடித்துக்கொண்டு இருக்கும் என்பது அவனுக்குத் தெரியாதா? போகும்போது அவனே சொன்னான்: 'நீ பன்னிப் பன்னி சொல்ல வேணுமா? எனக்குள்ளும் அப்படித்தானே துடிப்பு இருக்கும்?'

இப்போதும் தன் நெஞ்சைத் தொட்டுப் பார்த்துக் கொண்டாள். அவள் இதயம் மட்டுமா துடித்துக்கொண்டு இருந்தது! அவள் உணர்வுகள் நாதமயமாகி இன்பகானம் பொழிந்துகொண்டிருந்தன.

அன்றைய இரவு! ஆம், அங்கமுத்து புறப்பட்டுச் சென்ற அந்த ஆனந்த இரவு, அவள் கண்ணெதிரே விரிந்து நிறைந்தது. அவள் அதை மறக்கமாட்டாள். என்றைக்குமே மறக்க

மாட்டாள். எப்படி மறக்க முடியும். அவளால்? சின்னஞ் சிறு மலர்களில் இருந்து சிறுகச் சிறுகத் தேனைச் சுமந்துவந்து தேனீக்கள் தேனடையாக, தேன்குளம் தேக்குவதைப்போல, அவளுடைய கோமளமான இச்சைகள், கனவுகள், விருப்பங்கள், வேட்கைகள் ஆசைகள் யாவுமே ஒன்றுதிரண்டு – ஒன்றாகத் திரட்டி – அன்பின் ஊற்றைத் தன்னுள் பொங்கித் ததும்பச் செய்துகொண்டு இருந்தாள். இதுவரை அவள் கண்டறியாத காதலின் மதுரமயமான அலைகளைக் குடம் குடமாகக் கொட்டினான்! இசைஞானம் கைவந்த கைதேர்ந்த ரசிகன் இசை மேதையை அணு அணுவாக அனுபவிப்பதுபோல், அவளுடைய அழகு வெள்ளத்திலே சொக்கித் திக்கு முக்காடினான்! என்ன சுகம்! என்ன மயக்கம்! சொல்லுக்கு அடங்கவில்லையே அது!

ஐப்பசி – கார்த்திகை அடை மழைக் காலந்தான். ஆற்றிலும் வெள்ளம் பெருக்கெடுத்துக்கொண்டிருந்தது. ஆற்றுத் தண்ணீரில் குளிப்பது ஆனந்தம்! அந்த மகிழ்ச்சி, அவளைப் பொறுத்தவரை வான் வரை உயர்ந்தது அன்று! மற்ற அவளுடைய தோழியர்க்கு எப்படியோ? எல்லாக் கன்னியரும்தான் கூத்தடித்தார்கள். ஆனால், இவளுக்காக ஏக்கத்துடன் எதிர்பார்த்திருந்தே இரு கண்கள்!

எப்போதும் அரப்பு தேய்த்துக் குளிக்கும் அவள், இப்போ தெல்லாம் வில்வக்காயை ஆட்டி, கூந்தலைக் குளுமையாக்கிக் கொள்கிறாள். ஆம், அது குளுகுளுக்கும் வில்வக்காய் நுரைதான் எவ்வளவு மணமணக்கிறது! அதன் 'கமகம' வாசனை அவளுக்கு மிக ரம்மியமாக இருந்து, அதனுடைய நுட்பத்தை அங்கமுத்து சொல்லத்தான் அவளுக்குத் தெரிய வந்தது.

கூந்தலில் ஒட்டியிருந்த 'துகள்' விழியில் விழுந்துவிட்டது. கண்ணாடியில் பார்த்தால், 'கருமுழியோரம் படிந்திருப்பதைப் பார்க்க முடிகிறது. விரலால் எடுக்க முடியவில்லை. துணியைத் திரித்து, லேசாக வெளியே கொண்டுவர முயன்றாள். 'தூசு' விலகினால்தானே?

சாளையில் யாருமில்லை.

'இதைக் கொஞ்சம் பாருங்க!' என்றாள். அங்கமுத்து பார்த்துக்கொண்டுதான் இருந்தான்!

'எட்டி நின்றால் எப்படி? பக்கமாக வரவேணும்.'

'உங்க பக்கத்துக்கு வந்து வெகு நாளாச்சுங்களே!'

'அப்படியா?' என்றான். இருவரும் சிரித்தார்கள்.

அவள் முகத்திற்கு மஞ்சள் பூசி இருந்தாள். மஞ்சள் அதிகமாகப் போய்விட்டது போலிருக்கிறது! ஆற்று நீரும் அகற்ற முடியாத அத்தனை மஞ்சளா படிந்திருக்கும்? இல்லை, முகத்தின் நிறமே அப்படியா?

'அழகா இருக்குதே!' என்றான். கண்ணிற்குள் இருக்கும் 'துகளை' அவன் மறந்துவிட்டான். அவளும்கூடத்தான்!

'புதுசா என்ன அழகு தெரியுது?' அவளுடைய இமைகளும் வாய் திறந்து பேசிற்றோ?

'பொல்லாத பெண்' என்று தனக்குள் எண்ணிக் கொண்டான்.

'அங்கே இப்படி மஞ்சள் இருக்காது. வெறும் சோப்புத் தான். முகங்கள் வெளிரோடிக் கிடக்கும்' என்றான்.

வேலாத்தாளின் வதனத்தில் ஏன் வியர்வைத் துளி அரும்புகிறது?

'பக்கத்தில் யாராச்சும் வந்திருக்காங்களா?' என்றாள் ஏக்கப் பெருமூச்சோடு.

'ஓஹோ' அவனுக்கு விளங்கிவிட்டது.

'வெள்ளைக்கும் மஞ்சளுக்கும் வித்தியாசத்தை தொட்டா பாக்க வேணும்?"

சிரிப்பு மிதந்தது அவள் விழிகளிலே!

'மறந்திட்டீங்களே?'

'நீதான் தூரத்திலேயே நின்று கொண்டிருக்கிறே' என்று கூறி, அவள் அருகில் சென்று முகத்தைக் கைகளால் தொட்டு தலையை நிமிர்த்தி 'எங்கே கண்ணு?' என்றான் குழைவுடன்.

'கண்ணு' இங்கேதான். நீங்க கண்ணை அல்லவா பாக்க வேணும்?' என்றாள். உதடுகளில் புன்சிரிப்பை விளையாடவிட்டு!

'தமிழ் படிச்சிருக்கறயா?' என்றான் ஆச்சரியத்தோடு.

அவர்கள் சாளையில் ராமாயணமும் பாரதமும், கணக்கய்யர் சகோதரி படித்துக்கொண்டு இருப்பதைக் கேட்டிருக் கிறாள். அவள் கேட்பதை, அவனும் இந்த ஒரு மாதமாகப் பார்த் திருக்கிறான். அவனும் கேட்டுக்கொண்டுதானே இருந்தான்?

'நல்லதங்காளின் கதை, அரிச்சந்திர மயான காண்டம் எல்லாம் முந்தி பண்டாரச்சி படிப்பாள். அப்போ, நா கேட்டதை

நீங்க பாத்ததில்லை. ஐயன் அந்த பொஸ்தகங்களைக் கட்டிப் போட்டிருக்காக. எடுத்துப் படிச்சுக் காட்டட்டுங்களா?' என்றாள். சிரிக்காமல் உதடுகள் குவிய, கண்களை ஒருநிலையில் நிறுத்தி, அவற்றை ஒரே மூச்சில் கூறிமுடித்தாள் அவள்.

அவனைக் கேலி செய்கிறாளா? 'இல்லே. நானாச்சு எத்தனையோ பிரசங்கங்க கேட்டிருக்கிறேன். நான்கூட பேசுவேன். நீ 'கண்ணு' என்று செல்லமாக சொன்னதைக் கண்டு கிட்டாயே?' என்றான்.

'காணாட்டிக் 'கண்ணே' என்று கிட்டத்தில் இழுத்திருப்பீங் களாக்கும்? அடிக்கடி சினிமாவுக்குப் போவீங்களா?'

'ஐயையோ!'

அவர்கள் தங்களை அறியாமல் பலமாகச் சிரித்து விட்டார்கள். சிரிப்பின் அலைகள் சாளை முகட்டில் மோதி இருக்கும். அவன் வெளியே எட்டிப் பார்த்தான்.

'பயப்பட்டுக்கிட்டுத்தான் மேஸ்திரி வேலை பாக்கறீங் களாக்கும்?'

அவன் பதில் பேசாமல் அவளுடைய உருவத்தை, கூந்தல்- ஈரக்கூந்தலில் இருந்து சிகப்பு சேலை நெளிந்து முந்தானை தரையில் நழுவிக்கொண்டு இருப்பது வரை - விரல் நகங்களில் செஞ்சிவப்பாகப் படிந்திருக்கும் மருதாணி உள்பட, வைத்த கண் வாங்காமல் பார்த்துக்கொண்டே இருந்தான். உள்ளே தகிப்பு. தேகம் உஷ்ணமடைந்துகொண்டு இருந்தது. நரம்புகளின் முறுக்கம். இளமை முறுக்கம் என்பது அதுதானோ?

அவள் அசையாமல் நின்றுகொண்டிருந்தாள். கண்ணில் விழுந்த தூசு, விழி நீருடன் கலந்து வந்துவிட்டது போலும்!

எவ்வளவு நேரம் அப்படி நின்றுகொண்டு இருந்தார்கள்? இருவரின் சூடான மூச்சுக் காற்றும் முகங்களில் படத்தான் கொஞ்சம் உணர்வு வரப்பெற்றார்கள்! அந்த நாள் - இளவேனில் இங்கிதமாக இதயத்தில் வீசிய பசும் பொன்னாள். அதை அவள் ஒருநாளும் மறக்கவே மாட்டாள்.

அங்கமுத்துவைப் பார்க்காமல் இருக்க முடியாது அவளால்! யாரிடம் கேட்பது? சிவ்வக்காள் பையன் நேற்று ஏதோ 'கதவடைப்பு' என்று சொல்லிவிட்டுப் போனான். அவன் திருப் பூரில் பனியன் கம்பெனியில் அல்லவா வேலை பார்க்கிறான்? 'வேலை நிறுத்தம், கதவடைப்பு' தீபாவளி சமயங்களில் சர்வ

சகஜம். தொழிலாளர்கள் ஒன்று திரண்டுவிடுவார்களே? தீபாவளி வந்ததென்றால், அவர்களுக்கு இடையே பிரச்சனைகளும் பெருகி விடும். பஞ்சாலையாக இருந்தால் என்ன? மற்றத் தொழிற் சாலைகளாக இருந்தால் என்ன? தோழர்கள் தங்கள் சக்தியை ஒருமுகமாகத் தேக்கித் தங்கள் பலம் இன்னதென்று காட்ட வேண்டிய தருணத்தில் அங்கமுத்து அவளைத் தேடிக்கொண்டு அங்கே வரமுடியுமா?

அவனாக அவ்வப்போது கூறிய சேதிகள்தான் அவை. எல்லாவற்றையும் ஒன்று சேர்த்துக் கூட்டிக்கழித்துப் பார்த்தால் இன்னொரு கவலையும் அவளைக் குடையத் தொடங்கியது.

வேலை நிறுத்தம் கட்டுக்கடங்காமலும் போகுமாமே! அநீதி தாண்டவமாடும்போது, அக்கிரமம் தலைவிரித்தாடுகையில் ஆணவத்திற்கும் கட்டுப்பாட்டிற்கும் போர்தான்! ஒழுங்கு ஒரு நாளைக்கு ஒழுங்கு ஆகிவிடும். என்றாலும், ஒழுங்கு குலைகையில் எல்லாக் கலாட்டாக்களும் ஏற்படத்தான் செய்யும். அங்கமுத்து முன்வரிசையில் அவள் கண்களுக்கு எதிரிலே தெரிகிறான். கோஷங்கள், ஊர்வலங்கள், கூட்டங்கள் – வானதிர உரிமை முழக்கங்கள் – தொழிலாளர்களுக்கு அவை புதிதல்ல! ஆனால், அவளுக்குக் கண்டும் கேட்டும் இராத அதிசயங்கள். அவன் எங்கே அடிப்பட்டுக் கிடக்கிறானோ? அப்பேர்ப்பட்ட நினைப்புக்கு இடம் தந்ததே பிசகு என்று எண்ணிக்கொண்டாள். அவனுக்கு ஏதாவது அடிபட்டு இருக்குமானால் – இவள் சிரிப்பிலோ, கண் அசைப்பிலோ தந்த அடிகளாகத்தான் இருக்கும்! அந்தத் தாக்குதலின் வேகம் அவன் இதயத்திற்குள் தானே சுழன்ற வண்ணம் இருக்கும். அவளைத் தவிர வேறு யாருக்குத் தெரியப்போகிறது அது?

அங்கமுத்து ஒருநாள் சொன்னான். ‘பிரச்சனைகளைத் தள்ளிப் போட்டால், எல்லாம் சரியாகி விடுகிறது. ஆறப்போடு வதில் இரு தரப்பாருக்கும் எவ்வளவோ நன்மைகள்.’

அவனுடைய வருகையையும் இப்படித்தான் தள்ளிப் போட்டுக்கொண்டு இருக்கிறான் போலும்! ஆனால், இவ்விதம் செய்வதால் அவர்களுக்கு என்ன நன்மை உண்டாகப் போகிறது? நன்மைக்குப் பதில் – மாறாக, எப்பேர்ப்பட்ட துன்பம் உருவாகிக் கொண்டு இருக்கிறது என்பதை நினைக்க, அவள் நடுங்கினாள். அவளால் மீண்டும் அதைக் கற்பனை பண்ணுவதே கஷ்டமாக இருந்தது!

பெரிய பண்ணாடியை, மற்றவர்களைக் காட்டிலும் மகள் பரிபூரணமாக அறிந்திருந்தாள். சண்டை சச்சரவுகளால், வாதப்

பிரதி வாதங்கள் - பிடிவாதத்தோடு இருப்பதால் சில பொருட்களை அடைந்துவிடலாம். ஆனால், உண்மையை, அன்பை ஒரு நாளும் அவ்விதம் செய்து அடைய முடியாது. அந்த உண்மையை உணர்ந்துகொண்டவர் அவர். புத்திரர்களை ஒதுக்கித் தள்ளிவிட்டார். அவருடைய பொறுப்பு ஒரே ஒரு செல்வம் - வேலாத்தாளுக்காகத்தான் வாழ்கிறார், அவர் மகளுடைய வாழ்க்கையை வளமடையச் செய்தாக வேண்டும். நல்ல மாப்பிள்ளையாகப் பார்த்துக் கட்டிக் கொடுத்து விட்டால், அவருடைய எல்லாக் கவலைகளும் அந்தக் கணத்திலே அடியோடு தீர்ந்துவிடும். அதற்காகத்தான் கணக்கய்யரைக் கூட்டிக்கொண்டு, அங்குமிங்கும் அலைந்துகொண்டு இருந்தார்.

இதற்கிடையே அவள் என்னென்னவோ செய்திகளைக் கேள்விப்பட்டாள். அவற்றில் சில வதந்திகள். பயங்கரமான வதந்திகள்! ஆனால், வதந்தி என்று அவள் ஒதுக்கித் தள்ளினாலும், பச்சை உண்மையைவிட ஆணித்தரமாக, அச்சேதிகள் அவளுக்குள் வடுக்களை உண்டாக்கின! ஏனென்றால், தகவல் சொன்ன ஆட்கள் நம்பிக்கைக்குப் பாத்திரமானவர்கள்!

கோழிக்காரக் கந்தனும் மளிகைக்கடை பொன்னுச்சாமியும் வீண் புரளியைக் கிளப்புவார்களா?

சில நாட்கள், கணக்கய்யரும் பெரிய பண்ணாடியும் வீடு திரும்ப இரவு நெடுநேரம் ஆகிவிடும். அவர்கள் எவ்வளவு நேரம் கழித்து வந்த போதிலும் திரும்பிய பின்னரே இடத்தைவிட்டு இவர்கள் அசைவார்கள். அவள் தனியாக இருப்பாளே என்பது மாத்திரம் அல்ல. அவர்களுக்கே அது திருப்திபடாது. வேலாத்தாள் திருமணம் முடிந்துவிட்டால், அவர்களது பெரிய பாரமும் குறைந்த மாதிரி நிம்மதி அடைவார்கள்.

அவள் பயந்த சுபாவம் உடையவள் அல்ல. அவளுக்குத் துணையாக, காவலுக்கு யாரும் வேண்டியதில்லை. ஆயினும் சதா சூழ்ந்திருக்கும் கணக்கய்யரின் சகோதரி, ராமபண்டாரத்தின் மனைவி, சோற்று நேரத்திற்கு எழுந்திருக்கும் கருப்பாத்தாள், தோட்டத்திலுள்ள ஆள் அம்புகள், குடும்பத்துச் சனங்களைப் போல ஒன்றாயிருப்பவர்கள்; ஒன்றிக்கிடப்பவர்கள்.

கோழிக்காரனும், கடைக்காரனும் 'குசுகுசு'வென்று பேசிக் கொண்டார்கள். வேலாத்தாளைக் கண்டால் பேச்சை நிறுத்திக் கொள்வார்கள். இவள் சாளைக்கு உள்ளே, தொண்டுப்பட்டிக்கு காட்டிற்கு, வெளியே சென்றால் - மீண்டும் விட்ட இடத்தில்

இருந்து பேச்சைத் தொடங்குவார்கள். என்னத்தை அப்படி அவர்கள் மறைக்கிறார்கள்?

'அம்மிணி வருதப்பா' என்ற வார்த்தையைக் கேட்கத்தான்– அவள் பனங்கிழங்கைக் கொண்டு வந்தவள் – கிழங்கைக் கையில் வைத்துக்கொண்டு, 'அண்ணா, உங்களுக்கு கொண்டாந்தேன். உண்ணிக் குடுக்கமாட்டே. எங்கிட்டயா ஒளிக்கிறீங்க?' என்றாள்.

இருவரும் கையும் களவுமாகப் பிடிபட்டுவிட்டார்கள்!

'நானே சொல்லீர்ரேன்' என்று போட்டி போட்டுக்கொண்டு சொன்னார்கள்.

அங்கமுத்துவை அடிப்பதற்கு, ஆட்கள் தேடிக்கொண்டு இருக்கிறார்கள்!

'அட, பாவமே!' என்றாள். முதன் முறையாகக் கேள்விப் படுகிறாள். ஏன்? எதற்காக? என்ற கேள்வி அவளைப் புண்ணாக் கியது.

வெங்கக்காளும் காளியாத்தாளும், 'இப்பத்தா நல்லா இருக்குது ஆத்தா!' என்று நீட்டிக்கொண்டு உள்ளே நுழைந் தார்கள்.

என்ன நல்லா இருக்குது? அங்கமுத்துக்கு அடி விழுவதா?

பனந்தடுக்கில் அவர்கள் இருவரும் உட்கார்ந்திருந்ததை, வெங்கக்கா பார்த்துவிட்டாள்.

'ஏந் தம்பி நீயுமா இங்கே இருக்கிறே?' என்றாள்.

'நானும்தான் அக்கா' என்றான் கோழிக்காரன்.

"இந்த ஊரு சுத்தறவங்க இதுக்குள்ளே அம்மிணிகிட்டேச் சொல்லாமயா இருப்பாங்க?" என்றாள் காளியாத்தா.

என்ன அது? ஏற்கனவே வேலாத்தாள் கேள்விப்பட்டதா?

"வாங்க சித்தெ, மோரு கீரு குடிச்சிட்டுத்தான் போங்களே" என்றாள் வேலாத்தாள். அவர்களும் அங்கேயே உட்கார்ந்தார்கள்.

"உங்க சின்ன அண்ணனும் பெரிய அண்ணனும், ஒரே முகமா மாப்பிள்ளையைக் கொண்டாந்திர்ரதின்னு நிக்கறாங்களே" என்று விஷயத்தைத் தொடங்கினாள் வெங்கக்கா.

"இதென்னப்பா?" என்று ஒருவர் முகத்தை ஒருவர் பார்த்துக் கொண்டார்கள். கோழிக்காரன் ஏதோ கணக்குப் போடுபவன் போல, 'நாலு ஆறு' என்று மெள்ளச் சொன்னான்.

"நாலுக்கு ரண்டு பழுதில்லீன்னு சொல்லு" என்றான் பொன்னப்பன்.

"ரண்டு மாப்பிள்ளையா?" என்றாள் வெங்கக்கா.

"நீ ஒண்ணு! உனக்குப் பித்தா புடிச்சிருக்குது? அந்தத் தம்பி என்னுமோ கணக்குப் போடுது."

"இல்லீக்கா, மாப்பிள்ளைக் கணக்குத்தான். நேத்து கணக்கய்யர், இது முட்டுக்கும் மூணு மாப்பிள்ளே பாத்திருக் கறதாச் சொன்னாரு!'

காளியாத்தா சிரித்தே விட்டாள். "அண்ணன்காரங்க பாத்திருக்கறதையும் இதையும் கட்டினாக்கா, நம்ம ஊட்டிலே பத்துப் புள்ளையா இருக்குது? வேலாத்தா ஒருத்திக்கு..."

வெங்கக்கா இடைமறித்தாள். "பத்து எடம் பார்த்தா, ஒண்ணு தெகையுது!" என்றாள்.

"நல்லாச் சொன்னிக்கா, காடையூர் மாப்பிள்ளையை இண்ணைக்கு ரண்டிலொன்னு கேட்டு நிச்சயம் பண்ணீட்டே பண்ணாடி வந்திருவாங்க. பெரிய குடும்பமாம். நல்ல பண்ணையம். பட்டக்காரருக்கு சொந்தமாமுல்லோ" என்ற தன்னுடைய விருப்பத்தையும் சேர்த்து உறுதிப்படுத்தினான் பொன்னப்பன்.

"அட, சுப்பக்காளும் செல்லாயாளும் சேந்தாப்பலே ஒரு எடத்துக்கு போனாங்களாம். அங்கே என்ன சொன்னாங்களாம்? உங்க மாமனார் ஐயனைக் கூட்டியாங்கோ! பெரிய பண்ணாடி இல்லாமே பொண்ணு நாயம் ஆருகிட்டே பேசறதின்னு சொல்லீட்டாங்களாம்."

"இப்படி 'இடி' வாங்கினாத்தான் அவங்களுக்குப் புத்தி வரும். 'கடைவாயைப்' புடிச்சு கையிலே திருகிக் குடுக்காமே உட்டாங்களே" என்ற தன்னுடைய ஆத்திரத்தை வெளிப் படுத்தினாள் வெங்கக்கா.

அவளுடைய பேச்சு சிரிப்பை நிறைத்தது. பொன்னப்பனால் சிரிப்பை அடக்க முடியவில்லை. அவனுக்கு இருமல்கூட வந்துவிட்டது!

வேலாத்தாள் அங்குதான் நின்றுகொண்டிருந்தாள். தரையில் கால்களைக் கெட்டியாக ஊன்றிக்கொண்டு நின்றாள். மனம் தடுமாறிக்கொண்டு இருக்கிறதே?

அவள் சிரிக்க வேண்டிய சமயத்தில் அவர்களோடு சேர்ந்து கொண்டு சிரித்தாள்! ஆனால், 'பொய்க் கிளைத்த' பொய்ச் சிரிப்பு!

அவளுக்கு வேலை ஒன்றும் ஓடவில்லை. இயற்கைக் 'குதிப்பு' எங்கோ ஓடி ஒளிந்துகொண்டது. கன்றுக்குட்டியைக் கூட, இடம் மாற்றிக் கட்டவில்லையே? மாடு 'ஈன்று' எட்டு நாள்தான் ஆகி இருந்தது. கன்று வாயில், மண்ணைத் தின்னாமல் இருப்பதற்காக வாய்க் 'கூடை' கட்டப்பட்டும் இருந்தது. அது அவிழ்ந்துவிட்டதோ என்னவோ? கட்டை அவிழ்த்துக்கொண்ட அவள் மனம், அதைக்கூடப் போய்ப் பார்க்க மறந்துவிட்டது!

இமயத்தின் உச்சியிலே விளையாடிக்கொண்டு இருந்தாள். ஒரு கணத்தில் யாரோ அதல பாதாளத்திலுள்ள மடுவுக்குள் தூக்கி எறிந்துவிட்டார்களே? அப்படியானால், 'மடு'வுக்குள் அகப்பட்டு இருந்தவர்களும் மலை உச்சியைத் தொட்டிருப்பார் களோ? சகோதரர்கள் இருவரும் இவ்வளவு தீவிரமாக தன் விஷயத்தில் அக்கறை காட்டும் காரணம் என்னவாக இருக்கும்? தந்தையின் அன்பைக் கவர அவர்கள் மனம் மாறிவிட்டார் களோ? தகப்பனார் ஏன் தன்னிடம் ஒன்றுமே கூறவில்லை? ஒருவேளை அவர்கள் ஒன்றாகிவிட்டால், அவர்கள் முகத்தில் அவள் எவ்வாறு கூச்சமின்றி விழிப்பாள்? ஒரு சொல் – ஒரு வார்த்தை, 'வாம்மா போகலாம்' என்றவுடன் புறப்பட்டு விட்டாளே – அப்போது அந்த அண்ணன்மார் உறவு வேண்டும் என்று அவள் துளிகூட எண்ணிப் பார்க்கவில்லையே? அழுது தொழுதாளா? மறு பேச்சுப் பேசவில்லையே? இன்றைக்கு அவர்கள் எதிரே அவள் எப்படிப் போவாள்?

எங்கிருந்தோ வந்தான். இனிமையை நிரப்பினான். அவனிடம் நெஞ்சைப் பறிகொடுத்துவிட்டாள். அந்த விஷயத்தை அவள் யாரிடம் சொல்வாள்? உலகத்தின் ஒரே பிடிப்பு – ஒரே பற்றுக்கோல் தான் ஒருத்தியே என்று இந்தத் தள்ளாத வயதையும் தளர்ச்சியடைந்த உடம்பையும் பொருட்படுத்தாது அலைந்துகொண்டு இருக்கிறாரே தந்தை எதற்காக? அவர் வரித்த மணமகனை அவள் எவ்வாறு உதறித் தள்ளுவாள்? ஆனால், தகப்பனார் தனக்கு விரோதமாக தன் விருப்பத்திற்கு எதிராக, எந்தக் காரியத்தையும் செய்யமாட்டார் என்ற நம்பிக்கை இருந்தது அவளுக்கு. அந்த நம்பிக்கையையும், தான் தளர்வதற்கு முன் – தளர விடுவதற்கு முன் – நம்பிக்கை நாசமடையாமல் பார்த்துக்கொள்ள வேண்டியது அவளுடைய பொறுப்பு அல்லவா?

'சரி' என்று ஒரு முடிவுக்கு வந்தாள். அந்த முடிவைக் கூறுமுன், புயல் வேகத்தில் காரியங்கள் நடக்கத் தொடங்கின.

கணக்கய்யரும் பெரிய பண்ணாடியும் சாளைக்கு வந்து சேர்ந்தபோது, நடுச் சாமம் இருக்கும். வேலாத்தாள் விழித்துக் கொண்டுதான் இருந்தாள். அவளுக்கு எப்படித் தூக்கம் வரும்? தவிர, அகாலத்தில் வரும் பெரியவர் சோறு தின்றுவிட்டுப் படுத்தால்தானே அவளுக்கு ஆறுதலாக இருக்கும்? காடையூர் என்ன பக்கத்திலா இருக்கிறது. பெரியவூட்டுப் பண்ணாடி மகளுக்கு – வீடு தேடி ஒன்றுக்கு ஒன்பது முறை பல மாப்பிள்ளைகள் வரக் காத்திருக்கையில் – அவராக மாப்பிள்ளை பார்க்க வேண்டிய 'அவதி' ஏற்பட்டு இருக்கிறது! ஏன்? மூன்றாந் தடவை 'நெஞ்சுவலி' வந்தவுடன், அவரே 'கலகல'த்துப் போய்விட்டார். 'ஆசமோசம்' என்னவாவது நடந்துவிட்டால், அருமை மகளின் கதி என்ன? தன்னுடைய செல்வப் புதல்வியை நிர்க்கதியாக விட்டுச் செல்ல நேருமோ என்று எண்ணவும் – எண்ணித்தான், இவ்வளவு அவசரமாக, அயர்வைக் கருதாது இதில் ஈடுபட்டு இருக்கிறார்.

கணக்கய்யர் ஒரு தம்ளர் பாலை வாங்கிக் குடித்ததும், அங்கேயே பாயில் படுத்தும் தூங்கிவிட்டார். ஆம், படுத்தால் பிறகு விடிந்துதான் எழுந்திருப்பார். வேலாத்தாள், "ரண்டு மெத்தை விரிச்சிருக்குதுங்கோ?" என்றாள் அது எங்கே அவர் காதில் விழுந்தது!

பொன்னப்பனும் கந்தனும் வெளிவாசலில் பந்தலுக்கும் கீழே தென்னந் தடுக்கில், கையே தலையணையாக வைத்து தூங்கிக்கொண்டு இருந்தார்கள். பண்ணாடி வந்தபோது சாப்பிட நினைத்தார்கள். அப்புறம் அவர்களும் தூங்கிப் போய் விட்டார்கள்.

பண்ணாடிக்குக் களைப்பும் அசதியும் அதிகம். வெங்க மேட்டில் இருந்து ஒற்றைமாட்டு வண்டியில்தான் போனார்கள். கிட்டானும் காளையை நன்றாக வைத்திருக்கிறான். ஒற்றைமாட்டு வண்டிக்கு ஏற்றதல்ல அந்தத் தடம். வண்டிக்குள்ளே சரியான விரிப்பில்லை. கூடும் அத்துவானம் முதுகும் இடுப்பும் ரொம்ப நோவெடுத்தது, வேலாத்தாள் மறக்காமல் மாத்திரைகளைத் தந்தாள். சிவப்பு, பச்சை மாத்திரைகள், குண்டுப்பாட்டில், நீட்டப் பாட்டில் – என்று கணக்குப் பண்ணி இருந்தாள். அப்படி அடையாளம் பார்த்துக்கொள்ளும்படி அங்கமுத்து அவளுக்குக் கூறி இருந்தான். மருந்து கொடுக்கப் பண்ணாடியின்

பக்கத்தில் அங்கமுத்து இப்போது இருக்க வேண்டியதில்லை. அவன் இல்லாமலே வேலாத்தாள் தந்தையைக் கவனித்துக் கொள்கிறாளே? ஆனால், அவன்தான் ஏதோ மயக்க மருந்தை அவளுக்குக் கொடுத்துவிட்டுப் போய்விட்டான் போலும்! அங்கமுத்துவை எண்ணினால் அவளுக்கு மயக்கந்தான் வந்தது. 'கிறுகிறு'ப்புத் தட்டுகிறது. ஆனால், 'ஆசை நோய்க்கு மருந்தே கிடையாது' என்கிறான் கவி! அவள் என்னதான் செய்வாள்?

ஓரத்தபாளையம் சின்னஞ்சிறு கிராமம்தான். சுற்றிலும் சிற்றூர்கள். அங்கே வெடிபடுகிற பட்டாசுகளின் முழக்கம், இடி யோசை போல் அதிரச் செய்துகொண்டு இருந்தது. தீபாவளிக்கு இன்னும் பத்து நாள் இருக்கிறது. அதற்கு முந்தியே இந்தப் போடு போடுகிறவர்கள், தீபாவளியன்று என்னதான் செய்ய இருக்கிறார்களோ? நாட்டுப்புறத்தில் என்றில்லை. நகர்ப்புறங் களிலும் வெடிகள் கிடுகிடுத்துக்கொண்டுதான் இருந்தன. வாண வேடிக்கைகளில் எல்லாருக்கும் ஒரு தனி மகிழ்ச்சி!

இந்த இருபது ஆண்டுகளில், ஒரு முன்னேற்றம் பெரிய முன்னேற்றம். வெடிச் சத்தங்கள் முன்பு இருந்ததில் நூற்றில் ஒரு பங்குகூட இன்றில்லை. அடங்கிவிட்டது. ஆனால், இப்போது வேறு வெடிகள் – சத்தங்கள் ஒலிக்கக் கேட்கிறோம். மேடைகளில் தொண்டை கிழியக் கத்தப் பழகிக்கொண்டு இருக் கிறார்கள். 'அந்த கட்சி பீரங்கி, இந்த கட்சி பீரங்கி' என்று பெயர்களும் சூட்டிக்கொண்டு, பல கட்சிக்காரர்களும் முழங்கு கிறார்கள். சுதந்திரத்திற்கு முன்பு, செயல் இருந்தது! இன்று வெட்டிப் பேச்சுகள் மலிந்துவிட்டன!

வேலாத்தாள், பட்டாசுச் சத்தம் நின்றவுடன் தூக்கம் வரும் என்று, புரண்டு புரண்டு படுத்துக்கொண்டு இருந்தாள். அந்தச் சத்தம் அடங்கியதும், உள்ளூர் அண்டாப் பரிசு கிடைக்கப் பெற்ற குப்புமூப்பன் இசை வெள்ளத்தை கொட்டாவிச் சத்தத்தோடு குழைத்துக் கொடுக்கத் தொடங்கினான். அடிக்கடி அவன் பாடும் – அவனுக்குப் பிடித்தமான – அடிகள் அவை.

'சதுர கிரி மலையோரம்
சாஞ்சிருக்கும் திருகுகள்ளி!
திருகுகள்ளிப் பாலெடுக்க
திரிஞ்சனடி சிலகாலம்!...'

வேலாத்தாளை அந்தப் பாட்டு எங்கெங்கோ இழுத்துச் சென்றது. அங்கமுத்து பேச்சுவாக்கில், அன்றொரு நாள் சொன்னான்: 'கல்லிலும் முள்ளிலும் அலைஞ்சு திரிஞ்சிருக்கிறேன்.

ஆர். ஷண்முகசுந்தரம் ❖ 169

தந்தை அன்பே இன்னதென்று எனக்குத் தெரியாது. உன் அப்பா உசிரையே உன்னிடம் வைச்சிருக்கிறார். உம் – கள்ளிகள் அன்பு, என்ன அன்பு!' என்று நொந்துகொண்டான். அவன் பல திருகு கள்ளிகளோடு – ஏடாகூடக் காரிகளோடு கலந்து உறவாடி இருக்கிறானா? எந்தக் கள்ளியாவது, அவன் கழுத்தை அறுக்கக் கத்தி தீட்டி இருக்கிறாளா? ஆனால், தாயைக் குறித்துத்தான் அவ்விதம் சொல்லி இருக்க வேண்டும். ஏனென்றால், 'பூசாரிச்சி யின் பேச்சை எடுத்தாலே அவன் முகம் கறுத்து விடுகிறது. தாயார் தன்னுடைய கடமையை செய்யவில்லை என்ற மனத் தாங்கலா? பெற்றோர் பேரன்பைக் கொட்டி வளர்த்ததெல்லாம், நல்லபிள்ளைகளாக நற்பெயர் எடுத்து விடுகிறதா? அப்படி யென்றால், அண்ணன் இருவரும் உத்தமர்களாக ஆகி இருப்பார் களே! இந்த விடுகதைகளை எந்தச் சித்தரைக் கண்டு விடுவிக்கச் சொல்வது?

வேலாத்தாளை உழப்பிக்கொண்டிருந்த 'புதிர்கள்'தான் பண்ணாடியையும் அப்போது பற்றி நின்றது. 'சில காலம் என்ன? பல காலமும் வாழ்க்கை முழுதுமே, பையன்களைத் திருத்தி விடலாம் என்றுதான் ஆசைகொண்டிருந்தார். அவர்கள் இடை விடாது துயரத்தை அல்லவா தந்துகொண்டு இருக்கிறார்கள்? காங்கயம் சந்தையில் தெரிந்த சிலர் அவருடைய மைந்தர்கள், மாப்பிள்ளை தேடிக்கொண்டு வந்தார்கள் என்பதைக் கேட்டு, பெருத்த ஆச்சரியம் அடைந்தார் பண்ணாடி. 'வேணுமிண்ணே 'விளாறு' ஓட்டறாங்களா?' என்று கூட நினைத்தார். ஆனால், காடையூர் பட்டக்காரரே, 'இது நம்ம சரவடையுங்க. தாராளமாக குடுக்கலாம்' என்று கூறிவிட்டார். மாப்பிள்ளையின் தம்பி, கோயமுத்தூரில் படித்துக்கொண்டு இருக்கிறானாம். அந்தப் பள்ளிக்கூடத் தம்பி ஒரு கேள்வியைக் கேட்டான். 'அவங்க ரண்டு பேரும் வருவாங்களோ மாட்டாங்களோ? கலியாணம் பழைய ஊட்டிலே நடக்கமுங்களா? இல்லை, சாளையிலே வெச்சுக்குவீங்களா? என்றான். பண்ணாடிக்கு அந்தப் பையன் பேச்சு சற்று அந்த இடத்தில் திகைப்பையே தந்தது. தங்கள் குடும்பச் சங்கதி எங்குமே பரவித்தான் இருக்கிறது. 'ஆமாம், கதவு போனாத்தான் திருட்டா? பொடக்காளியிலே கெடக்கிர 'முட்டிச்சீலை' காணாமப் போனாலும் திருட்டுத்தான்' என்று தமக்குள்ளே அதைச் சமாதானப்படுத்திக்கொண்டார். மகன் செய்தது தப்போ, மகனுக்கு அறிவு இருக்கிறதோ இல்லையோ, அந்த மகனோடு தந்தை கருத்து வேறுபாடுகொண்டால் 'குடும்பத்துக்குள்ளே தகராறு!' என்றுதானே வெளியே இருப்ப வர்கள் எண்ணிக் கொள்கிறார்கள். ஒவ்வொருவரிடமும் நேரில்

சென்று உண்மையை விளம்பிக்கொண்டு இருக்க மனிதனுக்கு ஒரு வாழ்நாள் போதாதே என்ன செய்வது?

பண்ணாடி வைராக்கியசாலி. வைர நெஞ்சுண்டு அவருக்கு, வீண் குழப்பங்களுக்கு வெகுநேரம் இடமளிக்கமாட்டார் உள்ளத்தில்!

விடிந்ததும் கைத்தடியை எடுத்துக்கொண்டு, வடக்குப் பக்கமாகப் புறப்பட்டார். தினமும் பல் குச்சி முறித்து வர கிழக்கு வேலியோரம் செல்வார். ஒரு வாரமாக, ஆற்றில் தண்ணீர் வந்த பிறகு, தெற்கே போவதுதான் வழக்கம். ஆனால், வடக்கே ஊருக்குள் தம்முடைய பழைய தோட்டப் பக்கம் எதற்காகப் போகிறார்?

வீடு சாத்திக் கிடந்தது. அந்த இடத்திற்கு வந்ததும், அவர் கண்களின் பார்வை தாமாக அந்தப் புறம் திரும்பிற்று. இந்நேரம் அவர் அருகே வீட்டில் இருந்திருந்தால், திண்ணைமீது வெளியே உட்கார்ந்திருப்பார். முத்தாயா பல் குச்சியை சூரிக் கத்தியில் சீவிக் கொடுத்துக்கொண்டிருப்பாள். சில நாள், பல் குச்சியை கடைசிவரை சீவி – வேறு குச்சிக்கு அவரை எழுந்து போகும்படி செய்துவிடுவாள். சிவன்மலைத் தேரில் சின்னக் கத்தி பேத்திக்கு வாங்கித் தந்திருந்தார். அந்தப் பேத்தி, எந்த நேரம் எந்த வேளை கதவைச் சன்னலைச் சுரண்டிக் கீறிக் காயப்படுத்துவாளோ என்று கண்காணித்துக்கொள்ள வேண்டிய பொறுப்பும் அவருடையதுதான்!

ராம, லட்சுமணர்கள், மடியிலும் தலையிலும் குதித்துக் கொண்டு இருப்பார்கள். அவர்களைப் பெற்ற 'அப்பன்'களும், குழந்தையாக இருந்தபோது அப்படித்தான் செய்துகொண்டு இருந்தார்கள்!

ஒரு நீண்ட பெருமூச்சு விட்டுக்கொண்டே எதிர்ப்புறம் பார்வையைச் செலுத்தினார். அவருடைய பழைய தோட்டம். அட, அது தோட்டம் போலவா தெரிகிறது? அவர் கண்களைப் படலம் கட்டி, ஒரு கணம் மறைத்தாற் போலிருந்தது. வேலி பல இடங்களில் நொறுங்கி, 'தொக்கடவுகள்' தென்பட்டன. 'இந்த முள்ளைச் செரி பண்ணக்கூட ஆள் இல்லையே? என்று கைத்தடியால் கிழுவ முட்களை ஒதுக்கிவிட்டார். பல நாட் களுக்குப் பிறகு, பண்ணாடியே செப்பனிடுவதைப் பார்த்த ஆள் கறுப்பன் ஓடோடியும் வந்தான். அன்றைக்கு நாள் முழுக்க அவன் நாற்புறத்து வேலிகளையும் ஒழுங்குபடுத்துவதிலே முனைந்திருந்தான்.

பண்ணாடி நேர் பாதையில் வடக்கே போய்க்கொண்டு இருந்தார். கிணற்றோரம் இளநீர் மட்டைகள் திக்காலுக் கொன் றாகச் சிதறிக் கிடந்தன. வறண்டுபோய் 'ஓட்டோடு' ஒட்டிக் கொண்டு இருந்தன. 'இதைக் கெணத்துக்குள்ளே ஊறப் போட்டி ருக்கப்படாதா?' என்ற நினைப்பு, அவர் யாரிடம் சொல்வார்?

பூவரச மரத்தடியில் ராசிபாளையம் மணியக்காரர் சுப்பக்காளோடு பேசிக்கொண்டு இருந்தார். உதறித் தள்ளியதை மீண்டும் பண்ணாடி அணியமாட்டார். உள்ளே வரவே மாட்டார் என்பது மணியக்காரருக்கு நன்கு தெரியும். ஆனாலும், வாரி வெளிக்கு அருகே பனைமரத்து அடித் துண்டத்தில் கட்டியிருந்த செவலைக் காளை, அவரை அடையாளம் கண்டு கொண்டது. 'செவலையண்ணா' என்று செல்லமாகத் தடவிக் கொடுப்பார். அது அவர் 'சொரிந்து' விட்டால்தான் சுகமாக நிற்கும். இல்லாவிட்டால், தாயில்லாப் பிள்ளையைப் போல் ஏக்கத்தோடு பார்த்துக்கொண்டு நிற்கும். பண்ணாடி, அன்று பாராமுகமாகப் போகிறாரே என்று 'ம்மா' வென்று தோட்டமே அதிரும்படி சத்தமிட்டது. அதற்குள் நெடுந்தூரம் வடக்கே போய் விட்டார். வாயில்லாப் பண்டத்தின் அழைப்புக் கேட்டிருந்தால் ஒரு வேளை உள்ளே வந்திருப்பாரோ என்னவோ?

கையில் சிறு வாழைத்தண்டு ஒன்றை எடுத்துக்கொண்டு பண்ணாடி திரும்பி வந்துகொண்டிருந்தார். அதைக் கண்டு மணியக்காரருக்கு சிரிப்பே வந்துவிட்டது.

"எதுக்குங்க இது?" என்றார், வாழைத்தண்டைக் கையில் வாங்கிக்கொண்டு.

"இதுங்களா..." என்றார் அவருக்கும் சிரிப்பாயிருந்தது.

"இதுங்கோ, நேத்து காடையூர் போயிருந்தனுங்களா? அங்கே தயிர்ப் பச்சடிக்குள்ளார வாழைத்தண்டு போட்டிருந்தாங்க. எனக்கு வேலுக்கண்ணு நெனப்பு வந்திட்டுதுங்க. அம்மிணி இதை ருசியாத் தின்றிருக்காளோ என்னுமோ? இண்ணைக்கு இங்கே பண்ணச் சொல்லலாமுன்னு, வடக்காலே நொச்சித் தோட்டத்துக்குப் போயி கொண்டாந்தனுங்க. நேத்து போறப்போ வாழைக்காடு 'அளிஞ்சு' கெடக்கறதைப் பாத்தேன்" என்றார் பண்ணாடி.

"நல்லா இருக்குதுங்கோ. ஒரு ஆளை உட்டாச் சாக்குலே போட்டு எடுத்தாரான். தலைச் செமை ஏத்தோணும்னாலும் கெடைக்காதுங்களா? வாழைத்தண்டு என்ன சிக்காச் சரக்குங் களா?" என்றார் மணியக்காரர்.

வாழைத்தண்டுக்குப் பஞ்சமில்லை. உண்மை, அவர் கை அசைத்தால், வண்டி வண்டியாகக் கொண்டுவந்து குவித்து விடுவார்கள் சந்தேகமில்லை. அம்மிணி அதை அன்றே தயிர்ப் பச்சடியில் போட்டு சுவைத்தால்தானே, அவருக்கு மனம் ஆறும்! மறந்துவிட்டால்? கொஞ்ச நாளாக மறதி அதிகரித்துக்கொண்டு வருகிறது.

"ஆள் போறது அத்துவானமுங்க!" என்றார் பண்ணாடி. மேலே ஏதோ சொல்ல நினைத்தார். வார்த்தையைத் தாமே விழுங்கிக்கொண்டார். ஆனால், மணியக்காரர் லேசுப்பட்டவரா? அவர் அந்த வார்த்தையை முடித்தார்: "மகன் போர்றது மத்திய முங்கோ! இப்பத்தானுங்க, எல்லார் வண்டவாளமும் வெளிப் படுத்துங்க. நம்ம மாப்பிள்ளைக் கூட்டம் அம்மிணிக்கு மாப்பிள்ளை பாக்கப் போனாங்க. நாலைஞ்சு எடத்துக்குப் போனாங்கின்னு வெச்சிக்கிங்க. எங்க போனாலும் "பெரிய பண்ணாடி இருக்கறப்போ நீங்க எய்யா வாரீங்க'ன்னு கேக்கறாங்க. ஆளுக முக்காட்டைப் போட்டுக்கிட்டு வந்திட்டாங்க! உங்க மருமக ஒரு சாமர்த்தியம் பாருங்க, எங்கிட்டே சொல்லுதுங்கோ, 'நீங்க இஸ்காப்படுத்தி உட்டுட்டுத் துப்பட்டிக்குள்ளே பூந்துக்கு வீங்க. மொகாமைக்காரரு நீங்க ஏனுங்க மின்னாலே போகப் படாது'ன்னு கேக்குதுங்க" என்றார்.

"ஒருத்தரும் எங்கியும் போகாதீங்க. அதெல்லாம் தையிலே வெச்சர்லமுன்னு உறுதி ஆயிரிச்சிங்கோ" என்றார் பண்ணாடி.

கார் வரும் சத்தம் கேட்டது. இருவரும் பின்னால் திரும்பிப் பார்த்தார்கள். காரில் இருந்து டாக்டர் இவர்களைப் பார்த்ததும், "என்ன கவுண்டரே? சவுக்கியமா இருக்கீங்களா? உடம்பு எப்படி?" என்றார் சிரித்துக்கொண்டு.

"நீங்கதான் சொல்லோணும். உம். உடுங்க, உடுங்க. நாங்க வந்தர்ரோம்" என்றார் பண்ணாடி.

காரில் இருந்து டாக்டர் மட்டும் இறங்கி வருவதைப் பார்த்து வேலாத்தாள் விழிகள் வேறு ஓர் உருவத்தைத் தேடிற்று. "அவன் வல்லீம்மா, கூட்டியாரச் சொல்லீருக்கன்" என்றார் டாக்டர்.

வெங்கமேட்டிற்கு ஓர் அவசரக் கேஸ் பார்க்க வந்திருந்தார். டாக்டருக்கு மட்டுமல்ல, டாக்டரின் மனைவிக்கும்கூட கொஞ்ச நாள் பழக்கத்திலேயே இந்தக் குடும்பத்தின் பாசம் ஏற்பட்டு இருந்தது. அங்கமுத்துவும் அதற்கு முக்கிய காரணந்தான்.

வேலாத்தாள் ஒவ்வொரு தடவையும் வெண்ணெயும், காய்கறிகளும், வாழைப்பூவும் தந்து அனுப்பி இருக்கிறாள். டாக்டரின் மனைவிக்கு அந்தப் பெண்ணைப் பார்க்க வேண்டும் என்ற ஆசை. அங்கே அங்கமுத்து பாடம் போட்டுக்கொண்டு இருக்கிறானே! தீபாவளி சமயம் பல சிக்கலான பிரச்சனைகள். தோழர்கள், அவனைப் பிரச்சனைகள் தீருமுன் திருப்பூரை விட்டு கண்டிப்பாகப் போகக்கூடாது என்று கட்டளை இட்டிருந்தார்கள். அவனால் மீற முடியவில்லை.

"கொஞ்சம் நாலு நாளைக்கு இடம் மாறி இருப்பதும் உடம்பு தேறும் வழிகளில் ஒன்று!" என்று டாக்டரே கட்டாயப் படுத்தும்போது பண்ணாடி எப்படித் அதைத் தட்டிக் கழிக்க முடியும்.

வேலாத்தாளையும் அழைத்துக்கொண்டு, திருப்பூருக்கு டாக்டர் இல்லத்திற்கு, மத்தியானச் சாப்பாட்டிற்கே வந்து விட்டார்கள். நாலு நாட்கள் நான்கு நிமிடங்களாகக் கழிந்து விட்டது. நாளை பண்ணாடியும், வேலாத்தாளும் புறப்பட வேண்டும்.

"ஒரு சினிமாவும் பார்த்திட்டுப் போங்க. இது அம்மா ஏற்பாடு" என்றார் டாக்டர். அம்மாவைத் தூண்டியவன் அங்கமுத்து.

பண்ணாடியும் சினிமாவுக்கு வருவதாகத்தான் இருந்தது.

"எந்தக் கொட்டகையிலே ஆடுதப்பா?" என்றார் பெரியவர், அங்கமுத்துவிடம்.

அவர் எந்தக் காலத்திலோ 'பேசாத' படத்தைப் பார்த்திருக் கிறார். அப்போது பேசாத படங்கள் ஆடிக்கொண்டுதான் இருந்தன.

"குமரன் தியேட்டரில்!..." என்றான் அங்கமுத்து.

"என்ன, என்ன?" அவர் இரண்டுதரம் அப்படி ஏன் கேட்டார் என்பது அவனுக்குத் தெரியவில்லை.

"சரி, நீங்களே போய்ட்டு வாங்க" என்றார். டாக்டர் அம்மா, அங்கமுத்து, வேலாத்தாள் – மூவரும் சினிமாவுக்குக் கிளம்பி னார்கள். எந்தச் சிறு விஷயத்திலும் அவரை மாற்ற முடியாது என்பது, அந்தச் சில நாட்களில் அங்கமுத்து அறிந்து வைத்திருந் தான்.

டாக்டருக்கு எவ்வளவோ வேலை. பண்ணாடி சென்றாரா இருக்கிறாரா என்பதைக்கூட அவருக்குக் கவனிக்க நேரம் ஏது?

மேல்மாடியில் தன்னந்தனியாக உட்கார்ந்திருந்த பெரிய பண்ணாடியின் கண்களில் நீர் நிறைந்தது. அழமாட்டார். கண்கள் ஏன் அருவியைத் தேக்கிற்று?

பல ஆண்டுகளுக்கு முன், தம்முடைய பையன்களைப் படிக்க வைப்பதில் பயனில்லை என்று கருதி உள்ளம் மருகி அழைத்துச் சென்றாரே... அன்றுதான் தியாகி குமரன் அடிபட்ட திருநாள்! இரத்த வெள்ளத்திலே மூழ்கிக் கிடந்தான்!

ஊர் போகும்வரை அதைப்பற்றியே நினைத்துக்கொண்டு இருந்தார். அவரால் அந்த நாளை மறக்க முடியாமல் போயிற்று. இன்று பல ஆண்டுகளுக்குப் பிறகு, அந்தப் பெயரைக் கேட்டதும் அவர் கால்கள் ஏனோ எழுந்திருக்க மறுத்தன. படம் பார்க்கச் செல்லவில்லை. அவர் மனத்தில்தான் பல காட்சிகள் ஓடிக் கொண்டு இருந்தனவே!

மறுநாள், பண்ணாடியும் வேலாத்தாளும் ஊர்வந்து சேர்ந்தார்கள். டாக்டர், ஜீப் காரில்தான் கொண்டுபோய் விட்டு விட்டு வரும்படி அங்கமுத்துவிடம் கூறி இருந்தார். ஆனால், அங்கமுத்து அன்றைக்கு அவர்களோடு போக முடியவில்லை.

வேலாத்தாளின் பார்வையோடு தன் நெஞ்சைப் பிரயாணம் செய்யுமாறு அனுப்பி இருந்தான்!

பெரிய பண்ணாடி சாளைக்கு வந்து சேர்ந்த சற்று நேரத்தில், காடையூரில் இருந்து மாப்பிள்ளை வீட்டார், ஒரு பெரியவரை நிச்சயத்திற்கு நாள் பார்த்துக்கொண்டு வரும்படி தூது விட்டிருந்தார்கள்.

தையில் திருமணம். நல்ல நாளை இப்போதே பார்த்துக் குறித்துவிட வேண்டியதுதானே? சூனிய மாதம் மார்கழியிலா நிச்சயத்திற்கு வருவார்கள்?

கணக்கய்யர் பஞ்சாங்கத்தைக் கையில் எடுத்தார்.

கணக்கய்யர் சகோதரி, யுத்த காண்டம் படித்துக்கொண்டு இருந்தாள். அரக்கன் வீழ்ந்து விட்டதற்காக தேவர்கள் பூ மழை பொழிந்தார்கள்!

பெரிய பண்ணாடியின் அருகே மகள் வந்து நின்றாள். அவள் கண்கள் கலங்கி இருந்தன.

நிமிர்ந்து பார்த்த அவர் திடுக்கிட்டு, "என்ன ஆத்தா?" என்று அன்புடன் கேட்டார்.

"ஐயா, நானு அந்த மாப்பிள்ளையைக் கட்டிக்கிலீங்கோ."

கணக்கய்யர் திடுக்கிட்டார். எழுபது வயதில் அவர் அப்படித் திடுக்கிட்டதில்லை!

"பின்னே?" பண்ணாடி வேறு ஒன்றும் கேட்கவில்லை. சாதாரணமாக, "பின்னே?" என்றே மீண்டும் மகளிடம் வினவினார்.

வேலாத்தாள், "நானு அங்கமுத்துவைக் கட்டிக்கிறனுங்க!" என்றாள்.

அவள் குரலில் உறுதி இருந்தது. நினைத்ததைச் சொல்லக் கூடியவள். தக்க தருணத்தில் தைரியமாகக் கூறிவிட்டாள். பண்ணாடியின் செல்ல மகள் அல்லவா?

"செரி ஆத்தா!" என்றார் பண்ணாடி. அவர் நிதானத்தோடு சொன்னார். கண்கள் சாந்தமாயிருந்தன.

கணக்கய்யர் சகோதரி உள்ளே படித்துக்கொண்டிருந்தாள். "மகாப் பெரிய அரக்கன் வீழ்ந்தான். தேவர்கள் பூமாரி சொரிந்தார்கள்!"

ஆம், அது யுத்த காண்டம். பூ மழைதான் பொழிவார்கள்.